हे पुस्तक, प्रत्येकाबद्दल आणि प्रत्येकासाठी!

'अरे, हे पुस्तक मी लिहिले असते तर मला फार आनंद झाला असता. या लेखिकेप्रमाणे मीही नैराश्याला तोंड दिले आहे. नैराश्याच्या न सरणाऱ्या अंधाऱ्या वाटेवरून जाताना मी अनंत यातना भोगल्या आहेत. त्या वेळी या निरर्थक दुःखावर कदाचित फक्त आत्महत्या हाच तर्कशुद्ध तोडगा आहे, असेही वाटू लागले होते. मी तेवीस वर्षांचा होतो, मला चांगले मित्र होते, मानसोपचार उपलब्ध होते; तरीही नैराश्याच्या काळ्याकभिन्न छायेने घेरला गेलेला मी एकाकी होतो. त्यातून बाहेर पडण्याचे प्रयास माझे मलाच करावे लागले होते.

त्या वेळी हे पुस्तक उपलब्ध असते, तर मी त्या नैराश्यातून झटपट बाहेर पडू शकलो असतो. हा माझा परतीचा प्रवास सुखकारकही झाला असता. नैराश्यासारख्या निरस विषयावरील या पुस्तकाच्या लोभस आणि संवेदनशील भाषेतील आकर्षक आणि सुरेख मांडणीमुळे वाचकांना सर्वप्रथम, आहे त्या स्वरूपात त्यांचे नैराश्य स्वीकारणे सहज शक्य होते. स्वतःला दोष न देता स्वबळाचा शोध घेऊन त्याला स्वतःच खतपाणी घालता येते. ह्या पुस्तकाचा अनेक भाषांमध्ये अनुवाद केला जाईल, अशी मला आशा वाटते. माझ्या विद्यार्थ्यांनी हे पुस्तक वाचलेच पाहिजे, अशी मी शिफारस करीन.'

– **डॉ. लूक इसाबर्ट,** मनोविकार आणि मानसोपचार तज्ज्ञ. आकलनीय आणि सुनियोजित अशा लक्ष्यकेंद्रित उपचारपद्धतीच्या ब्रूज मॉडेलचे प्रणेते.

'ज्यांचे आयुष्य नैराश्याने केव्हा ना केव्हा तरी ग्रासले गेले आहे' त्या सर्वांसाठी हे पुस्तक अत्यंत महत्त्वपूर्ण आहे. शेलजा सेन त्यांच्या 'रिक्लेम युअर लाईफ' या पुस्तकात नैराश्याच्या आघातामुळे आयुष्यावर, विशेषतः लहान मुलांच्या भावविश्वावर होणाऱ्या परिणामांना सामोरे जाण्याविषयी भाष्य करतात. काहीशा निर्भिड आठवणी, काहीसे मार्गदर्शन यांचा संयोग असलेले हे पुस्तक म्हणजे 'नैराश्य' या विषयावरील अत्यंत प्रामाणिक, संवेदनशील असा विश्वकोष आहे, असे मानायला हरकत नाही. नैराश्याने उद्ध्वस्त झालेले आयुष्य पुन्हा मार्गी कसे लावता येईल, याचा ऊहापोह या पुस्तकात केला आहे. नैराश्याने ग्रासलेले उद्विग्न मन शांत करण्याच्या उपचारात

शेलजा बुद्धाचे तत्त्वज्ञान, कथा यांचा अत्यंत काळजीपूर्वक आणि सुयोग्य वापर करतात. या उपचार पद्धतीमुळे नैराश्यातून मुक्त होण्याचा मार्ग मिळतो ही बाब अत्यंत महत्त्वाची आहे.

— डॉ. आलोक सरीन,

मानसोपचार विषयक सल्लागार, 'सीताराम भारतीय इंन्स्टिट्यूट ऑफ सायन्स आणि रिसर्च,' नवी दिल्ली, भारत.

'रिक्लेम युअर लाईफ' हे पुस्तक वाचताना, ते समाजातील प्रत्येक व्यक्तीबद्दल आहे, अशी भावना निर्माण होते. ते मुळातून व्यक्तीगत जिव्हाळ्याचे वाटते. जगाच्या सात अब्ज लोकसंख्येतील प्रत्येकाच्या जीवनाची कथा एकमेवाद्वितीयच असते. असे असूनही कोणतेही विवादास्पद विधान न करता या कथांचे सार लेखिकेने सर्वांना लागू पडणाऱ्या उच्च श्रेणीच्या वैश्विक सत्याच्या रूपात मांडले आहे. शेलजा सेन स्वतःच्या आयुष्यातील नैराश्याशी दोन हात केल्याचा प्रवास आणि त्याच ओघात मानसिक समस्यांनी घेरलेल्या लोकांसाठी काम करताना आलेले अनुभव उलगडून सांगतात. त्या म्हणतात की, मानसिक आरोग्य हा आपला सर्वांत मोठा ठेवा आहे, असे आपण मानायला हवे. हा ठेवा आपल्या व्यक्तीगत आयुष्याचा अविभाज्य भाग असतो. आयुष्यातील विपरित अनुभवांच्या आघातांनी आपल्या मानसिक आरोग्याची हानी होते. तरीही आपली निसर्गदत्त मानवी क्षमता पणाला लावून; अतिशय संवेदनशीलतेने आपले अंतर्मन आणि बाह्य जगाची सांगड घालून आपली मानसिकता आपणच जाणून घ्यायला हवी. 'आपल्या जीवनाचे सूत्रधार आपण स्वतःच असतो; अन्य कोणालाही तो अधिकार नाही' या विचाराची प्रेरणा मिळण्यासाठी हे पुस्तक आवर्जून वाचावे.

— प्रोफेसर विक्रम पटेल,

द पेरिशिंग स्क्वेअर ग्लोबल हेल्थ आणि वेलकम ट्रस्टचे व्याख्याता, हार्वर्ड मेडिकल स्कूलमधील डिपार्टमेंट ऑफ ग्लोबल हेल्थ अँड सोशल मेडिसीनचे मुख्य संशोधक, अमेरिकेतील केंब्रिजमधील 'संगथ' या संस्थेचे सहसंस्थापक आणि संस्थेच्या कार्यकारी मंडळाचे सभासद.

'मी स्वत: माझ्या कोवळ्या तारुण्यातील फार मोठा काळ नैराश्याला बळी पडले होते. त्यातून बाहेर पडून नैराश्याने पछाडलेल्या लोकांसाठी तळमळीने प्रयत्न करणाऱ्या एक क्लबमध्ये आता मी स्वत: पुढाकार घेऊन काम करत असले, तरी आजही एखादा दिवस असा येतो ज्या वेळी माझा आत्मविश्वास लयाला जातो. मी धारण केलेला आनंदी मुखवटा भंग पावतो. अशा वेळी नैराश्याच्या काळोखातून बाहेर येण्याच्या आणि स्वत:ला पुन्हा सक्षम करण्याच्या माझ्या लढ्याबद्दल कुणीतरी मला दाद द्यावी, अशी इच्छा आतून व्हायला लागते. माझ्या अशा कमकुवत क्षणी हे पुस्तक एखाद्या मित्रासारखे माझ्या मदतीला धावून येते. मानसिक अस्वास्थ्याचे आणि स्वत्व जोपासण्याचे स्तोम माजविणाऱ्या दिखाऊ आणि मायावी जगात घरातील जकुझीमध्ये चमकत्या ग्लासातील हिंदकळणाऱ्या वाईनमध्ये नैराश्यावर तोडगा शोधण्याची रोमँटिक आणि निरुपयोगी चैन केली जाते. पण हे पुस्तक तुम्हाला स्वत:ची खरी ओळख पटवून देते. तुम्हाला तुमच्या नैराश्याचे यथार्थ स्वरूप आरशात पाहिल्यासारखे लख्ख दिसू लागते. 'हो, हे अगदी अस्संच मला वाटतंय.' लेखिकेच्या शब्दांमधून तिलाही हेच जाणवत असल्याचे मला कळते आणि मग मला एकाकी वाटत नाही. हे पुस्तक इतके प्रभावी आहे की, तुम्ही स्वत:च्या नैराश्यासहित स्वत:ला स्वीकारता आणि एक नैराश्यग्रस्त व्यक्ती म्हणून शिक्कामोर्तब होण्यापासून स्वत:ला वाचविता. तुमची मरगळ जाऊन आलेला प्रत्येक दिवस तुम्ही चैतन्याने साजरा करता - साधी झोपण्याची तयारीही तुम्ही अत्यंत मनापासून करता.'

— निकिता बक्षी,

सध्या सिडनीमध्ये 'सामाजिक स्वास्थ्य' या विषयात पदव्युत्तर शिक्षण घेत आहेत. स्त्रिया आणि मुले यांच्यासाठी राबविल्या जाणाऱ्या कल्याणकारी योजनांमध्ये त्यांचा सहभाग असतो. 'मानसिक आरोग्याविषयी जागरुकता' या चळवळीच्या त्या खंद्या पुरस्कर्त्या आहेत. समाजाचे मानसिक स्वास्थ्य सुधारून तो बलशाली करण्याच्या चळवळीत पुढाकार घेण्याची त्यांची इच्छा आहे. सिडनी, ऑस्ट्रेलिया.

'मानसिक आरोग्य आणि उपचार यांसाठी सतत कार्यरत राहू इच्छिणाऱ्या अनेकांसाठी भरपूर अभ्यास करून शेलजा सेन यांनी सलग तीन पुस्तके देऊन हॅटट्रिक साधली आहे. या पुस्तकांत रुग्णांच्या कथा, काव्य, लेखिकेचे स्वत:च्या जीवनातील अनुभव, व्यवहारातील प्रयोग, रूपके, संशोधन आणि यातून आलेल्या शहाणपणाची झलक या सर्वांच्या सहजसुंदर संक्षिप्त मांडणीतून एक संपूर्ण संहिता आकाराला आली आहे. या सुसंबद्ध लेखनातून मानवी मनाच्या गूढ बांधणीचा सन्मानपूर्वक विचार केलेला आढळतो. काही 'लक्षणांनी' बाधित असलेल्या एखाद्या व्यक्तीवर त्या लक्षणांचा किती प्रमाणात परिणाम झाला आहे, याची खोलात जाऊन शहानिशा न करताच त्याच्या संपूर्ण व्यक्तिमत्त्वावरच मानसिक रुग्ण म्हणून 'शिक्का' मारणे ही चूक आहे. सर्वांनाच याची जाणीव होणे फार गरजेचे आहे. या जाणिवेच्या प्रवासात शेलजाच्या मार्गदर्शनाचा लाभ या पुस्तकातून होतो. माझ्या पुस्तकाच्या शेल्फात मी या पुस्तकाला 'ध्रुवताऱ्या'सारखे अढळपद दिले आहे. मस्त!'

– ग्लोरिया बरेट,

मानसोपचारतज्ज्ञ, नवी दिल्ली, भारत.

लहान आणि पौगंडावस्थेतील मुलांवर उपचार करताना ऑगस्ट बोअल यांचा माझ्यावर फार मोठा प्रभाव होता. 'रिक्लेम युअर लाइफ: गोईंग बियाँड सायलेन्स, शेम अँड स्टिग्मा इन मेंटल हेल्थ' ह्या शेलजा सेन यांच्या नवीन पुस्तकामुळे मला त्यांची प्रकर्षाने आठवण झाली. बोअल यांच्या 'थिएटर ऑफ ऑप्रेस्ड' (टीओ) मध्ये 'तुमच्यात दडलेला पोलिस' किंवा 'खोलवर दडून राहिलेल्या जुलमाला सामोरे जाणे' ह्या तंत्राचा वापर केला जायचा. आपल्या भूतकाळातील निराशाजनक प्रसंग आणि विचार आपल्या वर्तमानात ढवळाढवळ करू लागले की आपल्याला जसे वागायचे असते, जे बोलायला हवे असते तसे करण्यापासून आपण स्वत:ला परावृत्त करतो. आपल्या मनात दडून बसलेल्या, आपल्यावर बंधने घालणाऱ्या ह्या 'पोलिसांना' सामोरे जाऊन त्यांचे उच्चाटन करायला हवे. 'पूर्वानुभवाच्या काल्पनिक सिद्धांताच्या' संदर्भात बोअल म्हणतात की टीओ पूर्वानुभवांचे अर्थ लावून स्पष्टीकरण

देण्यासाठी नसून पूर्वानुभवातून माहिती मिळण्यासाठी अनेक संदर्भ पुरविण्यासाठी आहे. पुस्तकातील सात 'दीपस्तंभांच्या' रूपकांतून शेलजा अशा अनेक संदर्भांकडे नुसते लक्ष वेधते असे नाही, तर रोगनिवारक उपचार करताना मानसिक त्रासाच्या अंतर्गत आणि बाह्य पैलूंवर विनासायास स्वतंत्र विचार कसा करता येतो, याचेही दाखले देते. शेलजाची कथा पुढे सरकत असताना तिने वापरलेले रूपक अत्यंत सहजपणे त्यात गुंफले गेले आहे. ही खुबी तर अतिशय आनंददायक ठरते.'

– प्रोफेसर शेखर शेषाद्री,

एन्आयएम्एच्एएन्एस्च्या 'चाइल्ड अँड अ‍ॅडोलसन्ट सायकॅट्री' विभागाचे शाखाप्रमुख, बंगलोर, भारत.

'रिक्लेम युअर लाईफ'मध्ये आयुष्याची आव्हाने झेलण्याचे तावूनसुलाखून उपयुक्त ठरलेले तीन दृष्टीकोन एकत्र गुंफले आहेत. अनेक वर्षे इतरांना दिलेल्या मानसोपचाराचा अनुभव आणि स्वतःला आलेल्या नैराश्यामुळे शेलजाची या सर्व बाबतींतील जाण समृद्ध झालेली दिसते. शेलजाच्या लिखाणातील पारदर्शकता आणि वाक्प्रचारांची केलेली संस्मरणीय लघुरूपे यांमुळे तिचे लिखाण वाचनसुलभ ठरते. मानसिक आजारांनी ग्रस्त झालेल्या रुग्णांना मदत करू इच्छिणाऱ्या अनेकांना ह्या पुस्तकातून उपचाराच्या अनेक शक्यतांची जाणीव होते. शेलजा आपले अनुभव वाचकांसमोर मोकळेपणाने मांडते. त्यामुळे स्वतःच्या आयुष्यातील अडचणींना स्वतः सामोरे जाणाऱ्या आणि आपले ध्येय गाठण्यासाठी काही तरी कमी पडत असल्याची जाणीव असणाऱ्यांना हे पुस्तक स्वावलंबी होण्यासाठी पूरक ठरते.'

– जॉन व्हिलर,

'युनायटेड किंगडम काउन्सिल फॉर सायकोथेरपी' या संस्थेत नोंदणीकृत मानसोपचारतज्ज्ञ आणि 'सोल्युशन फोकस्ड ट्रेनर्स लिमिटेड गेट्सहेड, इंग्लंड' या संस्थेचे कार्यकारी संचालक.

'RECLAIM YOUR LIFE' या इंग्रजी पुस्तकाचा अनुवाद

आयुष्याचा नवा डाव

मानसिक आरोग्य, अस्वास्थ्याची लाज, लांच्छनाची भीती आणि
मौनाचे कुंपण यांच्यावर मात करून केलेले संक्रमण

शैलजा सेन

अनुवाद
सरिता आठवले

मेहता पब्लिशिंग हाऊस

Please contact us at **Mehta Publishing House,** Pune 411030.
✆ +91 020-24476924 / 24460313 / Mob. No. 954500513
Email : production@mehtapublishinghouse.com
Website : www.mehtapublishinghouse.com

- *या पुस्तकातील लेखकाची मते, घटना, वर्णने ही त्या लेखकाची असून त्याच्याशी प्रकाशक सहमत असतीलच असे नाही.*

This edition is made possible under a license agreement origination with Westland Publications Private Limited

RECLAIM YOUR LIFE by SHELJA SEN

Translated into Marathi Language by Sarita Athavale

आयुष्याचा नवा डाव / आरोग्यपर

अनुवाद : सरिता आठवले
Email : author@mehtapublishinghouse.com

मराठी अनुवादाचे व प्रकाशनाचे हक्क : मेहता पब्लिशिंग हाऊस, पुणे.

प्रकाशक : सुनील अनिल मेहता, मेहता पब्लिशिंग हाऊस,
१९४१, सदाशिव पेठ, माडीवाले कॉलनी, पुणे - ३०.

मुद्रक : ट्रिनिटी ॲकॅडमी फॉर कॉर्पोरेट ट्रेनिंग लिमिटेड

मुखपृष्ठ : मेहता पब्लिशिंग हाऊस

प्रथमावृत्ती : एप्रिल, २०२१

किंमत : ₹ २९५

P Book ISBN 9789353175153
E Book ISBN 9789353175160
E Books available on : amazonkindle Apple Books Google Play Books

---

आपल्या जीवनाची झाकोळलेली व्याख्याच बदलून टाकताना,
नैराश्याचे मळभ झुगारून देण्याचे फार मोठे धारिष्ट्य दाखविणाऱ्या
कोवळ्या तरुणाईला!
आणि
आपल्या अमूर्त जादूई छडीने जगात प्रकाशाचे किरण पसरविणाऱ्या;
'चिल्ड्रन फर्स्ट'च्या सतत झटणाऱ्या
माझ्या जिगरबाज चमूला!

Little darling
It's been a long, cold, lonely winter
Little darling
It feels like years since it's been here

Here comes the sun, do do do do
Here comes the sun, and I say
It's all right.

– The Beatles

अनुक्रमणिका

आयुष्याच्या प्रवासातील पथदर्शक । १
पहिला पथदर्शक : विचारधारेत बदल । २३
दुसरा पथदर्शक : सत्याचा स्वीकार । ६४
तिसरा पथदर्शक : स्वत:च्या जबाबदारीची जाणीव । ८७
चौथा पथदर्शक : नव्याने आयुष्याची आखणी । ११३
पाचवा पथदर्शक : फक्त आजचा दिवस । १३६
सहावा पथदर्शक : समूहवृद्धी । १७२
सातवा पथदर्शक : संकटे झेलण्याचे बळ आणि स्वत:च्या ध्रुवताऱ्याचा शोध । १९४
ऋणनिर्देश । २१६

आयुष्याच्या प्रवासातील पथदर्शक

इंग्लंडमधील थंडीचे ते दिवस फारच उदास आणि कंटाळवाणे होते. मी गरोदर होते. हे माझे पहिले बाळ होते. तिसरा महिना लागला होता आणि मी रोज सकाळी उलट्या आणि मळमळण्याने हैराण होत होते. त्यातच एक दिवस सकाळी मी उठले, तेव्हा मला प्रचंड औदासिन्याने अक्षरश: गलितगात्र करून टाकले होते. मला आठवतंय नक्की पण मला कळलेच नाही, हे असं कसं झालं. शरीर जडशीळ झाले होते आणि अंतरंगात काहीतरी वेडेविद्रे विचार पिंगा घालत होते. मी शेवटची मनापासून कधी हसले होते, हेही मला आठवत नव्हते. तसं म्हणायचं झालं तर हसणंच काय पण माझ्या रडण्या, रागावण्याच्या संवेदनाही पुसल्या गेल्या होत्या. भीतीने ग्रासलेले माझे सुस्त मन बधिर आणि दयनीय झाले होते. आढ्याकडे पाहत मी अंथरुणात निश्चल पडून होते. मला जाणवत होते, माझे काहीतरी फार बिनसले आहे.

त्या दिवशी मी माझी कामे यांत्रिकपणे उरकत होते आणि 'हे काय होतंय मला' ह्या विचाराने माझे मन सतत पछाडलेले होते. 'मला नैराश्य आले आहे?' (*या पुस्तकात नैराश्य आणि डिप्रेशन हे दोन्ही शब्द संदर्भानुसार वापरण्यात आले आहेत.*) पण हे कसे शक्य आहे? मी तर नेहमीच आनंदी असते, उत्साही असते, मौजमजेत रमते आणि त्याहीपेक्षा जास्त महत्त्वाचे म्हणजे मी स्वत: मनोवैज्ञानिक आणि मानसोपचार तज्ज्ञ आहे.

'हे डिप्रेशनबिप्रेशन 'इतरांना' येत असते. माझ्यासारखीच्या वाटेला ते कशाला जाईल?'

संध्याकाळी मी माझ्या नवऱ्याशी, अमितशी या बाबतीत बोलले. मला वाटले होते, ही डिप्रेशनची शंका तो हसत हसत उडवून लावेल. पण मी त्याच्याशी बोलले. त्याने हळुवारपणे माझ्याकडे पाहिले, मला मिठीत घेतले आणि म्हणाला,

'शेलजा, मला हे डिप्रेशनच वाटतंय.' मग नंतर किती तरी वेळ मी हमसून हमसून रडत होते.

अचानक मला माझ्या आयुष्यात अडचणीच अडचणी दिसू लागल्या. त्या गुंत्यात मी हरवून गेले. आतापर्यंत खूप वर्षे मी मानसोपचार तज्ज्ञ म्हणून काम करत होते, पण मला स्वत:ला डिप्रेशन आल्यावर मला त्याची खरी जाण आली आणि यामुळेच मला स्वत:ची लाज वाटायला लागली. मला वाटत होते की, एक मानसोपचार तज्ज्ञ म्हणून डिप्रेशनच्या बाबतीत माझे स्वत:चे असे आडाखे मी बांधले नव्हते. पण नाही, माझ्या मनात कुठेतरी हे निकष नक्कीच आकार घेत होते. मला त्याची जाणीवही नव्हती. त्यामुळे डिप्रेशनने ग्रस्त झालेल्या लोकांबद्दल, 'डिप्रेशनमधून बाहेर येण्यासाठी कसून प्रयत्नच न करणाऱ्यांच्या गटात सामील झालेली प्यादी' असे मी म्हणत असे. त्यांनी पराकोटीचा प्रयत्न केला तरच ते या अवस्थेतून कदाचित बाहेर पडू शकतील, अशी माझी धारणा झाली होती.

खरंतर मी असा विचार करणे अयोग्य होते. हे माझ्या लक्षात आले आणि मी पार गोंधळून गेले. आजपर्यंत मी स्वत:ला समोरच्याचे म्हणणे नि:पक्षपातीपणाने ऐकणारी, संवेदनशील मानसोपचार तज्ज्ञ समजत होते.

म्हणूनच हा डिप्रेशनचा अनुभव, मन किती ओरबाडून काढणारा असतो, हे त्याला बळी पडल्याशिवाय कळतच नाही. प्रत्येक डिप्रेशनग्रस्त व्यक्तीच्या बाबतीत हे डिप्रेशन वेगवेगळ्या स्वरूपांत दिसून येते. तुम्ही स्वत: किंवा तुमची एखादी जवळची व्यक्ती या अनुभवातून गेली असेल तर मी काय म्हणते आहे, ते तुम्हाला नक्की कळेल. लोकांनी ह्या अवस्थेचे वेगवेगळ्या प्रकारांनी वर्णन केले आहे. 'गडद धुक्यात हरवून जाणं', 'काळ्याकभिन्न ढगांनी घेरलं जाणं', 'प्रकाशाचा एकही किरण पोहचू शकणार नाही अशा अंधाऱ्या बिळात अडकून पडणं' - वगैरे, वगैरे. जे. के. रोलिंगने नकारात्मक विचारांच्या माणसाचे केलेले वर्णन ही या संदर्भातील माझी सर्वांत आवडती व्याख्या आहे. ती म्हणते, 'अशा अधोवृत्तीच्या माणसाच्या सान्निध्यात आलात की तुमची प्रत्येक सुखद आठवण, सगळ्या मृदू भावना चरकातून काढल्यासारख्या तुमच्यातून पिळून काढल्या जातात.' रोलिंग स्वत: डिप्रेशनशी झगडण्याच्या अनुभवातून गेली होती. पुढे तो अनुभव तिने 'डिमेन्टर' या पात्राच्या मर्मभेदक रूपात आपल्यासमोर मांडला आहे.

आता आपण पुन्हा एकदा माझ्या डिप्रेशनकडे वळूयात. माझे हे डिप्रेशनचे पिशाच्च अत्यंत निर्दय आणि क्लेशकारक असले तरी माझ्या आयुष्यात ते फार काळ टिकाव धरू शकले नाही. मला आठवतंय, उन्हाळ्यात एका सकाळी मी आमच्या बागेत गेले होते. हातात चहाचा कप होता. अचानक मला बागेत कुठेतरी पिवळाधमक रंग झळकल्यासारखा वाटला. मी निरखून पाहिले. आमच्या बागेत

डॅफोडिलचे वसंत ऋतूतील पहिलेवहिले फूल मंद वाऱ्यावर झोके घेत होते. मला आठवतंय, त्या क्षणी माझ्या मनात आनंदाला उधाण आले. मी त्या रोपट्याशेजारी अलगद विसावले. गेले अनेक महिने माझे जडशीळ झालेले शरीर हलके हलके होऊ लागले. माझ्या ओठांवर हसू फुलले. दवबिंदूंनी डवरलेले ते सौंदर्य मी डोळ्यांनी अक्षरश: पिऊन घेऊ लागले. आत कुठेतरी काहीतरी उमलू लागले होते. सगळी परिस्थिती बदलून टाकण्याची उर्मी माझ्यात जागृत झाल्याची जाणीव होत होती. आता या नकारात्मक अंधकाराच्या तडाख्याने मी कोलमडून पडणार नव्हते. माझ्या आयुष्यातून लोप पावलेले चैतन्य मी पुन्हा मिळवणार होते. त्यासाठी काहीही करावे लागले तरी मी ते करणारच होते. मी पुन्हा एकदा जोमाने उभी राहणार होते आणि पुढच्या वाटचालीसाठी सज्ज होणार होते. त्यासाठी येणारा प्रत्येक दिवस पुढची चिंता न करता मी साजरा करणार होते.

शांतपणे पण अतिशय दृढ निश्चयाने मी पुन्हा माझ्या आयुष्याचा ताबा घेऊ लागले. आज भूतकाळाकडे वळून बघताना, इंग्लंडमधल्या उदास आणि कंटाळवाण्या हिवाळ्याच्या पार्श्वभूमीवर, उन्हाळ्यातील उबदार सकाळी ते झुलणारे डॅफोडिलचे फूल नजरेस पडण्याचा क्षण म्हणजे मला झालेल्या निव्वळ सकारात्मक साक्षात्काराचे रूपक आहे, असे मला ठामपणे वाटते. तसे बघायला गेले तर प्रत्यक्षात कोणताच बदल झालेला नव्हता, पण सगळं काही वेगळंच वाटायला लागले होते. फक्त एकच भावना नव्याने पालवली होती – माझी उमेद!

तो 'डॅफोडिलचा क्षण' माझ्या आयुष्यात आला, त्याला आता जवळजवळ दोन दशके उलटली आहेत. (हा क्षण 'डॅफोडिलचा क्षण' म्हणूनच मी माझ्या हृदयात जपला आहे.) अलीकडे या नैराश्याच्या अंधकाराच्या तडाख्याने अनेकांच्या अस्तित्वाचा गाभाच उद्ध्वस्त होताना मला दिसतो आहे. त्याचा आकार बदलतो, लांबीरुंदी बदलते आणि रंगही बदलतो, पण हे नैराश्य वेगवेगळ्या स्वरूपांत प्रकट होताना दिसते. अनेकविध आजार आणि आपल्या मनात वस्तीला येणारे काळजी, निराशा, भीती, विषण्णता, घृणा, दु:ख, विक्षिप्तता, ताणतणाव, अवसानहीनता, हतबलता, औदासीन्य, खिन्नपणा, ढासळलेली मन:स्थिती, अन्नावरची वासना उडणे, खा खा होणे, उमेद नाहीशी होणे, विनाकारण सतत एखाद्या गोष्टीचा पाठपुरावा करणे, स्वत:बद्दल खात्री न वाटणे अशांसारखे अनेक 'बिन बुलाए मेहमान'. यामुळे मनोविकारांच्या वर्णपटात उलथापालथ होऊन मानसिक स्वास्थ्य बिघडून जाते.

मी मानसोपचार तज्ज्ञ आहे. आत्महत्येस प्रवृत्त करणाऱ्या, खच्चीकरण करणाऱ्या, पराकोटीची व्यसने करणाऱ्या, जगण्याची इच्छाच नष्ट करून टाकणाऱ्या राक्षसी वृत्तींच्या बंधनात गुरफटून आपले आत्मेच पणाला लावणाऱ्या अनेकांची आयुष्ये उद्ध्वस्त होताना मी पाहिली आहेत आणि अजूनही पाहतेच आहे. वय वर्षे जेमतेम

नऊ किंवा दहा, पण भकास आणि व्याकूळ डोळे, स्वत:ला संपवून टाकण्याची आत्मघाती वृत्ती आणि नैराश्याच्या ओझ्याखाली दबलेली दुबळी कुडी अशी लहान मुलेही दुर्दैवाने माझ्या पुढ्यात आलेली आहेत. पण याबद्दल आस्थेने चर्चा होताना दिसत नाही. डिप्रेशनच्या लांछनाची शरम वाटत असल्याने त्याचा चारचौघांत उच्चारही न करता ते दडपून ठेवले जाते.

'मी काय करतोय या जगात?', 'आयुष्याचे प्रयोजनच काय?', 'हे जे आपण करत असतो, ते का करतो?' सामान्यपणे अशा अर्थांची वाक्ये मला तरुण पिढीकडून ऐकायला मिळत असतात. त्यांच्या जीवनातील पोकळी, त्यांना पडणारे प्रश्न, त्यांची हुरहुर मला प्रकर्षाने जाणवते, माझ्या मनाला खोलवर भिडते. आपण मोठे झाल्यावर आयुष्याच्या धबडग्याला यांत्रिकपणे सामोरे जाताना हे असले प्रश्न पडायचे थांबूनच जातात. पण नवतरुण पिढीसाठी हे प्रश्न अत्यंत महत्त्वाचे असतात म्हणूनच या प्रश्नांना सामोरे जाणेही गरजेचे असते. आपल्याला मिळालेल्या जन्माचा अर्थ जाणून घेण्यासाठी ते धडपडत असतात. अनेक वेळा कामावरून घरी परतताना एकाच प्रश्नाने मी हैराण झालेली असते, 'काय करायचंय मी या अशा मुलांचं?'

'वर्ल्ड हेल्थ ऑर्गनायझेशन'ने (डब्ल्यूएच्ओ) २०१५ मध्ये जगभरात केलेल्या संशोधनानुसार आजारपण आणि अपंगत्वासाठी डिप्रेशन फार मोठ्या प्रमाणात कारणीभूत असते. ऑर्गनायझेशनच्या अंदाजानुसार जगातील जवळजवळ सहाशे दशलक्ष लोक डिप्रेशनच्या किंवा चिंतेच्या, किंवा दोन्हीच्या दडपणाखाली असावेत. डब्ल्यूएच्ओच्या अंदाजाप्रमारे दर चार माणसांपैकी एक माणूस आयुष्यात मानसिक आजाराने ग्रस्त झालेला असतो. २०१८ सालापर्यंत हे प्रमाण प्रचंड वाढलेले असेल, याविषयी मला खात्रीच वाटते.

भारतातील तरुणांच्या अपमृत्यूंच्या संदर्भात आत्महत्या हे सर्वांत मोठ्या प्रमाणात असलेले कारण आहे. आकडेवारीनुसार दर तासाला एका विद्यार्थ्याचा मृत्यू होतो आणि कारण असते आत्महत्या. संपूर्ण जगभरात होणाऱ्या स्त्रियांच्या आत्महत्यांपैकी चाळीस टक्के आत्महत्या भारतात होतात. संपूर्ण जगभरात पोट, लिव्हर, आतडी किंवा स्तनांचा कॅन्सर, अल्झायमर, किंवा हिंसा मग ती आतंकवादामुळे असो, घरगुती वादंगातून असो, गुन्ह्यांमुळे असो किंवा युद्धामुळे असो -या सर्वांमुळे बळी जाणाऱ्यांपेक्षा आत्महत्या करून मरण पावणाऱ्यांची संख्या अधिक असते. पण तरीही याचा आपण पुरेशा गांभीर्याने विचार करीत नाही. उलट या डिप्रेशनवर 'व्यक्तीनिष्ठ दुबळेपणाचा' शिक्का ठोकून मोकळे होतो. वस्तुत: या डिप्रेशनचा नायनाट करण्यासाठी फक्त 'खंबीर होणे' आणि 'दुबळेपणाचा त्याग करणे' इतकेच काय ते आवश्यक असते.

डिप्रेशनग्रस्तांपैकी काही जण तज्ज्ञांच्या मदतीने योग्य ते उपचार करून घेतात. काही जणांना आपल्याला काय झाले आहे याचीच जाणीव नसते, त्यामुळे ते बरे होण्यासाठी भलतेच उपाय करत झगडत असतात. काहींना अगदी कमी प्रमाणात डिप्रेशन आलेले असते, त्यामुळे त्यांचे योग्य रोगनिदान करता येत नाही. पण त्यांच्या आयुष्यातील आनंदाचे रंग फिके व्हायला सुरुवात झालेली असते. त्यांना अत्यंत थकल्यासारखे व्हायला लागलेले असते, आयुष्य अर्थशून्य वाटायला लागते आणि सुखी आयुष्याला ते पारखे व्हायला लागतात.

आणि म्हणूनच मी हा 'पुस्तक प्रपंच' आरंभिला आहे.

काळोख्या हिवाळ्यातील थंडीशी झगडणाऱ्या आणि अजूनही 'डॅफोडिल सुप्रभात' न गवसलेल्या सर्व लहान आणि थोरांसाठी मी हे पुस्तक लिहिले आहे. दिवसामागून दिवस, रोजच, या वैफल्यग्रस्त लोकांचे दु:ख उघड्या डोळ्यांनी पाहणाऱ्या त्यांच्या कुटुंबीयांसाठी, प्रियजनांसाठी केलेले हे लिखाण आहे. आपल्या पेशन्ट्सच्या प्रतिष्ठेला धक्का लागू न देता रोगमुक्त करण्यासाठी नवनवीन आणि कल्पक उपचार पद्धतींचा अवलंब करणाऱ्या सल्लागार, मानसोपचार तज्ज्ञ, मानसशास्त्रज्ञ यांनाही हे पुस्तक उपयुक्त ठरेल. तसंच म्हणायचं झालं तर आयुष्याचा प्रवास सुखी आणि अर्थपूर्ण करू इच्छिणाऱ्या प्रत्येकासाठी असलेले हे पुस्तक आहे.

याहीपेक्षा महत्त्वाचे म्हणजे मानसिक अनारोग्याच्या संबंधात जाणवणारी शरम, लांछन आणि त्याबद्दल बाळगले जाणारे मौन याचा ठामपणे विरोध करण्यासाठी आणि या वैफल्यग्रस्तांना पुन्हा चैतन्यमय आयुष्याकडे वळवण्यासाठी मी हा खटाटोप करते आहे.

या संदर्भात येणाऱ्या अडचणी, अडथळे आणि संकटे यांची व्याप्ती मोठी असल्याने त्याची व्याख्या कमीत कमी शब्दात मांडणे मला शक्य झालेले नाही. म्हणूनच 'मानसिक आरोग्य टिकविण्यातील अडचणी' हा वाक्प्रचार मी यासाठी योजला आहे. मन आणि शरीर एकमेकांच्यात इतके गुंतलेले असते, की त्यांचा वेगळा विचार करताच येत नाही. म्हणूनच मला जाणीव आहे, की या संदर्भात हा वाक्प्रचारही पुरेसा अर्थपूर्ण ठरत नाही.

अतीव दु:खी, हवालदिल, शंकेखोर, चिंताक्रांत, अतीव लज्जाग्रस्त, वैफल्यग्रस्त, व्यथित, क्षुब्ध, अपराधाच्या भावनेने पीडित झालेला किंवा आजूबाजूच्या जगात काही घडले तरी त्याच्यावर काहीच परिणाम न होता अलिप्त राहणारा माणूस भावनिकदृष्ट्या खचलेला असतो. अशा व्यक्तींना शारीरिक वेदना, यातना होत असतात. ते गलितगात्र होतात. पोटात खड्डा पडल्यासारखे वाटत राहते. तहानभुकेच्या संवेदना हरवतात. शांत झोपेचे सुख हरपते. पोटाच्या तक्रारी सुरू होतात. प्रचंड

थकवा येतो. शीण येतो. घालमेल होत राहते. मेंदूची आकलनाची क्षमता मंदावल्यामुळे विचारांमधील स्पष्टपणा हरवतो आणि एक़ाग्रतेने विचार करणे दुरापास्त होते. आयुष्य निरस वाटायला लागते. डोक्यात विचारांची वावटळ सतत घोंघावत राहते आणि मन नकारात्मक विचारांच्या भोवऱ्यात गरगरायला लागते. त्याचा परिणाम रोजच्या दिनक्रमातही दिसतो. माणूस निष्क्रिय होतो. सुस्त होतो. प्रतिकारहीन होतो. इतकेच काय पण वैयक्तिक आरोग्याच्या बाबतीतही तो निष्काळजी होतो. साधारणपणे ज्या छोट्या छोट्या गोष्टी खरोखरच माणसाला आनंददायी असतात, त्याही त्याला निरस वाटायला लागतात. समाजात वावरताना स्वत:बद्दल कमीपणा वाटत राहिल्याने तो चारचौघांत मिसळत नाही. स्वत:ला तो सतत इतरांबरोबर जोखत राहतो. तो गोंधळलेला असतो. त्यामुळे तो कुणावरही पटकन विश्वास ठेवत नाही. या सगळ्या प्रक्रियेत तो समाजापासून दुरावून हळूहळू स्वत:भोवती विणल्या गेलेल्या कोशात अडकून पडल्याच्या भावनेत गुरफटून जातो.

याउलट काही डिप्रेशनग्रस्त माणसे आपला मनस्ताप अनेक प्रकारांनी व्यक्त करतात. बारीकसारीक गोष्टींबद्दल टोकाच्या प्रतिक्रिया देतात. उगीचच कुरापती काढतात. छोट्या छोट्या बाबींवरून हातही उचलायला मागेपुढे पाहत नाहीत. सामाजिक शिष्टाचारांची भीड बाळगत नाही. व्यवसाय किंवा कार्यक्षमतेच्या संदर्भात योग्य वेळी झोपेतून उठणे, शाळा, कॉलेज किंवा कामाला जाणे अशासारख्या साध्या साध्या गोष्टी टाळण्याकडे त्यांचा कल असतो. मनस्ताप दाबून टाकण्यासाठी प्रचंड प्रमाणात व्हिडियो गेम्स खेळणे, दारू पिणे, अमली पदार्थांचे सेवन करणे, दुखापतींची फिकीर न करता धोके पत्करणे असला अचरटपणाही ते करू शकतात. असे असले तरी डिप्रेशनग्रस्तांपैकी काही मनस्वी लोक त्यांच्या मनातील अस्वस्थता दाबून ठेवून सतत कार्यरत राहतात, स्वत:ला सिद्ध करतात आणि कमालीचे यशस्वी होतात. मला माहित्येय - कारण मीही त्यांच्यापैकीच एक होते. माझ्या मन:स्थितीची कोणालाच जाणीव होऊ नये म्हणून मी एक पंचसूत्र अवलंबले होते. सुखदायक वर्तन, वेळेनुसार चेहऱ्यावर योग्य ते मुखवटे धारण करणे, बिनचूक काम करणे, स्वत:ला सिद्ध करत राहणे आणि प्रसंगानुरूप नाटकीपणाने वागणे; हीच ती पंचसूत्री.

मनात घर करून राहिलेला निराशेचा अंधकार आपल्या रोमारोमांत पाझरून आपल्या व्यक्तिमत्त्वाला झाकोळून टाकतो, आपल्या स्वत्वावर ताबा मिळवतो. सरतेशेवटी या संक्रमणात आपल्या व्यक्तिमत्त्वाचा मूळ गाभा हरवतो आणि उरते ते फक्त पोकळ कवच. अशा अवस्थेला पोचल्यावर आपल्याला पूर्वीसारखे आयुष्य पुन्हा जगायला मिळेल, अशी कल्पनाही करणे अशक्य वाटायला लागते. पण हे शक्य आहे आणि आपण तसे खरोखरच करू शकतो. मी तुम्हाला फक्त एकच

विनंती करते. माझ्या बरोबर रहा. हा प्रवास करताना मोकळ्या मनाने मला साथ द्या.

पथदर्शक : धैर्य, हिंमत

मला रूपके खूप आवडतात. या संपूर्ण पुस्तकात माझा दृष्टीकोन स्पष्ट करण्यासाठी मी वेगवेगळ्या रूपकांचा वापर करणार आहे. या सर्व रूपकांना एकत्र आणणारे महत्त्वाचे रूपक मी वापरणार आहे - ते म्हणजे जीवनप्रवास.

मानवी आयुष्य हा एक प्रवास असतो. या प्रवासात आपण निरनिराळ्या अवस्था अनुभवतो. आशा, आनंद आणि प्रेम मिळविण्याचे पडाव शोधतो. या प्रवासात वादळे येतात. रस्ता चुकून आपण भरकटतो. कधी रानटीपणाला तोंड द्यावे लागते. चुकलेले निर्णय आणि दुर्भाग्यही अपरिहार्य असते. पण हे सगळे गृहीत धरूनच आपल्याला पुढील मार्गक्रमणा करायची असते. जीवनात येणाऱ्या कृष्ण-धवल अनुभवांची सरमिसळ होऊन जीवनाचे वस्त्र रंगलेले असते. जीवनात खडतर परिस्थितीचा सामना करायची वेळ आल्यावर, संकटकाळात, प्रत्येक अपयशातून सावरून पुन्हा उभे राहण्यासाठी आपल्याला मार्गदर्शन करण्यासाठी आपला एकमेव आधार असतो - तो आधार म्हणजे आपली हिंमत, आपले धैर्य!

ही हिंमत आपल्याला आपला 'ध्रुवतारा' शोधण्यासाठी बळ देते.

हिंमत, धैर्य म्हणजे इंग्रजीत ज्याला 'acronym'म्हणतात, म्हणजे दिलेल्या शब्दांच्या आद्याक्षरांनी बनणारा शब्द. 'Courage' या शब्दातील प्रत्येक अक्षर हे एक तत्त्व आहे. ही मूलभूत तत्त्वे या पुस्तकात मी प्रतीके म्हणून वापरली आहेत. ही प्रतीके दीपस्तंभासारखी तर आहेतच, पण याचा आपल्याला मार्गदर्शक म्हणूनही उपयोग होणार आहे. म्हणून मी त्यांना 'पथदर्शक' असे संबोधणार आहे. हे धीर देणारे पथदर्शक आपल्याला मार्ग दाखवितात आणि आपले झाकोळले गेलेले आयुष्य उजळून टाकतात.

Change the Channel	: विचारधारेत बदल
Owning Our light	: सत्याचा स्वीकार
Upholding Personal Life	: स्वत:वर ठाम विश्वास
Reauthoring Our Stories	: नव्याने आयुष्याची आखणी
A Day at a Time	: फक्त आजचा दिवस
Growing Our Tribe	: समूहवृद्धी
Enduring Adversity and Finding Our North Star	: संकटे झेलण्याचे बळ आणि स्वत:च्या ध्रुवताऱ्याचा शोध.

या सात पथदर्शकांचा मी तुमच्याशी आत्ता फक्त परिचय करून देणार आहे. प्रत्येक पथदर्शकाची सविस्तर ओळख आणि उलगडा मी पुढील प्रकरणांमधून करणार आहे. आता त्यांची फक्त तोंडओळख होणार आहे. मला खात्री आहे, त्यांची पूर्ण ओळख करून घेण्यासाठी तुम्ही (बहुदा निवांतपणे छान कॉफीची चव घेत) या पुस्तकातील त्या त्या प्रकरणांना निश्चित भेट द्याल.

पथदर्शक १ : विचारधारेत बदल

अत्यंत तणावग्रस्त अवस्थेत असताना आपण अतिशय अस्थिर आणि चंचल मन:स्थितीत असतो. फारसा विचार न करताच मत मांडायची घाई करायला लागलेलो असतो. आपले मन नकारात्मक भावनांनी भारलेले असल्याने, सभोवताली होत असलेल्या प्रत्येक घडामोडीमुळे आपल्या मनात निराशा, भीती किंवा रागाचा भडका उडतो. झोप सतत चाळवत राहते. आपल्या इतरांशी असलेल्या संबंधांत तणाव येतो. आयुष्याचे ओझे पेलवेनासे होते. अशा स्थितीत आपण कोणत्याही बाबीवर टोकाची प्रतिक्रिया देतो, पण 'हे असं का?' ते आजूबाजूच्या लोकांना कळतच नाही. ते आपल्याला अतिसंवेदनाक्षम म्हणतात, पण त्यांना खरोखर कळतच नाही की नकारात्मक ज्वालाग्रही भावनांनी काठोकाठ भरलेल्या आपल्या मनाचा भडका उडायला जरासा धक्काही पुरेसा असतो. 'मी खचलोय', 'मी चिंताग्रस्त आहे', 'मी कुचकामी आहे' अशा उपाधी आपणच आपल्याला बहाल करतो आणि त्या दुखा:च्या भोवऱ्यात गरगरत राहतो. आपल्यातील 'मीपणाच्या अभिमानाला' आपण पारखे होतो. आपणच आपल्याला असहाय, हताश आणि नालायक समजायला लागतो. स्वत:बद्दलच्या तिरस्काराची बोच आणि 'माझं बरंच काही बिनसलंय' यावर शिक्कामोर्तब करतो. सतत झगडणे, नाकारत राहणे, नकारात्मक विचारांना खतपाणी घालत राहणे, पळवाटा शोधत राहणे याचाही उपयोग होईनासा होतो. त्यामुळे आपले डिप्रेशन अधिकच वाढत जाते.

माझ्या मते 'विचारधारेत बदल' हा पथदर्शक या पुस्तकाचा पाया आहे. या पथदर्शकाच्या प्रकरणात आपण आपल्या 'विचारधारेत बदल' घडवून आणण्याचे साधे, सोपे उपाय आणि युक्त्या जाणून घेणार आहोत. प्रत्येक गोष्टीवर सतत ताशेरे ओढण्याच्या प्रवृत्तीला लगाम घालून आपण विचारीपणाने जीवनात आनंद, अर्थपूर्ण नातेसंबंध आणि सुशांत क्षण यांना भरपूर वाव देण्याचे प्रयत्न करणार आहोत.

संवाद साधून उपचार करण्याच्या पद्धतीत आपण एका प्रभावी मंत्राचा नेहमी वापर करतो. तो मंत्र म्हणजे - 'एखाद्या माणसाची समस्या म्हणजे तो माणूस नव्हे. ती समस्या हीच समस्या असते.' यानंतर या पुस्तकात मी डिप्रेशन, चिंतामग्नता, तणाव या स्थितींना आणि लाज, बोच, हताशपणा या भावनांना तृतीयपुरुषी संबोधने

वापरणार आहे. (कधीतरी त्यांना मूर्त रूप देण्यासाठी आदरार्थी संबोधनही वापरीन.) भावना ओढवणारी परिस्थिती आणि माणसे या मूलतः दोन वेगळ्या बाबी आहेत म्हणून त्यांना वेगळ्या प्रकारे संबोधायचे मी ठरवले आहे. सहानुभूतीने विचार करून मते आणि भावना या आपल्या व्यक्तिमत्त्वाचा भाग न मानता आपल्यापासून वेगळ्या काढल्या, तर त्यांच्यातील आपल्याला घाबरविण्याची आणि आपल्यावर हुकुमत गाजविण्याची शक्ती लयाला जाते. आपण अडखळलो, पडलो तर स्वतःलाच धीर देतो, पुन्हा उभे राहण्यासाठी आधाराचा हात देतो. मलिन झालेले कपडे झटकतो. मनोमन स्वतःला जवळ घेऊन पाठीवर आपली आपणच हलकीशी थाप देऊन हळुवारपणे म्हणतो, 'जमणार आहे तुला.'

पथदर्शक २ : सत्याचा स्वीकार

भीती, लाज आणि बोच हे डिप्रेशन आणि चिंतामग्नतेचे सखेसोबती असतात, हे आपल्याला सहज कळते. त्यांच्या पाठोपाठ हताश होणे, अगतिक होणे आणि निरुपयोगी असण्याची भावना ठुसठुसत राहणे अशाही भावना जन्म घेतात. डिप्रेशन आणि चिंतामग्नतेचा आपल्यावर हा असा परिणाम होतो.

'माझ्यातच काहीतरी कमतरता आहे', 'माझी लायकीच नाही', 'मी ह्यांच्यातील नाही' असे विचार सतत आपल्या मनात घोंघावत राहतात. या गोष्टी आपल्या मनात खोलवर मुरत जातात. त्यामुळे आपलाही त्यावर विश्वास बसायला सुरुवात झाली तर त्यात नवल कसले? सामान्यपणे डिप्रेशनसाठी अंधार हे रूपक वापरले जाते - कृष्णमेघ, कृष्णछाया, विझलेले मन, दाटून आलेला अंधार, दाट धुके वगैरे वगैरे. आशा आणि उमेद यांना उजेडाची उपमा दिली जाते - आशेचा किरण, बोगद्याच्या तोंडाशी असलेला प्रकाश, अंधाराच्या लाटेवर आरूढ झालेला लुकलुकता तारा. आपणही अंधार आणि धूसरपणा नाहीसा होण्यासाठी उजाडण्याचीच वाट पाहत असतो.

या पथदर्शकाच्या साहाय्याने उजाडण्याची वाट न पाहता, आपण स्वतःच आपल्या अंतरंगातील प्रकाशाशी नाते जोडून, आपले जीवन पुन्हा चैतन्यमय कसे करता येईल, याचा शोध घेणार आहोत. आपल्याच चैतन्यावर ताबा मिळविणे म्हणजे आपल्या मनात दडपली गेलेली शक्ती, साधने, कौशल्ये, रोजच्या जीवनात उपयुक्त ठरणाऱ्या क्षमता उजेडात आणणे. हे खाणीतून खनिजे मिळविण्यासारखे आहे. (याला मी 'मातीतून सोने गाळून घेणे' अशी उपमा देते.) त्रासदायक असलेल्या बाबींच्या विरोधात उभे राहण्यासाठी किंवा दाट काळोखातून उजेडाची दिशा शोधून काढण्यासाठी फार मोठे धाडस करावे लागते, याची जाण होणे महत्त्वाचे असते. आनंदाचा ठेवा सापडला तर तो कोणत्याही विपरित परिस्थितीत,

आशयाच्या आणि पात्रतेच्या दृष्टीने निखळ आहे अथवा नाही, याची पारख करता येणे गरजेचे असते. निवडलेला पर्याय हातातून निसटला तर पुन्हा तोच पर्याय खेचून आणण्यासाठी कणखरपणाची गरज असते, याची जाणीव व्हावी लागते. प्राप्त परिस्थितीत दोषारोप, खंत, निषेध, टीका आणि तक्रारींच्या भोवऱ्यात सापडून रसातळाला न जाता त्यातून बाहेर पडणे, हे सर्वांत महत्त्वाचे असते. या प्रवासात संघर्ष आणि अडचणींच्या अंधकाराला तोंड द्यावेच लागणार आहे आणि हा एकमात्र मार्ग उपलब्ध आहे याची जाणीव झाली की आपल्या अंतरंगातील प्रकाशाशी एकरूप होणे सुकर होते.

पथदर्शक ३ : स्वतःच्या जबाबदारीची जाणीव

मानसिक आरोग्य बिघडले की एका जागी जखडून पडल्याची, तुरुंगात डांबले गेल्याची आणि सापळ्यात अडकल्याची भावना आपल्यात निर्माण होते. आपल्याला अचल जडत्वाने जखडल्यासारखे वाटते किंवा बाहेरचा मार्गच नसलेल्या रिंगणात गोल गोल फिरल्यासारखे होते. तुमचे आयुष्य पुन्हा चैतन्यमय करण्याचा निश्चय केल्यानंतर तुम्ही जे पहिले पाऊल उचलता, तेच सर्वांत निर्णायक पाऊल असते. *आपल्यापैकी प्रत्येकाने (हृदयावर हात ठेवून) शपथ घेण्याची गरज आहे की 'सरतेशेवटी मी ज्या व्यक्तीत परिवर्तन घडवून आणू शकते, ती व्यक्ती मीच आहे.'* आपल्या अंतरंगातील दिशादर्शकाशी जोडले जाण्यासाठी, आपण नक्की कोणत्या अवस्थेत आहोत याच्या सत्यदर्शनासाठी, यापुढे आपल्याला काय करायचे आहे आणि ते मिळविण्यासाठी कोणती गोष्ट उपयुक्त ठरेल हे जाणून घेण्यासाठी हा तिसरा पथदर्शक आहे.

त्यासाठी आपल्याला आपला हेतू, आपले उद्दिष्ट ठरवायला हवे. स्वतःवर ठाम विश्वास ठेवून प्रत्येक वेळी एकच पाऊल उचलून आपल्या उद्दिष्टाच्या दिशेने आगेकूच करायला हवी. या प्रक्रियेत आपण धडपडलो, पडलो, भुईसपाट झालो, रस्ता चुकलो, थकून गेलो तरी निराशा झटकून पुन्हा नव्या जोमाने सज्ज होण्यासाठी आपले धैर्य, आपली हिंमत पणाला लावायला हवी. आपल्या जीवनाला पुन्हा अर्थ प्राप्त करून देण्यासाठी ठरवलेले हेतू साध्य करताना विचारपूर्वक पावले टाकायला हवीत. आपल्याला जडलेल्या काही सवयी आपल्यात परिवर्तन होऊ देत नाहीत. त्या सवयींवर मात करण्यासाठी जालीम उपाय योजायला हवेत, जेणेकरून आपल्याला अभिप्रेत असलेल्या भविष्यकाळाचे स्वप्न साकारण्यासाठी आपली पुढची वाट मोकळी होईल.

पथदर्शक ४: आयुष्याची नव्याने आखणी

आपण अनेक प्रसंगामधून जात असतो आणि हे प्रसंगच आपल्या आयुष्याची कथा आकाराला आणतात.

आपल्या उद्दिष्टाच्या दिशेने वाटचाल करीत असताना एखाद्या मोक्याच्या ठिकाणी थांबून आत्तापर्यंत झालेल्या वाटचालीचा आणि आपण आखलेल्या घटनाक्रमाचा आढावा घेणे महत्त्वाचे असते. हा चौथा पथदर्शक याच संदर्भात भाष्य करण्यासाठी आहे. आपल्या वाईट काळातील अपयश, अप्रतिष्ठा यांना कारणीभूत झालेल्या आपल्या आयुष्यातील घटना आठवून आपण चैतन्यहीन आणि कमजोर होत असतो. मग या घटनांचा मागोवा घेत घेत आपण आपल्या अडचणींची, अपयशाची आणि उद्‌वेगाची चिकित्सा करायला लागतो आणि 'मला डिप्रेशन आले आहे', 'मला कोणत्याही गोष्टीचा विनाकारण अनिवार्य ध्यास लागतो', 'मी चिंताग्रस्त झाले आहे.' या निष्कर्षावर येऊन ठेपतो. दुर्दैवाने आपल्या भोवतालच्या मंडळींचेही आपल्या बाबतीत असेच मत व्हायला लागते. आपणासकट सर्वच लोक आपल्यावर 'दुबळी', 'कमजोर', 'गडबड आहे!' असा शिक्का मारून मोकळे होतात. आपल्या एखाद्या चुकीमुळे मिळालेल्या अपयशाच्या छायेत आपले उत्कृष्ट कर्तृत्व नाकारले जाते. आपल्या आयुष्यात इतर काही घडलेच नसल्यासारखे आपणही तीच एकच अपयशी घटना सातत्याने कवटाळून बसायला लागतो.

मी कोणतेही मूल्यमापन करताना, एखाद्याच प्रसंगाचे एखादेच उदाहरण समोर असताना, सगळ्या गोष्टी खूपच सोप्या आहेत असे गृहीत धरून निष्कर्ष काढताना अतिशय सावध असते. खरे तर आपण सर्वांनी अशा बाबतीत फार काळजीपूर्वक विचार केला पाहिजे.

या पथदर्शकाचा आधार घेत आपण आपल्या मनाचा अधिक खोलवर मागोवा घेऊ आणि मनाच्या तळात दडपल्या गेलेल्या; आपली योग्यता, वैशिष्ट्ये ठळक करणाऱ्या आणि गमावल्यापेक्षा कमावलेल्याच्या आठवणींना उजळा देऊ. आपल्या आयुष्याला अर्थ प्राप्त करून देणाऱ्या, आपली मूल्ये जपणाऱ्या आणि आयुष्याचे महत्त्व उलगडून सांगणाऱ्या घटनांचा परिणाम जाणून घेऊ. आपल्याला अभिप्रेत असलेले आपले व्यक्तिमत्त्व, आपली स्वप्ने, आपल्या महत्त्वाकांक्षा आणि आपला विश्वास यांचा शोध घेऊ. आपले आयुष्य पुन्हा एकदा घडविण्याची संधी मिळाली, तर आपल्या आठवणींच्या डोहातून आपण कोणते समृद्ध अनुभव आनंदाने जवळ करू आणि कोणते त्रासदायक अनुभव विस्मरणाच्या गर्तेत सोडून देऊ, याचा आपण विचार करू.

पथदर्शक ५: फक्त आजचा दिवस

माझा वैद्यकीय व्यवसाय मी अतिशय विचारपूर्वक करते. त्यामुळेच एक गोष्ट माझ्या लक्षात आली आहे की आयुष्य वर्षांमध्ये, महिन्यांमध्ये किंवा आठवड्यांमध्ये मोजता येत नाही. आपण आयुष्याचा प्रत्येक दिवसच काय पण प्रत्येक क्षण जगत असतो. हा समज एका प्रकारे दिलासा देणारा आहे. मला लक्षात आलंय की माझा आजचा दिवस चांगला गेला नाही तरी माझ्या आयुष्यात उद्याचा नवा कोरा दिवस उगवणार आहे आणि मी पुन्हा एकदा नव्याने सुरुवात करणार आहे. मानसिक पातळीवर गोंधळ माजला की दिवसाची लय बिघडते. मग सकाळी पुढ्यात आलेल्या दिवसाला सामोरे जाणे हे एक मोठे आव्हानच वाटते. बिछान्यातून उठण्यापासूनच या आव्हानाची सुरुवात होते. नकारात्मक विचार, त्याच त्याच निबर विषयांचा रवंथ यामुळे जगणे असह्य होते. या पथदर्शकाच्या प्रकरणात आपण फक्त आजच्या दिवसाचा विचार करून शांतता, सर्जनशीलता, आजूबाजूच्यांशी अर्थपूर्ण संवाद कसा साधता येईल, अधिक आनंद कसा मिळवता येईल याचा ऊहापोह करू. 'आपल्या दुःखाचा आपल्या शरीरावरील परिणाम' या विषयातही डोकावून पाहू आणि आपल्या मनात बंदिवान झालेल्या वेदनेला मुक्त करायचा मार्ग शोधायचा प्रयत्न करू. छोट्या छोट्या मस्त गमती करू आणि दिवसाची लज्जत वाढवू. *(रहस्य! लज्जत म्हणजे SAVOUR या इंग्रजी शब्दातील प्रत्येक अक्षर एक विचार आहे. या शब्दाचे रहस्य उलगडण्यासाठी प्रस्तुत पथदर्शकाचे प्रकरणच वाचायला हवे.)*

पथदर्शक ६: समूहवृद्धी

मनुष्यप्राणी संवाद साधतो, प्रेम करतो; तसेच ते मिळविण्याची धडपडही करतो. तो समाजाशी बांधिलकी मान्य करतो. माणसाच्या मनाची जडणघडणच आपापले गट तयार करणारी असते. आपल्या मनातील कुविचारांचे राक्षस ह्या गटांची बंधने तोडून आपल्याला एकाकी करतात. या एकाकीपणाने घायाळ झालेले मन बधिर करून हे दुःख कमी करण्याचे उपाय आपण करायला लागतो. आपण परंपरा मोडतो, रूढी अमान्य करतो आणि व्यसनाधीन होऊन सुन्न होतो. आपण कुणाचीच पर्वा करत नसल्याचा आव आणतो. आपण आपल्याभोवती भक्कम तटबंदी उभारतो आणि लोकांना चार हातांच्या अंतरावर ठेवण्यात पटाईत होतो.

पण आपणच निर्माण केलेले हे अडथळे या पथदर्शकाच्या साहाय्याने आपण हलके हलके दूर करायचा प्रयत्न करू. आपल्या आजूबाजूच्या लोकांशी अस्सल आणि अर्थपूर्ण संबंध निर्माण करण्याचा प्रयत्न करू. आपल्याला ज्यांची पर्वा वाटते

आणि ज्यांच्याविषयी आपल्या मनात आपलेपणाची भावना असते, जी माणसे आपल्या सगळ्या विक्षिप्त, चमत्कारिक, तिरकस वागण्याकडे काणाडोळा करून आपले इप्सित ध्येय गाठण्यासाठी आपल्या साहाय्याला धावून येतात; अशा लोकांशी लागेबांधे जुळविण्याचा प्रयत्न करू. नातेवाईक, मित्रमंडळी, मनोविकार तज्ज्ञ, मानसोपचार तज्ज्ञ, मानसिक आरोग्य परिचारक या सगळ्यांची मोट बांधून, आपल्या डिप्रेशनग्रस्त प्रियजनांसाठी भावनिकदृष्ट्या निरोगी वातावरणाची निर्मिती करू.

पथदर्शक ७ : संकटे झेलण्याचे बळ आणि स्वतःच्या ध्रुवताऱ्याचा शोध

प्राचीन काळी प्रवासाला निघताना प्रवासी ध्रुवताऱ्याला दिशादर्शक मानून प्रवासाची आखणी करत. अज्ञात प्रदेशात मार्गक्रमण करीत असताना हा अचल ध्रुवतारा या प्रवाशांचा भरवशाचा मार्गदर्शक असे. त्या काळी ध्रुवतारा हा आकाशगंगेतील सर्वांत तेजस्वी तारा म्हणून गणला जात असे. आकाशात भ्रमण न करता रात्रभर एका जागी स्थिर राहणारा हा एकमेव तारा आहे, असा समज होता. भरकटलेल्या प्रवाशांना योग्य वाटेवर आणून सोडण्यास मदत करणाऱ्या अचल ध्रुवताऱ्याचा सौम्य प्रकाश हेच त्याचे बळ असायचे.

आपल्या जीवनाच्या प्रवासातील मार्गदर्शकासाठी ध्रुवतारा हे किती समर्पक आणि प्रभावी रूपक आहे!

जेव्हा आपण पथभ्रष्ट होतो, आपल्या पुढ्यातील वाटच हरवते, आपला आत्मविश्वास लयाला जातो; तेव्हा आपल्या मौल्यवान आयुष्याला नवी दिशा दाखविणाऱ्या, एक नवीन परिमाण देणाऱ्या ध्रुवताऱ्याचा शोध घेणे अनिवार्य ठरते. ध्रुवतारा लक्ष्य नसतो. तो दिशा असतो. कधी कधी अनेक अनामिक लुकलुकते तारेच आपल्यासाठी 'ध्रुवतारा' किंवा 'डॅफोडिलचा क्षण' ठरतात.

विचारधारेत बदल (पहिला पथदर्शक), सत्याचा स्वीकार करून या प्रवासाला सज्ज होणे (दुसरा पथदर्शक), स्वतःच्या जबाबदारीची जाणीव होऊन योग्य दिशेला वाटचाल करणे (तिसरा पथदर्शक), या प्रवासात मध्येच थांबून सिंहावलोकन करून पूर्वीच्या चुका सुधारून नव्याने आयुष्याची आखणी करणे (चौथा पथदर्शक), मागची-पुढची चिंता न करता फक्त आजच्या दिवसची लय साधणे (पाचवा पथदर्शक), समवैचारिकांशी हातमिळवणी करून त्या समूहात प्रस्थापित होणे (सहावा पथदर्शक), संकटे झेलण्याचे बळ आणि स्वतःच्या ध्रुवताऱ्याचा शोध (सातवा पथदर्शक) म्हणजेच 'रिक्लेम युअर लाईफ - पुन्हा एकदा चैतन्यमय आयुष्याकडे' असे थोडक्यात वर्णन करता येईल.

तुमच्या स्वत:ला शोधून काढण्याच्या मोहिमेत उपयोग व्हावा म्हणून, पथदर्शकांच्या एका नकाशाचा, या पुस्तकाच्या शेवटी मी संदर्भासाठी समावेश केला आहे. आपण प्रत्येक पथदर्शकाचा स्वतंत्र विचार करणारच आहोत. पण हा प्रवास साधा, सरळ असणार नाही, हे लक्षात असू द्या. सगळे पथदर्शक एकमेकांच्या हातात हात घालून धैर्य आणि हिमतीची एक भव्य कलाकृती निर्माण करणार आहेत.

***

अंग वेढून टाकणाऱ्या थंडगार धुक्यामुळे सर्वांग गंजत चालल्याची भावना निर्माण करणारा इंग्लंडमधील हिवाळा हा माझ्या आयुष्यातील सर्वांत वाईट काळ होता - अतीव निराशेचा, आतडे पिळवटून टाकणारा, विरत जाणाऱ्या संवेदनांचा होता. पण हे सगळे माझ्या बाबतीत घडायला नको होते, असे मला वाटत होते? नक्कीच नाही. मी ज्या परिस्थितीला तोंड दिले, ती परिस्थिती इतर कुणावर ओढवावी, असे मला अजिबात वाटत नाही. पण या डिप्रेशनमुळे माझ्यात अनेक बदल झाले. मी अधिक सद्‌हृदयी, भावुक झाले. इतरांबद्दलच्या सद्‌भावनांना खतपाणी मिळाले. डिप्रेशनमुळे होणाऱ्या दुर्दशेचा मी खोलात जाऊन विचार करू लागले, अर्थ शोधू लागले. माझ्या ओळखीतील ज्या लोकांनी या डिप्रेशनला तोंड दिले आहे, ते माझ्या या निरीक्षणाशी सहमत असतील.

वेगवेगळ्या प्रकारांच्या मानसिक आंदोलनांना बळी पडलेल्या, मानसिक आरोग्यात बिघाड झालेल्या अनेक व्यक्तींची उदाहरणे मी माझ्या पुस्तकात अनेक ठिकाणी दिली आहेत. मनुष्य हा एक गहन विषय आहे. त्याच्या भावनाही गुंतागुंतीच्या असतात आणि त्यातूनही प्रत्येक माणसाच्या आयुष्याची एक कथा असते आणि त्या कथेला अनेक पदर असतात. अनेक खाचाखोचांनी भरलेल्या या कथांमध्ये अनेक सूक्ष्म छटा असतात. माझे लिखाण सुनियोजित, सुसंबद्ध व्हावे म्हणून ह्या अनेक कथासूत्रांपैकी काहीच विषयांची मी निवड केली आहे. नातेसंबंधातील विलक्षण पेच, वेगवेगळ्या पिढ्यांच्या धारणांमधील संघर्ष; राजकीय, सामाजिक आणि सांस्कृतिकदृष्ट्या विवादास्पद मुद्दे यांचा डिप्रेशनशी कितीही जवळचा संबंध असला तरी त्यांचा या पुस्तकात समावेश करणे शक्य झाले नाही. याशिवाय या पुस्तकात मी वापरलेली उदाहरणे जशीच्या तशी नाहीत. गोपनीयतेच्या उद्देशाने मी त्यातील कथा प्रसंगी सरमिसळ करून वापरल्या आहेत. मूळ नावे बदलली आहेत. (मात्र एक नाव जसेच्या तसे घेतले आहे. हा एकमेव अपवाद.) असे असले तरी प्रत्येक व्यक्तीच्या कथेचे सार पूर्णत्वाने साकारले जाईल, असा प्रयत्न मी केला आहे. डिप्रेशन, चिंताग्रस्तता, दु:ख, मानसिक आघात, गैरव्यवहार यांना बळी पडलेल्यांच्या या कथा आहेत. याशिवाय धैर्य, सहानुभूती, ध्यास, साहस आणि हिंमत यांच्याही कहाण्या आहेत. काही जणांच्या बाबतीत वेदना, हालअपेष्टा, खोलवर रुजलेली

भीती यांमुळे भलतीसलती निदाने केली जातात. या सगळ्यातून सहीसलामत बाहेर पडलेल्यांच्या गोष्टींचाही यात समावेश आहे.

या पुस्तकात मानसिक आरोग्याच्या संदर्भातील मज्जासंस्थेचे जीवशास्त्रीय विश्लेषण मी विचारात घेण्याचे शक्यतो टाळले आहे. माझा त्यावर विश्वास नाही असे नाही, पण अजून हे शास्त्रच बाल्यावस्थेत आहे. मज्जासंस्थेचे फसवे जाळे, कोणतेही निष्कर्ष न काढू शकणारे किंवा भलत्याच निष्कर्षाला पोहोचविणारे विचार यासंबंधी हे शास्त्र सिद्धान्त मांडते. पण आपल्या समस्येतून बाहेर पडण्याचा मार्ग या शास्त्राचा विचार केल्याने मिळत नाही. मेंदूचा वापर कसा होतो हे समजण्यासाठी आणि रोजच्या आयुष्यात त्याचा उपयोग करणे सोपे होण्यासाठी मेंदूचे कार्य समजावून घेणे गरजेचे आहे. त्यासाठी मज्जाजीवशास्त्राऐवजी मी रूपकांचा वापर केला आहे. या पुस्तकात तुम्हाला ज्यांच्या कहाण्या वाचायला मिळणार आहेत, त्यांतील फक्त दोनच मानसिक रुग्ण औषधोपचार घेणारे आहेत. मी या औषधोपचारांबद्दलही काहीच सांगणार नाही. पुन्हा एकदा तेच कारण-माझा औषधांवर विश्वासच नाही असे नाही, पण या -करेज- धैर्य, हिंमत या कल्पनेपासून औषधोपचाराचा मार्ग काहीसा वेगळा आहे आणि या पुस्तकात हा मार्गबदल मला व्हायला नको आहे.

मी या पुस्तकात, 'डायग्नॉस्टिक अँड स्टॅटिस्टिकल मॅन्युअल ५' (DSM5) यांनी निश्चित केलेले निकष आणि निदानांची वैद्यकीय परिभाषा कमीत कमी वापरली आहे. (विकृती आणि मनोविकार याविषयी तुम्हाला साद्यंत माहिती हवी असेल, तर तुम्ही 'डायग्नॉस्टिक अँड स्टॅटिस्टिकल मॅन्युअल ५' वाचू शकता. पण यातून कोणतीही आशादायक, अर्थपूर्ण माहिती आणि सकारात्मक हिंमत मिळत नाही.) त्याऐवजी मी काळोखे दिवस, उभारी वाटत नाही, ओढाताण, संघर्ष, मानसिक किंवा भावनिक आरोग्याच्या समस्या किंवा सरळ सरळ डिप्रेशन आणि चिंता असे साधे शब्द वापरले आहेत. तुम्ही ज्या परिस्थितीला तोंड देता, त्या समस्यांच्या तीव्रतेला आणि खरेपणाला, असे साधे शब्द वापरून कमी लेखण्याचा माझा उद्देश नाही तर माणसाच्या अंतरंगावर आघात करणाऱ्या समस्यांच्या फार मोठ्या पटाला गवसणी घालण्याचा हा माझा प्रयत्न आहे.

माझ्या वाचनवेडाबद्दल माझ्या मनात विचार येतो, तेव्हा मला फक्त 'बकासूर' आठवतो. मी अधाशासारखी पुस्तके वाचते. *('बॅटशिट क्रेझी' या चर्च आणि घुबडांवरून आलेल्या वाक्प्रचाराऐवजी; प्रचंड खा खा सुटलेल्या, आपल्याला परिचित असलेल्या अधाशी बकासूराची उपमा योजण्याचे स्वातंत्र्य मी अनुवादक म्हणून घेतले आहे - सरिता आठवले)* आयुष्यभर ही पुस्तके माझे सखेसोबती झाली आहेत. मुद्रित शब्दभांडाराची माझी तहान कधीच भागत नाही. त्यामुळे डिप्रेशन

आणि आनंद या दोन टोकांवर असलेल्या भावनांसकट मधल्या सर्व भावनांबद्दल ढिगभर पुस्तके आणि नियतकालिके मी वाच वाच वाचली आहेत. या पुस्तकांमधील ज्या पुस्तकांमधून खूप काही शिकायला मिळाले आणि ज्यांनी मला भारून टाकले, त्या पुस्तकांच्या लेखकांनी स्वत:चे अनुभव आणि स्वत:ची मते त्या पुस्तकांमधून मांडली होती. म्हणूनच या पुस्तकात, एक माणूस, तुमची एक सहप्रवासी आणि मानसोपचार तज्ज्ञ म्हणून मला आलेले अनुभव मी तुमच्यासमोर मांडणार आहे.

'तुमची पुस्तके म्हणजे आम्हाला आमच्या सहचरासारखी वाटतात', असा अभिप्राय जेव्हा मला माझ्या वाचकांकडून मिळतो, तेव्हा मला भरून पावते. कोणत्याही क्षणी हाताशी असावे म्हणून माझे वाचक ही पुस्तके त्यांच्या बिछान्याजवळ ठेवतात किंवा हातातील पिशव्यांमध्ये घेऊन फिरतात, अशी पोचपावती ते मला देतात. ह्या पुस्तकाच्या रूपात तुम्हालाही एक मित्र मिळावा, अशी माझी इच्छा आहे. असा मित्र, जो तुम्हाला धमकावणार नाही, तुमच्यावर कुरघोडी करणार नाही किंवा तुमच्याकडून काहीही अपेक्षा करणार नाही - उलट तुमच्या भल्याचा विचार करेल आणि तुमचे आयुष्य समृद्ध करेल. या पुस्तकातील आवडलेला मजकूर पारदर्शक रंगाने रंगवा, अधोरेखित करा, टिपणे काढा, गट करून चर्चा करा आणि हे पुस्तक तुमच्या पुस्तकांच्या क्लबमध्येही घेऊन जा. हे पुस्तक वाचत रहा, आपले गतकाळातील अनुभव तपासून पाहत रहा, स्वत:ची बलस्थाने ओळखत रहा, जेणेकरून हे पुस्तक तुमच्या व्यक्तिमत्त्वात भिनून जाईल. असे होईल, तेव्हाच तुम्हाला हे पुस्तक सर्वार्थाने कळेल आणि तुमच्यावर सकारात्मक परिणाम होण्यास सुरुवात होईल.

याशिवाय तुम्हाला तुमच्या समस्येच्या संदर्भात एखादा मानसोपचार तज्ज्ञ, एखादा मनोविकार तज्ज्ञ यांचा सल्ला घ्यायचा असेल, तर जरूर घ्या. तुम्ही घेत असलेल्या किंवा घेऊ इच्छित असलेल्या कोणत्याही उपचाराला पर्याय म्हणून हे पुस्तक लिहिलेले नाही. या पुस्तकातील काही विचार हे काहिसे अपारंपरिक आणि क्रांतिकारी वाटतील, याची पूर्वसूचना मी तुम्हाला आधीच देते आहे. तुम्ही मानसोपचार तज्ज्ञ असाल, तर तुम्ही या पुस्तकाचा उपयोग अभ्यासासाठी कराल. मला खात्री आहे, की तुम्ही ह्या पुस्तकातील तत्त्वे प्रामाणिकपणाने आणि धडाडीने अमलात आणलीत, तर तुम्हाला एक जादूची छडी नक्कीच गवसेल.

माझ्या आधीच्या पुस्तकांप्रमाणेच या पुस्तकातील प्रत्येक प्रकरणात मी माझ्या संशोधनातून तयार झालेल्या भाराभर मजकुराला उपयुक्ततेची चाळणी लावून आवश्यक तेवढा महत्त्वपूर्ण मजकूरच समाविष्ट केला आहे. विश्लेषणाचा प्रचंड मजकूर देण्याऐवजी पुस्तकाच्या शेवटी मी संशोधनासाठी अभ्यासलेल्या पुस्तकांची सूची दिली आहे. मला स्वत:ला 'ती' किंवा 'तो'ची पात्रयोजना करायला आवडत

नाही. ज्या वेळी जे योग्य वाटले, त्याप्रमाणे 'ती' अथवा 'तो' असा उल्लेख केला आहे. यात मुद्दाम लिंगभेद दर्शविण्याचा माझा उद्देश नाही. माझ्या लिखाणासाठी मी हलकीफुलकी भाषा वापरली आहे. कदाचित काही ठिकाणी तुम्हाला ती जराशी विक्षिप्त वाटेल किंवा तितकीशी समर्पक वाटणार नाही. याचा अर्थ असा नाही की, मला एखादा अनुभव किती वजनदार आहे किंवा अंधकारमय आहे, यातील फरक कळतच नाही. *(इंग्रजीतील लाईट या शब्दाचे दोन विरुद्धार्थी शब्द आहेत. एक हेवी म्हणजे वजनदार आणि दुसरा डार्क म्हणजे अंधकारमय).* अशी हलकीफुलकी भाषा वापरून मी या विषयातील वाईट भावना काबूत ठेवण्याचा प्रयत्न केला आहे. मला खात्री आहे की, तुम्हाला ह्या प्रयत्नाचा जास्त सुलभतेने प्रत्यय येईल. मी हाताळलेल्या मुद्द्यांचे अनेक पैलू बोलीभाषेत नीट उलगडून सांगण्याचा मी प्रयत्न केला आहे, ज्यायोगे हे मुद्दे प्रत्येकाला समजून घेता यावेत.

***

मनोविज्ञानाचे प्रशिक्षण घ्यायची सुरुवात मी तीन दशकांपूर्वी केली आणि वैद्यकशास्त्राच्या या शाखेबद्दल माझा पुरता भ्रमनिरास झाला. मी पूर्णपणे निराश झाले. आमचे काही अध्यापक खरोखरच फार भारी होते. त्यांच्याविषयी मला अजूनही आदर वाटतो. मात्र या प्रशिक्षणाच्या प्रक्रियेत माझ्या अभ्यासाच्या उत्साहाच्या फुग्याला टाचणी लागली. आमच्या 'रोग्यांचे' रोगनिदान, उणिवा, विकार, उफराटे वर्तन यांवर आमच्या प्रशिक्षणाचा रोख एकवटलेला असे. मानसिक रोगनिदानशास्त्रातील अतिशय गुंतागुंतीचे, अनेक समस्या घेऊन येणारे उपाय मोठ्या प्रमाणात वापरून दाखविले असते, तर मी यशाच्या पायऱ्या भराभर चढून वर गेले असते. पण त्या वेळी करण्यात येणारे उपचार अमानुष, अर्थहीन असत. ते मानसिक आजाराने ग्रस्त असलेल्या रोग्यांप्रमाणेच आम्हासारख्या शिकाऊ डॉक्टरांनाही दुःखदायक आणि अपमानकारक वाटत असत.

हे पुस्तक वाचताना कदाचित तुम्हाला वाटेल की, मानसशास्त्र मला मान्यच नाही. पण तसे अजिबात नाही. माझी अत्यंत जिवाभावाची दोन माणसे मानसशास्त्रज्ञच आहेत. एक माझा कमालीचा भारी नवरा, अमित आणि दुसरी माझी सर्वांत जवळची मैत्रीण आणि सहकारी, कविता. माझा विरोध आहे तो सांस्कृतिकदृष्ट्या मान्यता पावलेल्या उपचार पद्धतीबद्दल. यात डॉक्टरांना मिळालेल्या अधिकारांचा गैरवापर केला जातो. डॉक्टर रोग्यांना अर्धवट ठरवून, एखाद्या दोषपूर्ण वस्तूला कंडम ठरवल्यासारखे वागत असतात आणि त्यांना मात्र निष्णात डॉक्टर आणि महान व्यक्ती म्हणून मान दिला जातो.

माझ्या प्रशिक्षणानंतर मी एका नॉन गव्हर्नमेंटल ऑर्गनायझेशनमध्ये पाच वर्षे काम केले. इथे काम करताना माझ्या डगमगलेल्या श्रद्धेला थोडेसे बळ मिळाले. पण

अजूनही या सगळ्यात मला पोकळी जाणवत होती. मी हरवून जात चालले होते. युटू (U2) रॉक बँडच्या *'बट आय हॅवन्ट फाऊंड व्हॉट आय ॲम लुकिंग फॉर'* (पण मी ज्याचा शोध घेते आहे ते अजूनही मला सापडलेले नाही) या गाण्यात माझ्या या भावना तंतोतंत उतरल्या आहेत.

काही वर्षांनंतर मी आणि अमित इंग्लंडला गेलो. तिथे मी अधिकृतपणे मानसशास्त्रज्ञ आणि कौटुंबिक सल्लागार म्हणून काम सुरू केले. या ठिकाणीच माझ्या एका सहकाऱ्याने मला संवादोपचाराविषयी सांगितले. मी या विषयावरची पुस्तके वाचायला सुरुवात केली आणि हाच माझ्या आयुष्याचा सर्वांत धमाकेदार 'अहा क्षण' ठरला. नंतर मी या विषयाचे सखोल प्रशिक्षण घेतले, तेव्हा खुद्द कै. मायकल व्हाईट प्रशिक्षक म्हणून आम्हाला लाभले होते. डेव्हीड एप्स्टन यांच्यासह मायकल व्हाईट हे संवादोपचाराचे आद्य प्रणेते समजले जातात. या प्रशिक्षणातील अनेक नवीन कल्पनांनी मी पूर्णपणे भारली गेले. या संवादोपचाराच्या प्रशिक्षणाबरोबरच मी उपायलक्ष्यी लघुउपचारपद्धतीचेही (SFBT) प्रशिक्षण घेतले. या वेळीही माझे नशीब जोरावर होते. या उपचारपद्धतीचे प्रवर्तक कै. स्टीव्ह डी शेझर, कै. इन्सू किम बर्ग आणि बिल ओहॅन्लन आमचे प्रशिक्षक होते.

या सगळ्याचा इथे मी उल्लेख करते आहे, कारण मानसोपचार तज्ज्ञ म्हणून काम करताना माझ्यावर अलीकडच्या काळातील संवादोपचार, उपायलक्ष्यी लघुउपचारपद्धती यांसारख्या प्रगत उपचारपद्धतींचा मोठा प्रभाव पडलेला होता. माझ्या व्यवसायात आणि जीवनात या दोन उपचारपद्धतींनी आधारस्तंभाची भूमिका बजावली आहे. माझा जगाकडे पाहण्याचा दृष्टीकोन या उपचारपद्धतींसारखाच आहे. या उपचारपद्धती आदर आणि क्षमतेच्या पायावर आधारलेल्या असून मानवी जीवनातील अनुभवांच्या मानमर्यादांना प्रतिष्ठेने हाताळणाऱ्या आहेत. रुग्ण म्हणजे सदोष वस्तू आणि उपचार तज्ज्ञ म्हणजे श्रेष्ठ - जे या सदोष वस्तू दुरुस्त करणार आहेत, अशा प्रकारचा 'ते आणि आपण' असा पूर्वापार चालत आलेला दृष्टीकोन या उपचारपद्धतींमध्ये नाही. आम्ही असे समजतो की, प्रत्येक जण आपल्या आपल्या आयुष्याचा विशेषज्ञ असतो आणि आपापला ध्रुवतारा शोधण्याचे कौशल्य, साधने आणि पात्रता त्याच्याजवळ असतेच. हा ध्रुवतारा शोधण्याचा प्रवास सोपा होण्यासाठी जे बदल व्हावे लागतात, त्यात उपचारकर्ते सहायक म्हणून काही काळ त्यांच्याबरोबर प्रवास करतात.

संवादोपचारावर सामाजिक स्वास्थ्य आणि संपर्क यांच्यातील संबंधाचा सिद्धान्त, फुकोकाल्टसारखे तत्त्वज्ञ, देरिदासारखे स्त्रीहितवादी, मानवीसमूहशास्त्र तज्ज्ञ बार्बरा मायरहॉफ, मानववंशशास्त्रज्ञ मार्गरेट मीड आणि ग्रेगरी बेटसन यांचा फार मोठ्या प्रमाणात प्रभाव पडलेला दिसतो. मी शोधत होते ती उपचारपद्धती मला संवादोपचारात

सापडली आहे आणि त्याचा वापर करणाऱ्यांविषयी मला आपलेपणा वाटतो. संवादोपचार ही केवळ एक उपचार पद्धती नाही. संवादोपचारातून आपण सामाजिक न्याय आणि अत्याचाराविरुद्ध लढू शकतो. शिवाय ही उपचारपद्धत सांस्कृतिकदृष्ट्या सर्वसामान्य पातळीवर वापरली जाते. या उपचारपद्धतीतील विचारांनुसार आपल्या वाडवडिलांचा वारसा जाणून घेण्यातच आपल्या आयुष्याची पाळेमुळे दडलेली असतात. ज्या मानसोपचार तज्ज्ञांच्या प्रशिक्षणावर पाश्चिमात्य विचारांचा पगडा असूनही जे आपल्या स्वत:च्या सांस्कृतिक तत्त्वज्ञान, रीतिरिवाज आणि परंपरांविषयी विचारपूर्वक संवेदनशील असतात, त्यांच्या बाबतीत हा मुद्दा निर्णायक ठरतो. याचे मी खोलात जाऊन विवेचन करणार नाही, कारण या पुस्तकाच्या मुख्य उद्देशावरील रोख मला इतरत्र वळवायचा नाहिये. पण जेव्हा वरील मुद्याचा विचार करणे गरजेचे असेल, तेव्हा माझे मत पुरेशा स्पष्टपणे तुम्हाला समजेल अशी मला आशा वाटते.

या प्रगत उपचारपद्धतींबरोरच माझे गुरू तिक नीयात हान यांचे जीवन आणि शिकवण यातूनही मी बरेच काही शिकले. तिक नीयात हान हे व्हिएतनामचे बौद्ध भिक्खू, मार्गदर्शक, लेखक, कवी आणि शांततेच्या चळवळीचे कार्यकर्ते आहेत. व्हिएतनाममधून हद्दपार केल्यानंतर दक्षिण फ्रान्सच्या ड्रोडोन भागातील प्लम या खेड्यात त्यांनी वास्तव्य केले. ज्यांनी हान यांचे नांव यापूर्वी ऐकले नसेल, त्यांनी आता ते नीट लक्षात ठेवा; कारण या पुस्तकात त्यांचा उल्लेख वारंवार येणार आहे. तुमच्यात मुळापासून बदल घडून येतो, तेव्हा तुम्ही आत्मसंतुष्ट आयुष्यातून खडबडून जागे होता आणि तुमचे आयुष्य कायमचे बदलून जाते. प्लममध्ये मी माझे गुरू, इतर भिक्खू आणि साध्वींबरोबर पाच दिवस व्यतीत केले होते, त्या वेळी मला असाच काहीसा अनुभव आला होता.

माझ्या गुरूंची एक शिकवण मला अत्यंत भावते. एक नितांतसुंदर आणि प्रगल्भ रूपक त्यासाठी त्यांनी वापरले आहे. माझ्या गुरूंच्या म्हणण्यानुसार आपल्यात नकारात्मक तसेच सकारात्मक विचारांचीही बीजे दडलेली असतात. राग, तिरस्कार, भेदभाव, असूया आणि इतरही कुटिल भावना यांना नकारात्मक; तर आनंद, सहानुभूती, समजूतदारपणा आणि प्रेमळ दयाबुद्धी यांना सकारात्मक बीजे म्हणता येईल. ज्या बीजांची नियमित जोपासना केली जाते, ती बिजे रुजतात आणि जोमाने वाढतात. मानसिक आरोग्यातील असह्य उलथापालथ आपले व्यक्तिमत्त्व गांजून टाकते. आपल्या मनात वारंवार नकारात्मक विचारांची आवर्तने उठत राहतात. विचार करा; एखादे अमंगळ, त्रासदायक, मनाला क्लेश देणारे गाणे दिवसभर ऐकत राहावे लागले तर त्याचा आपल्यावर काय परिणाम होईल? मानसिक आरोग्यातील बिघाडात आपल्यातील चीड, कडवटपणा, आत्मक्लेश देणाऱ्या नकारात्मक विचारांना खतपाणी घालण्याची प्रवृत्ती असते. मग हे विचार आपल्या

मनाचा ताबा घेतात आणि आपण काय विचार करावा, कसे वागावे, काय करावे याची आपल्यावर सक्ती करत राहतात. आपल्यातील नकारात्मक विचार ओळखून, आपल्या व्यक्तिमत्त्वातून हे विचार हद्दपार करून, त्याचवेळी सकारात्मक भावनांना खतपाणी घालणे ही एक कला आहे. माझे गुरू म्हणतात की, या कलेचे महत्त्व आपल्याला कळले पाहिजे.

बौद्ध धर्मात विचारीपणाला फार महत्त्व दिले जाते. आपल्या आयुष्याची गुणवत्ता सुधारण्यासाठी हा विचारीपणा किती प्रभावी आणि परिणामकारक ठरतो, ते अलीकडच्या संशोधनात सिद्ध झाले आहे. माझ्या आयुष्यात आणि या पुस्तकातही जमेल तिथे आवर्जून मी याचा अंगिकार केला आहे. मानसोपचार तज्ज्ञ म्हणून माझ्या तीस वर्षांच्या कारकिर्दीत माझे पेशन्ट्स, त्यांचा गोतावळा आणि माझे सहकारी-विशेषत: 'चिल्ड्रन फर्स्ट'मधील सहकारी यांच्याबरोबर काम केल्यानंतर मला जो अनुभव मिळाला, जे शहाणपण माझ्या अंगी आले, त्याचबरोबर प्रगत उपचार पद्धती आणि बौद्ध धर्माची शिकवण याचेच सार या पुस्तकात आले आहे. त्यामुळे हे पुस्तक मानसोपचार पद्धतीतील 'काय व कसे' या बाबतीतील मार्गदर्शक ठरावे.

मी सर्वज्ञ नाही, त्यामुळे कुणी कसे जगावे, याबद्दल मी इथे उपदेश करणार नाही.

या बाबतीत मी एखाद्या संग्रहालयाच्या व्यवस्थापकासारखी आहे. मला मिळणाऱ्या सगळ्या माहितीचे चमकदार स्रोत मी तुमच्या पुढ्यात एखाद्या रत्नासारखे सादर करते. मी परागीभवन करणाऱ्या कीटकासारखी आहे. मी कोणत्याही विचारसरणीचा कट्टरपणे पाठपुरावा करत नाही. पण मला त्या सर्व विचारधारांची सरमिसळ करायला आवडते - मज्जासंस्थेसंबंधीचा अभ्यास, शिक्षणशास्त्र, तंत्रज्ञान, चिकित्सा, तत्त्वज्ञान, मानसशास्त्र, स्त्रीमुक्ती, कला, अध्यात्म, कलाकृतीची मांडणी, संगीत, चित्रपट, वाङ्मय, इतिहास - या सगळ्यांची सुरेख गुंफण करायला आवडते. त्यामुळे माझा मार्ग जरासा अवघड होतो खरा पण तो अनुभव मला समृद्ध करतो.

म्हणूनच एकांगी विचार न करता अनेक दृष्टीकोनांतून विचार करून लिहिलेले हे पुस्तक अद्वितीय ठरते. त्यामुळे विशिष्ट विचारांच्या आणि अधिकारक्षेत्रांच्या मर्यादा काटेकोरपणे पाळणाऱ्यांना कदाचित हे आवडणार नाही, पण माझा 'परिपूर्ण आणि मर्यादांची बंधने झुगारून देणारा' दृष्टीकोन त्यांना पटेल आणि ते त्याचा स्वीकार करतील, अशा मी अपेक्षा करते. प्रत्यक्ष अडचणींमधून गेलेल्यांचे बोचणारे अनुभव आणि प्रत्येक क्षणाच्या आणि प्रत्येक दिवसाच्या पातळीवरील समस्यांवरील तोडगा यांचा तोल सांभाळण्याचा प्रयत्न मी केला आहे. तरीही फक्त बारीकसारीक बाबींचा विचार करीत बसण्यापेक्षा एका मोठ्या समग्र परिस्थितीचा विचार मनात ठेवल्याने आपल्या ध्रुवताऱ्यावरची आपली नजर हटणार नाही, याचेही भान मी

ठेवले आहे. हे पुस्तक माझ्या अस्सल आणि जास्तीत जास्त प्रामाणिक प्रयत्नांचे फळ आहे, असे मला वाटते.

बालवाडी ते हायस्कूल या शाळेतील अभ्यासक्रमाचा गाभाच हिमतीचा पथदर्शक असायला हवा. कॉलेजात, नोकरीच्या ठिकाणी, घरी, सामाजिक माध्यमे, चित्रपट, कंपन्या, मॉल्स, विमानतळ, रेल्वेस्टेशन्स, मेट्रो, बसथांबे, रुग्णालये, लोकसभा या सगळ्याच जागी हिमतीचा पथदर्शक प्राधान्याने कार्यरत असायला हवा. मौन, गुप्तता आणि शेरेबाजी यांपासून मुक्त झाल्यावरच आपण हिंमत दाखविण्यासाठी कटिबद्ध होऊ शकू. आमच्या 'चिल्ड्रन फर्स्ट' या संस्थेच्या 'बोलू या ऐकू या' या उपक्रमाद्वारे शाळा, कॉलेजेस आणि सार्वजनिक ठिकाणी आम्ही ही मोहीम राबवतो.

मी पुन्हा एकदा स्पष्टपणे सांगू इच्छिते, की 'सकारात्मक विचार' करून आपल्या आयुष्यातील अनुभवांना सोनेरी मुलामा देण्याची गरज आहे, असा दावा मी कधीच करत नाही. माझ्या आयुष्यातील खडतर काळाने आणि मला आलेल्या अडचणींमुळे आज मी जशी आहे, तशी घडले आहे. ज्या वेळी आयुष्यातील अडचणींचे आपल्याला काहीही वाटेनासे होते, त्या आपल्या अंगवळणी पडतात; तेव्हाच आपण आपल्या अंतरात्म्याच्या प्रकाशाशी जोडले जातो.

> *'आपण ज्या धैर्याने आणि हिमतीने आयुष्य जगतो, त्या प्रमाणातच ते आकुंचन किंवा प्रसरण पावते.'* - अनाईस नीन -अमेरिकन लेखिका

मला आलेल्या डिप्रेशनच्या अनुभवाबद्दल माझ्या लिखाणात मी खुलेपणाने लिहिले आहे. माझ्या अनुभवांबद्दल कार्यशाळांमध्ये, इतकेच काय, पण माझ्या पेशन्ट्सबरोबरही मी बोलले आहे. या डिप्रेशनने माझ्यावर वर्चस्व गाजवू नये किंवा माझी वाचाच बंद करू नये म्हणून विचारपूर्वक मी हा निर्णय घेतला होता. आपल्या संघर्षाकडे लक्ष वेधून घेण्यासाठी त्याचा वारंवार उल्लेख करणे गरजेचे आहे. आपल्याला श्रोते मिळणे आवश्यक असते, कारण *'ऐकणारे कान नसतील तर कोणत्याही कथेला कथा म्हणताच येणार नाही.'* आपला भावनिक संघर्ष आणि तो करावा लागत असल्याची शरम यांची फारकत करणे गरजेचेच आहे.

माणसाचे माणूसपण हाच एक मोठा संघर्ष आहे.

वयाच्या कोणत्याही टप्प्यावर, प्रत्येक प्रसंगी आणि प्रत्येक संधी साधून या संघर्षाबद्दल आपण बोलले पाहिजे, ऐकले पाहिजे. इतकेच काय, तर मुक्त चर्चाही केली पाहिजे. 'आपण आणि ते' अशी विभागणी न करता अशा वेळी संघर्षाच्या

वेळी आपण सगळ्यांनी एकत्रच असायला हवे.

एक मानसोपचार तज्ज्ञ म्हणून काम करताना मी अशा एकाही भावनेला सामोरी गेलेली नाही, जिची सावली मला माझ्याच अंतरंगावर उमटलेली जाणवली नाही. मी एकदा एका प्रतिभावान कलाकाराची मुलाखत पाहिल्याचे आठवते. त्यांनी अनेक बहुढंगी भूमिका साकारल्या होत्या. हे त्यांना कसे काय जमते असे विचारले असता त्यांनी जे उत्तर दिले, ते मी माझ्या शब्दात सांगते, 'मला या भूमिका साकारताना संदर्भासाठी इतरत्र शोध घ्यावाच लागत नाही. त्यासाठी मी माझ्या अंतरंगातच डोकावून पाहतो.' त्यांच्या आणि माझ्या मताचा सूर जुळत होता. मानसोपचार तज्ज्ञ म्हणून काम करताना ज्या ठेचाळलेल्या, दुभंगलेल्या, उद्ध्वस्त झालेल्यांची आयुष्ये समजून घेण्यासाठी मी झगडत असे, त्यांच्या आठवणी मला विसरता विसरणे शक्य नाही. त्यांच्या त्या वेदनामय आयुष्याचा माझ्याही अंतरंगाला स्पर्श झालाच होता. मी एका गोष्टीची खरीखरी कबुली देते: आजपर्यंत मला एकही अशी भावना सामोरी आलेली नाही, जी माझ्यात नाही. 'डान्स ऑफ लाईफ' या चित्राच्या स्पष्टीकरणाप्रमाणे यातून बरे होण्याची प्रक्रिया नैसर्गिकरीत्या घडून येते. *(एडवर्ड मंच यांच्या 'डान्स ऑफ लाईफ' या चित्राच्या समीक्षेत ढोबळमानाने म्हटले आहे, 'पोरवयापासून ते वृद्धावस्थेपर्यंतचा प्रवास नैसर्गिकरीत्या घडून येतो.')* जो बरे करतो आणि जे बरे होतात, त्या दोघांनाही हे लागू असते. मी एखाद्याच्या समस्येवर उतारा शोधला असेल आणि तो मला लागू पडला नाही असे क्वचितच झाले आहे.

'रिक्लेम युअर लाईफ - आयुष्याचा नवा डाव' ह्या पुस्तकामुळे तुमचे आयुष्य भ्रामक सुखाकडून श्रद्धेकडे झेप घेईल. अर्थातच ही झेप घेताना भीती नक्कीच वाटेल, याचे भान असू द्या. पण आपल्यावर भीतीचे आक्रमण झाले की पाठोपाठ धैर्यही दाखल होते, हेसुद्धा लक्षात ठेवा.

तुम्ही यापूर्वी माझी पुस्तके वाचली असतील तर माझा 'तत्काळ रामबाण उपायांवर विश्वास नाही' हे तुम्हाला जाणवले असेलच. एखाद्या दिवसात, आठवड्यात किंवा महिन्यांत तुमच्या समस्येचे समूळ उच्चाटन करण्यासाठी हमखास उपाय सुचविणाऱ्या प्रकारचे हे पुस्तक नाही. आपल्याच मनाचा ठाव घेऊन, सखोल विचाराअंती हिंमत एकवटून, अतीव धैर्याने निरामय आयुष्याचे शिखर गाठणे म्हणजेच 'रिक्लेम युअर लाईफ - आयुष्याचा नवा डाव'. हिमतीवर घट्ट पकड बसवून आपला ध्रुवतारा सुनिश्चित करणे म्हणजेच 'रिक्लेम युअर लाईफ - आयुष्याचा नवा डाव'.

पहिला पथदर्शक

विचारधारेत बदल

मी पहिल्यांदा शबाना खानला भेटले, तेव्हा प्रथमदर्शनीच नजरेत भरलं ते तिचं आरसपानी सौंदर्य. तिचे काळेभोर डोळे, लांबसडक केसांची उंच बांधलेली, काहीशी विस्कटलेली पोनीटेल, चमकदार कांती. या सगळ्यातून स्वर्गीय सौंदर्याची अनुभूती मिळत होती. कुठल्याही क्षणी उडून जाईल अशा पवित्र्यात असलेल्या एखाद्या पाखरासारखी खुर्चीवर बसलेली शबाना अत्यंत चिंताग्रस्त नजरेने समोरच्या खिडकीकडे बघत होती.

माझ्याशी बोलण्यापूर्वी तिला थोडा वेळ हवा होता. हे सांगतानाही तिचा आवाज कापत होता. मी तिला धीर दिला आणि माझ्याशी बोलण्याची तिच्या मनाची तयारी होईपर्यंत थांबण्याचे आश्वासन दिले. तिच्याकडे पाहत बसण्याऐवजी मग मी दुसरे काम हाती घेतले. काही नोंदी करायला सुरुवात केली. विचार करण्यासाठी आणि माझ्याबरोबर संवाद साधण्यासाठी तिला अवकाश मिळायला हवा होता, त्यासाठी मला जितके अलिप्त राहता येईल, तितके राहण्याचा माझा प्रयत्न होता.

थोड्या वेळाने अगदी खालच्या आवाजात शबानाने तिच्या समस्या माझ्यासमोर मांडायला सुरुवात केली. तिच्या एकूण बोलण्यावरून माझ्या लक्षात आले, की बऱ्याच काळापासून तिला भयगंडाने ग्रासले होते. लहानपणापासूनच तिच्या आवती-भोवतीच्या जगाची तिला भीती वाटत असे. तिला अंधाराची भीती वाटत असे. एकटी असली की ती घाबरून जात असे. भुतेखेते, राक्षस, मुलांना पळवून नेणारे गुंड, दहशतवादी अतिरेकी, भूकंप अशा कोणत्याही गोष्टीने तिचा थरकाप होत असे. आता ती पंचवीस वर्षांची होती. वेबसाईट डिझायनिंगचा व्यवसाय यशस्वीरीत्या सांभाळत होती. तिचा व्यवसाय सांभाळण्यासाठी घराच्या बाहेर पडण्याची तिला गरज नव्हती. गेल्या तीन वर्षांत हळूहळू तिने घराबाहेर पडणे कमी करून स्वत:ला जगापासून तोडून टाकायला सुरुवात केली होती.

ज्या दिवशी ती मला येऊन भेटली, त्या वेळी ती शेवटची घराबाहेर पडली त्याला पाच महिने झाले होते.

'मला घरात सुरक्षित वाटतं. प्रत्येक वेळी बाहेर जायचा नुसता विचार जरी मनात आला, तरी मला घाबरायला होतं.'

शबानाला वाचनाची आवड होती आणि या भयगंडाबद्दलही तिने वाचले होते. त्यामुळेच तिने 'गर्दीत घेरले जाण्याच्या भयगंडाने ग्रासले जाण्याचे' स्वत:बद्दल निदानही करून टाकले होते. लहानपणापासून तिला वाटत असलेल्या भीतीचा इतिहास तिने माझ्यासमोर उलगडला, तेव्हा ती सतत कोणती ना कोणती आपत्ती कोसळण्याच्या भीतीचा उल्लेख करत होती.

शबाना आणि मी जवळ जवळ वर्षभर भेटत होतो. सुरुवातीला दर आठवड्याला ती यायची. मग पंधरा दिवसांमधून एकदा - असे करत मग आमच्या गाठीभेटी थांबल्या. तिची गोष्ट मी तुम्हाला सांगत्येय, कारण एक उपचारकर्ती आणि एक माणूस म्हणून तिच्या आणि माझ्या कहाणीत मला खूप साम्य आढळले. आपल्यापैकी प्रत्येक जण कधी ना कधी 'पुढे दबा धरून बसलेल्या संकटाने' आणि 'भयगंडाने' ग्रासलेला असतो. काहींच्या बाबतीत ह्या भीतीची आवर्तने मेंदूवर अक्षरश: सतत आघात करत असतात, तर काही जणांच्या मनात ही भीती हलक्या पावलाने शिरत, अधूनमधून बोचणी लावत मन:शांतीला सुरुंग लावत असते. मी शबानाकडून बरेच काही शिकले, कारण तिने दाखविलेल्या धैर्याचा नूरच वेगळा होता.

अनेक अंतर्मुख लोकांप्रमाणेच मलाही चारचौघांत वावरताना जरा अवघडल्यासारखे होते. माझ्या जवळच्या लोकांबरोबर वेळ घालवायला मला आवडते. पण एखाद्या ठिकाणी माझ्या ओळखीचे फारसे कुणी नसते, एखादी कार्यशाळा घ्यायची असते किंवा जाहीर भाषणे करायची असतात, अशा ठिकाणी माझ्या जुन्या मित्राच्या, 'भयाच्या' दडपणाखाली मी वावरायला लागते.

मी ज्या वेळी माझ्या घाबरण्याचा उल्लेख करते, तेव्हा अनेकांचा त्यावर विश्वास बसत नाही कारण मी सतत आजूबाजूच्या लोकांत मिसळत असते आणि व्यासपीठांवर अनेक कारणांनी हजेरी लावत असते. पण 'मार्ग बदला' या विचारसरणीमुळे मला त्रास देणाऱ्या या गंडांपासून मी मुक्ती मिळवते. शबानासारख्या माझ्या अनेक पेशन्ट्सनाही या विचारसरणीचा भयगंडावर आणि 'पुढे दबा धरून बसलेल्या संकटाच्या भीतीवर' मात करण्यासाठी उपयोग झाला आहे.

हे तुम्ही नाही, तुमचा मेंदू आहे

पुढे जाण्यापूर्वी आपल्या मेंदूचे कार्य समजावून घेऊ या. घाबरू नका. मेंदूविषयी काही अगम्य शास्त्रीय माहिती मी तुमच्या गळी उतरवणार नाहिये. मेंदूचे कार्य कसे

चालते, हे थोड्याशा गंमतशीर रूपकांच्या स्वरूपात तुमच्यासमोर मी मांडणार आहे. हे या पुस्तकाच्या सुरुवातीलाच समजून घेणे गरजेचे आहे, कारण आपण ज्या गोष्टींना आपल्या समस्या म्हणतो, संघर्ष म्हणतो वस्तुत: ते आपल्या मायावी मेंदूचे डावपेच असतात. आपला मेंदू थोड्याफार प्रमाणात लबाड असतो. त्यामुळे त्याच्या लबाड्या प्रथम आपण विचारात घेऊ.

मेंदूची जडणघडण अत्यंत गुंतागुंतीची असते त्यामुळे माणसाचा मेंदू हा एक असाधारण अवयव मानला जातो. मेंदूत कोट्यवधी मज्जातंतूंचे किचकट जाळे व जोडण्या असतात. मेंदूचे कार्य समजून घेण्यासाठी आपण मेंदूचे तीन भाग आहेत, अशी कल्पना करूया. पालीचा मेंदू, सस्तन प्राण्याचा मेंदू आणि विचारी मेंदू.

उत्क्रान्तीच्या भाषेत सांगायचे झाले, तर पालीचा मेंदू हा मेंदूतील सर्वांत आधी तयार झालेला भाग. यात मेंदूचा बुडखा आणि सेरेबेलम यांचा समावेश होतो. या भागाकडे संकटातून वाचवण्याचे काम सोपवलेले असते. आपण संकटात सापडल्यावर 'लढा, पळ काढा किंवा मेल्याचे सोंग घ्या' अशा आज्ञा मेंदूच्या या भागाकडून दिल्या जातात. उदाहरणार्थ, आग लागल्यावर ती विझविण्यासाठी तुम्ही धावपळ कराल, पाणी आणून आग विझवायचा प्रयत्न कराल. या प्रतिक्रिया प्रतिक्षिप्त क्रिया असतात. कदाचित यामुळे कित्येक युगांपासून सर्वच प्राणिमात्रांचे शिकार हेच अन्न मिळविण्याचे साधन असताना, इतरांनी आपली शिकार करण्याच्या संकटापासून आपण वाचलो असू. मी अलीकडेच आढावा घेतला, तेव्हा आजच्या काळात हे नरभक्षक रस्त्यांवर मोकाट फिरत नसल्याने रात्रंदिवस सावध राहावे लागत असण्याच्या घटना आता घडत नाहीत, असे लक्षात आले होते. कारण आता नरभक्षकच पृथ्वीतलावर उरलेले नाहीत. काळ बदलला आहे आणि प्राचीन काळाच्या तुलनेत आता वातावरण बऱ्यापैकी सुरक्षित झालेले आहे. आता लुटारूंपासून बचाव करावा लागत नाही, युद्धाला तोंड द्यावे लागत नाही, निसर्गाच्या भीषण कोपात आसरा शोधावा लागत नाही. आपले जग आता फारसे रानटी राहिलेले नाही. पण दुर्दैवाने आपला पालीचा मेंदू अजूनही धोक्याचा माग काढण्यासाठी सज्ज असतो. तो आपला अजूनही सतर्क, तत्पर आणि सतत दक्ष असतो. तो सगळी परिस्थिती दमाने घ्यायला शिकलेला नाही. आपल्या पालीच्या मेंदूचा अजूनही आपल्या नकळत आपल्या भावनांवर झडप घालण्याकडे कल असतो.

मेंदूच्या दुसऱ्या भागात सस्तन प्राण्यांच्या मेंदूची वैशिष्ट्ये असतात. यात माणसाची भावनिक प्रणाली नियंत्रित केली जाते, त्यामुळे मेंदूचा हा भाग म्हणजे आपल्या भावभावनांचे साम्राज्यच असते. मानवी अस्तित्वासाठी भावना अत्यंत महत्त्वाची कामगिरी बजावतात. भावनांमुळे आपले आयुष्य समृद्ध होते. आपले नातेसंबंध, स्वप्ने आणि आकांक्षापूर्तीतील प्रत्येक कृती पैलूदार होऊन बारकाव्यांनी

सजत जाते. प्रेम, आनंद, कृतज्ञता, सहानुभूती, संवेदनशीलता नसलेल्या जीवनाची आपण कल्पनाही करू शकत नाही. पण भीती, दुःख, शरम, तिरस्कार, पश्चात्ताप आणि काळजी अशा भावनांमुळे आपल्या आयुष्यात नकारात्मकतेचा उद्रेक होऊ शकतो. या मेंदूचा राजा असतो अमिग्डला -बदामाच्या आकाराचा या मेंदूचा हा छोटासा भाग आपल्या तीव्र, जळजळीत भावनांचे उगमस्थान असतो.

या संतापी अमिग्डलाची दखल घेणे अनिवार्य आहे. याची छेड काढली तर हा अख्ख्या मेंदूचा ताबा घेतो आणि आपल्या तर्कशुद्ध, स्वच्छ आणि स्पष्ट विचारांची नाकाबंदी करून टाकतो. हा मोठा नाटकी, शंकासूर, संतापी आणि प्रलयंकारी असतो.

पालीच्या आणि सस्तन प्राण्याच्या मेंदूच्या कार्याच्या संदर्भात उदाहरणासहित स्पष्टीकरण देणे मला आवश्यक वाटते.

समजा, रात्री अचानक तुम्हाला जाग आली आहे आणि तुमच्या घरात तुम्हाला काही विचित्र आवाज ऐकू आला आहे. अशा वेळी तुमचा पालीचा मेंदू सावध होतो आणि आपोआप संरक्षणाचा पवित्रा घेतो. तुम्ही तुमच्या बिछान्यावर निश्चल पडून आजूबाजूचा मागोवा घेत राहता किंवा बाथरूममध्ये पळ काढून बाहेरच्या संकटापासून दूर पळता किंवा आपल्या पायातील सपाता अथवा अन्य काही 'शस्त्र' हातात घेऊन बाहेरच्या 'संकटाला' तोंड देण्यासाठी सज्ज होता.

बाहेर गेल्यावर लक्षात येते, की तुमच्या घरातील एक फुलदाणी अचानक कलंडून फुटली आहे.

तुम्ही पुन्हा आपल्या बेडरूमकडे वळता. आता तुमचा पालीचा मेंदू निवळला आहे आणि सस्तन प्राण्याच्या मेंदूला चालना मिळाली आहे. तुम्हाला आता झोप लागत नाहिये. तुमच्या मनात अनेक शंका यायला लागल्या आहेत - 'मी पुढचे दार लावले होते का?', 'मी राहते, तो परिसर सुरक्षित आहे का?', 'एखाद्या वेळी घरात चोर तर घुसणार नाही?'

मेंदूच्या तिसऱ्या भागाला मी विचारी मेंदू म्हणते. मेंदूच्या सेरेब्रल कॉर्टेक्स, विशेषत: प्रीफ्रॉन्टल कॉर्टेक्सचा यात समावेश असतो. हा आपला विचार करणारा मेंदू असतो. हा कार्यनियोजनाचे काम करतो, स्वच्छ विचार करतो, समजून घेतो, शिकतो, निर्णय घेतो, दुवे जोडतो आणि मुख्य म्हणजे आपल्यातील पालीच्या आणि सस्तन प्राण्यांच्या मेंदूच्या उतावळेपणाचे नियंत्रण करतो. तो एखाद्या वाद्यमेळाच्या संगीतसंयोजकासारखा असतो. तो आपल्या मेंदूच्या वाद्यमेळाची गती, वाटचाल आणि आवाजाची पातळी यांचे एकत्रितपणे सुयोग्य नियोजन करतो. पालीचा आणि सस्तन प्राण्याचा मेंदू एकमेकांबरोबर गोंधळ घालत असतात, तेव्हा हा विचारी मेंदूच त्यांना स्वत: शांत राहून परिस्थितीत धीर देतो - 'चला, पुन्हा झोपून टाका. तुम्ही

सुरक्षित आहात. इथे काहीच विचित्र घडलेलं नाही.'

सस्तन प्राण्याच्या मेंदूची उच्च भावनिक पातळी आणि पालीच्या मेंदूची अस्तित्वाच्या लढ्यासाठी लागणाऱ्या निकोप प्रतिक्षिप्त क्रियेची क्षमता दडपून न टाकता या विचारी मेंदूचे बळ कसे वाढवता येते यावर या पुस्तकात मी भर देणार आहे. दरवेळी पालीचा आणि सस्तन प्राण्याचा मेंदू असा वेगवेगळा उल्लेख न करता लिखाणात सहजता यावी म्हणून या दोन मेंदूंना मी एकत्रितपणे प्रतिक्रियाशील मेंदू म्हणणार आहे.

शबानाच्या बाबतीत तिचा प्रतिक्रियाशील मेंदू फारच उत्तेजित झालेला होता. तो तिला सतत 'लांडगा आला रे आला'सारखे काल्पनिक इशारे देत होता आणि भीतिदायक सूचनांच्या जाळ्यात गुंतवून भेडसावत होता.

'काही तरी भयानक घडणार आहे.
मी त्यातून वाचणे शक्यच नाही.
माझ्यासाठी फक्त माझं घरच सुरक्षित ठिकाण आहे.'

शबानाच्या प्रतिक्रियाशील मेंदूने तिच्यावर ओढवणाऱ्या सत्यानाशाच्या परिस्थितीचा तिला सतत धाक घातल्याने तिच्या शरीरानेही भीतीच्या प्रतिक्रिया द्यायला सुरुवात केली होती. तिच्या हृदयाची धडधड वाढत असे. हाताला घाम सुटत असे. ती थरथर कापायला लागत असे. तिच्या त्या घाबरलेल्या स्थितीचे वर्णन करताना ती म्हणाली होती, 'माझ्या हृदयात भोसकल्यासारखे वाटत असे.' प्रतिक्रियाशील मेंदूने तिचा ताबा घेतल्यावर तिचा विचारी मेंदू कामातून गेल्यासारखाच होत असे. तिच्या विचारी मनाचा कोमल आवाज प्रतिक्रियाशील मनाच्या कलकलाटात दबून जात असे.

प्रतिक्रियांचा रेडियो आणि ''शेन्पा''

साडेतीन वर्षांपूर्वी शबानाच्या वडिलांना फार मोठा हृदयविकाराचा झटका आला आणि त्यातच त्यांचे तत्काळ निधन झाले. शबानाच्या मनात सतत धुमाकूळ घालणारी 'तिच्यावर ओढवू शकणाऱ्या सत्यानाशाची परिस्थिती' प्रत्यक्षात उतरली होती. या परिस्थितीशी तिला आता दोन हात करायचे होते. एके दिवशी ती अशीच घराबाहेर पडली असताना तिला भीतीचा अटॅक आला आणि ती भयगंडाने ग्रस्त झाली. त्यातून ती काही केल्या बाहेर पडेचना. त्यामुळे तिला तिची नोकरी सोडावी लागली. हळूहळू तिचा जगाशी संपर्क तुटू लागला आणि ती एकटेपणाच्या कोशात गुरफटली जायला लागली. गेल्या तीन वर्षांत या भयगंडाने हळूहळू हातपाय

पसरायला सुरुवात केली, आणि शबानाला तिचे स्वत्व आणि सुरक्षितता या दोन्ही बाबींची खात्री वाटेनाशी झाली. शबाना या भयगंडाशी एवढी एकरूप झाली होती, की भयग्रस्त असणे, हा तिच्या व्यक्तिमत्त्वाचाच गाभा झाला होता. हळूहळू एकाच बाबीवर तिचे गाडे येऊन अडायला लागले, 'मला भीती वाटत्येय.' तिने याचे कारण शोधून या भीतीवर मात करायचा प्रयत्न केला. पण जितका ती नेटाने प्रयत्न करायची, तितक्याच ताकदीने भयगंड परत येऊन तिच्यावर घट्ट पकड बसवायचा.

शबानाला आणि मला तिच्या या भयाची गठडी वळणे फार पटकन साधले नाही. तिचे हे भय जिथे उफाळून येत असे अशा जागा, अशा वेळी तिच्या मनात काय विचार येत, तिच्या आयुष्यावर त्याचा काय परिणाम झालाय याविषयी आम्ही चर्चा केली. वर्षानुवर्षे या मनात घर करून राहिलेल्या भयाने तिच्या नातेसंबंधांवर, तिच्या कामावर, तिच्या स्वत्वाच्या कल्पनेवर आणि तिच्या इच्छांवर काय परिणाम केलाय, याची चाचपणी केली.

मोठी झाल्यावर सगळे जग बघण्याची स्वप्ने तिने लहानपणापासून पाहिली होती. पण तिच्या मनात पोसल्या गेलेल्या 'तिच्यावर ओढवू शकणाऱ्या सत्यानाशाच्या परिस्थिती'च्या भयाने तिच्या या इच्छेचा चक्काचूर झाला होता. तिने आपल्या इच्छेचा ध्यास सोडला आणि इतरांच्या मजेदार सुट्ट्यांची, रोमांचक प्रवासाची आखणी करण्यासाठी हिरिरीने इंटरनेटवर फोटो पाहायला, माहिती काढायला सुरुवात केली.

या भयगंडामुळे तिच्या मनात आपण नालायक, कुचकामी आणि असहाय असल्याची भावना रुजली. कोणत्याही आव्हानापासून पळ काढण्याचा पवित्रा ती घेऊ लागली आणि तिने स्वत:ला अपयशी, भेकड आणि दुबळी ठरवून टाकले.

मी तिच्याबद्दल जे काही ऐकले आणि पाहिले होते, त्याप्रमाणे ती एक प्रचंड उत्साही मुलगी होती. प्रत्येक बाबतीत घाबरण्याची प्रवृत्ती असूनही त्या भयावर तिने छोट्या छोट्या प्रसंगांमधून मात केली होती. ती शाळेतील सहलींना जात असे. तिच्या शाळेतील 'हेडगर्ल'च्या निवडणुकीसाठी उभी राहून ती जिंकली होती. देशातील सर्वोत्तम 'डिझाईन स्कूल'मध्ये ती प्रवेश मिळवू शकली होती. तिथेही तिने उज्ज्वल यश संपादन केले होते आणि त्याच्याच जोरावर तिला एका प्रथितयश इंटिरियर डेकोरेटरकडे नोकरी मिळाली होती. इतक्या सगळ्या चांगल्या गोष्टी घडत असतानाही तिच्या मनात 'तिच्यावर ओढवू शकणाऱ्या सत्यानाशाच्या परिस्थिती'चे धगधगते भय ठाण मांडून बसले होते.

शबाना अत्यंत हजरजबाबी होती. तिच्याकडे एक वेगळीच विनोदबुद्धी होती. पराकोटीचे भय मानगुटीवर बसले असताना त्याला गुंगारा देऊन ती माझ्यापर्यंत नियमितपणे कशी पोचत होती? असा प्रश्न विचारल्यावर ती हसून म्हणाली,

'माझ्यावर ओढवू शकणाऱ्या सत्यानाशाची परिस्थिती' ही माझ्या मनात धुमाकूळ घालणारी भावना नाही. ही तर 'सत्यानाश रेडियो'वरून प्रसारित होणारी घोषणा आहे, असा विचार मी करायला लागले आहे.'

मग या 'सत्यानाश रेडियो'वरच्या घोषणांचा परिणाम तिच्यावर कसा झाला असावा याबद्दल आम्ही चर्चा केली. ह्या घोषणांच्या आवाजाची तीव्रता वाढत जाऊन हळूहळू हा आवाज तिला खराखरा वाटू लागला आणि मग तो रेडियो नसून तिचे स्वत:चेच विचार तिला ऐकू येताहेत अशी तिची धारणा होऊ लागली. याउलट तिने हे मनात उमटणारे विचार खरे नसून रेडियोचाच आवाज असल्याचे ठरवले तर या विचारांची तिच्यावरील पकड सैल होणार होती. काही काळाने तिला ऐकू येणाऱ्या आवाजांमुळे घाबरून न जाता त्या आवाजांचा विचार सहानुभूतीने कसा करावा ('मला ऐकू येणारे आवाज थांबणार नसतील, तर ते सहन करायला मला शिकलं पाहिजे.') आणि स्वत:वर त्यांचा परिणाम होऊ न देता त्या आवाजांना क्षीण कसे करावे, याचे तंत्र तिने आत्मसात केले. शबानाने वापरलेले रेडियोचे रूपक प्रतिक्रियाशील मेंदूचे कार्य समजावून सांगण्यासाठी मला अत्यंत प्रभावी वाटले. खरे तर या पुढे या प्रतिक्रियाशील मेंदूला अधूनमधून 'प्रतिक्रिया रेडियो' म्हणूनही संबोधायचे ठरवले आहे. काही वेळेस हा रेडियो मूक होतो, कधी हलक्या आवाजात वाजतो, तर कधी कर्कश आवाजात किंचाळत असतो:

मी कायम गोंधळ घालते.
मी कुणालाच आवडत नाही.
काहीतरी अघटित घडणार आहे.

या 'प्रतिक्रिया रेडियो'ला एक चाप असतो किंवा बटण असते. तो चाप ओढला किंवा ते बटण दाबले की रेडियो सुरू होतो. या चापाला किंवा बटणाला आपण *'शेन्पा'* म्हणू या. *'शेन्पा'* हा तिबेटी भाषेतील शब्द आहे. पेमा चोड्रोन या बुद्धिस्ट गुरूंनी हा शब्द वापरलेला मी ऐकला होता. आपला 'नकारात्मकतेचा रेडियो' सुरू करण्यासाठी दाबण्याचे बटण म्हणून चपखल असलेला *'शेन्पा'* हा शब्द आहे, असे त्यांचे म्हणणे होते. 'तिला माझ्या सगळ्या हळव्या नसा बरोबर माहित्येय' असे जेव्हा कुणी म्हणते, तेव्हा ते मुख्यत: त्या व्यक्तीला नकारात्मकतेच्या गरगरणाऱ्या चक्रात लोटून देण्याचे तंत्र माहीत असल्याबद्दल म्हणजेच *'शेन्पा'* बद्दल बोलत असतात. मला खात्री आहे, आपल्या आयुष्यात किमान तीन तरी माणसे अशी असतात, जे आपले *'शेन्पा'* दाबण्यासाठी टपलेली असतात.

प्रत्येक माणसाची ही बटणे किंवा *'शेन्पा'* वेगवेगळे असू शकतात. *'शेन्पा'*चे

काही नमुने पाहू या :

- गतकाळातील अनुभव आणि आठवणी
- भविष्यासंबंधीचे विचार
- आपण कसे दिसतो आणि लोकांना कसे वाटतो
- काही माणसे किंवा विशिष्ट परिस्थिती
- आर्थिक बाबी
- धर्म
- राजकारण
- अन्नधान्य
- इतरांबरोबर तुलना
- क्षमता
- कुटुंब
- परीक्षांचे, मुलाखतींचे निकाल
- इतरांपेक्षा आपल्यात काहीतरी वेगळेपण असणे
- या वेगळेपणाबद्दल कुणीही केलेली टीका

याच्या स्पष्टीकरणासाठी उदाहरण देते. समजा, तुम्ही काम करताय आणि तुमच्या सहकाऱ्यांपैकी कुणीतरी तुम्हाला असे काही म्हणते ज्यामुळे तुम्हाला नेहमीच राग येतो. मग तुमचे *'शेन्पा'* दाबले जाते आणि 'प्रतिक्रिया रेडियो' सुरू होतो. मग एका पाठोपाठ एक प्रतिक्रियांची साखळीच सुरू होते. 'तिची माझ्याशी असं बोलायची हिंमतच कशी झाली?', 'कोण समजते ती स्वत:ला?' मग संतापाने तुमचे शरीर ताठरते, हृदयाचे ठोके वाढतात आणि तुम्ही तिला काहीतरी अपमानास्पद बोलता किंवा टेबलावर हात आपटता किंवा धाडकन दार लावता. या अशा प्रतिक्रियांचा नंतर तुम्हाला पश्चात्ताप होऊ शकतो.

आता यापेक्षा वेगळ्या दृश्याची कल्पना करूया. इथे विचारी मेंदूने परिस्थितीवर ताबा मिळवला आहे. हे दृश्य मंदगतीने दिसते आहे, असे समजूया. ज्या क्षणी तुमची सहकारी तुम्हाला काहीतरी डिवचून बोलते (किंवा तिने तुम्हाला डिवचले आहे असे तुम्हाला वाटते), तेव्हा तुम्हाला तुमचे *'शेन्पा'* दाबले जात असल्याची जाणीव होते. तुमचे हे *'शेन्पा'* तुमच्या अंतरंगात, हृदयाच्या अगदी जवळ असल्याची कल्पना करा. हे बटण दाबले जात असताना तुमच्या मनाला ओढ बसते, तुमचे मन ताठरते आणि त्याचे पडसाद ताबडतोब तुमच्या हृदयात उमटतात. तुमच्या हृदयाचे ठोके वाढायला लागतात. *'शेन्पा'* पूर्णपणे दाबले जाते, तेव्हा तुमचे हृदय जोरात

धडधडायला लागते. 'प्रतिक्रिया रेडियो'वरून घोषणा होते, 'तिची माझ्याशी असं बोलायची हिंमतच कशी झाली?' त्यानंतर शरीर मनस्तापाने, रागाने थरथरू लागते आणि काही तरी आपटण्याची, फेकून मारण्याची उर्मी अनावर होते. या सगळ्याकडे तुमच्या 'विचारी मेंदूचे' लक्ष असते. मग तुम्ही असे काही तरी वागण्याऐवजी खोल श्वास घेता, हळुवारपणे स्वतःला शांत व्हायला सांगता आणि मग तुमचे *'शेन्पा'ही* पूर्वस्थितीला येते. तुम्ही तुमच्या सहकाऱ्याकडे पाहून हसता, कदाचित शांतपणे काहीतरी उत्तरही देता आणि तिथून निघून जाता - हृदय हलके झालेले असते आणि मनही.

मला माहित्येय, हे असं घडणं अशक्य आहे असं वाटणं साहजिक आहे. पण सातत्याने हा मार्गबदल केला (वागण्याची रीत बदलली), तर आपण आपल्या मेंदूला हे असेच वागण्याची शिस्त लावू शकतो.

प्रकाशझोत

'प्रतिक्रिया रेडियो'चा तुमच्या आयुष्यातील कोणत्या गोष्टीवर परिणाम होतो, असे तुम्हाला वाटते - तुमचे स्वास्थ्य, तुमचे नातेसंबंध, की तुमचे कामकाज वगैरे वगैरे?

- तुमचा 'प्रतिक्रिया रेडियो' सुरू करणाऱ्या बटणांची किंवा *'शेन्पा'*ची यादी करायला सुरुवात करा.
- हा प्रयोग एक दिवस करून पहा (किंवा जन्मभर करत राहिलात तर मग तुमच्या आयुष्यात चमत्कारच होईल). प्रत्येक वेळी तुम्हाला *'शेन्पा'*ची जाणीव झाली, मन अस्वस्थ झाले किंवा शबाना म्हणाली तसे 'हृदयात भोसकल्यासारखे वाटायला लागले' की थांबा. मोठा श्वास घ्या आणि स्वतःला सांगा, 'माझा *'शेन्पा'* एकटा नाही.'

आपल्याला आता 'प्रतिक्रिया रेडियो' आणि तो सुरू करणाऱ्या *'शेन्पा'ची* माहिती झाली आहे. आता आपण आपल्या विचारी मेंदूला बळ कसे देता येईल आणि विचारधारेत बदल कसा करता येईल, हे बघू या.

विचारधारेत बदल

विचारधारेतील बदल हा अत्यंत गहन अशा अनेक साधनांच्या बळावर होतो. या विषयाच्या हाताळणीत ज्या साधना करावयाच्या आहेत, त्यांच्याशी मी आता तुमचा परिचय करून देणार आहे. त्यामुळे या साधनांचे नक्की स्वरूप काय आणि त्या

आपल्या आयुष्यात कशा वापरता येतील, याचा तुम्हाला अंदाज येईल. यातील प्रत्येक साधना स्वयंप्रकाशी आहे, पण या सगळ्या साधनांचे अनुष्ठान एकाच वेळी मांडले तर असामान्य किमया घडून येते.

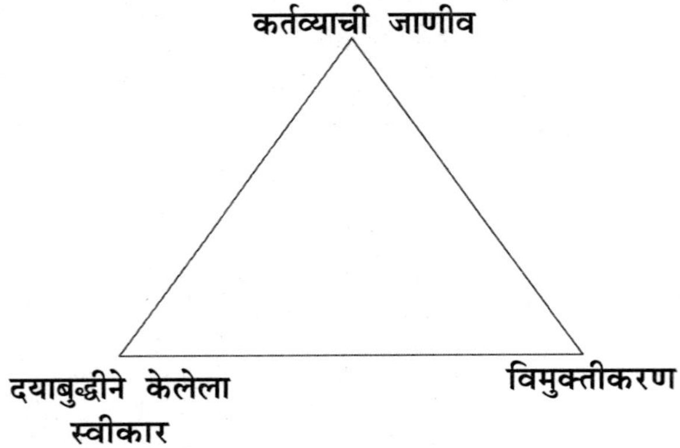

विचारीपणा

एखाद्या घटनेने बऱ्याच घटनांच्या मालिकेला चालना कशी मिळते आणि आपण नकारात्मकतेच्या धुक्यात कसे गुरफटून जातो, हे आता आपल्या चांगलेच लक्षात आले आहे. काहीतरी - एखादी आठवण, एखादा शेरा, एखादी परिस्थिती, एखादा माणूस, मनात आलेला एखादा विचार आपल्या *'शेन्पा'ला* धक्का देतो. आपला प्रतिक्रियाशील मेंदू खडबडून जागा होतो आणि आपल्या मनातील 'नकारात्मक रेडियो'चे बटण दाबले जाते.

घराचा उंबरठा ओलांडून बाहेर पडणे आणि माहितीच्या नसलेल्या मार्गावरून जाणे (माझ्या दवाखान्याकडे येण्याचा मार्ग वगळून) या दोन गोष्टी शबानाच्या मुख्य *'शेन्पा'* होत्या. 'मी घराबाहेर पडले तर मी मरून जाईन' हा मनात ठाण मांडून बसलेला अंधविश्वास होताच. 'नकारात्मक रेडियो'वरून सतत या घोषणांचा तिच्यावर मारा होत होता. त्यामुळे तिने स्वत:ला घरात कोंडून घेतले होते आणि बाहेरच्या जगाशी संबंध तोडून टाकला होता.

आपल्या प्रतिक्रियाशील मेंदूला शांत करणे आणि आपल्या *'शेन्पा'चा* मागोवा घेत राहणे, या कामात आपल्याला मदत करू शकणारे होकायंत्र अंतरंगात कसे तयार करायचे?

आपला प्रतिक्रियाशील मेंदू एखाद्या चिडक्या, कोणत्याही कारणाने रडं काढणाऱ्या लहान मुलासारखा असतो. तुम्हाला याचा अनुभव असेल तर मी काय म्हणत्येय,

ते तुम्हाला चांगलेच कळेल. या मुलाचे चिडणे, रडणे थांबवायचे असेल तर त्याला मध्येच दुसऱ्या खोलीत नेऊन कोंडून घालणे किंवा 'आत्ता, या क्षणी तुझा धिंगाणा बंद कर' असे ओरडून उपयोग होत नसतो. तुम्ही त्या रडून लाल झालेल्या कळवळणाऱ्या मुलाला शांतपणे उचलून घेतलेत, प्रेमाने थोपटलेत, त्याच्या पाठीवरून हात फिरवत हळुवारपणे म्हणालात, 'ये बाळा, ठीक आहे, ठीक आहे सगळं' तर तो लगेच शांत होतो. आपला विचारी मेंदू अशा विचारी, प्रेमळ पालकाची भूमिका निभावू शकतो. आपले दोन्ही प्रकारचे मेंदू सीसॉचा खेळ सतत खेळत असतात. कधी कधी आपला प्रतिक्रियाशील मेंदू बळजबरीने आपल्या विचारी मेंदूला दडपायला लागतो, तर कधी आपला विचारी मेंदू प्रतिक्रियाशील मेंदूला चुचकारून काबूत ठेवतो.

विचारी मनाला अधिक बळ देण्यासाठी आपल्या 'जबाबदाऱ्यांचे भान ठेवून विचार करण्याची सवय' आपल्या विचारी मनाला लागायला हवी. पण विचारी मनाने जबाबदाऱ्यांचे भान ठेवणे म्हणजे काय, याचे उत्तर देण्यापूर्वी आपण इथे थोडे थांबू या. आता दोन मिनिटे डोळे मिटून स्वस्थ बसा (यासाठी तुमच्या मोबाईलवर टायमरही सेट करू शकता.) आणि आपल्या मनात काय विचार चालले आहेत, याचा आढावा घ्या.

कसा वाटला हा आपल्या मनाकडे वळून पाहण्याचा अनुभव? तुमच्या मनात येणाऱ्या विचारांपैकी काही विचार अर्धेकच्चे तर काही विचार ठाम आहेत असे तुम्हाला जाणवले का? 'हा कसला आवाज झाला? मला झोप येत्येय ... काल रात्री नीट झोप झालीच नाही... हे असं नुसतं बसून राहणं जमत नाहिये मला... कधी एकदाचा तो टायमर वाजेल असं झालंय मला!'

आपल्या मनाची अशी बडबड सतत चाललेली असते. पण यातील गंमत अशी, की या आपोआप होत राहणाऱ्या बडबडीला आपण इतके सरावलेले असतो की आपल्यापैकी अनेकांना, कधी हळुवारपणे तर कधी वेगवान वादळाप्रमाणे गरगरणाऱ्या या विचारचक्राची जाणीवच होत नाही — 'तिची माझ्याशी असं बोलायची हिंमतच कशी झाली?', 'मी हे कधीच सहन करणार नाही' वगैरे वगैरे. विचारीपणा म्हणजे आत्ता या क्षणाला आपल्या मनात कोणते विचार आहेत, कोणत्या भावना आहेत, आपला या संबंधातील अनुभव आपल्याला काय सांगतो, या क्षणाची परिस्थिती काय आहे आणि या सगळ्यातून आपला मेंदू कोणते डावपेच आखतो आहे - या सगळ्याचा जागरुकतेने आणि सावध विचार करणे म्हणजे विचारीपणा. अशा प्रकारे सतत आपण आपले विचार तपासत राहिल्यास आपले काम, मौजमजा, आनंद आणि एकुणातच आपले जगणे पूर्णपणे बदलून जाते.

ब्रिटिश तत्त्ववेत्ते ॲलन वॉट्स अविचारीपणाची व्याख्या करताना म्हणतात,

'अविचारीपणा म्हणजे शरीराची साथ सोडायची आणि व्यवहारीपणाने आडाखे बांधणाऱ्या, परखड मूल्यमापन करत राहणाऱ्या, पुन्हा पुन्हा त्याच त्याच कटू अनुभवांना सामोरे जाणाऱ्या, चिंतामग्न मनाच्या उकळत्या काहिलीत उडी घ्यायची.'

विचारी मनाच्या गाभ्यातून उत्पन्न होणारे विचारीपण म्हणजे मनाला आवर घालणे, शारीरिक पातळीवर विचार करायला लागणे आणि आपल्या अंतरंगातील स्थैर्य अनुभवणे. झेन बुद्धगुरू तिक नियात हान यांनी शरीराकडे परत येण्याच्या प्रक्रियेसाठी एक सुंदर रूपक वापरले आहे. इथे ही प्रक्रिया उलगडून सांगताना ह्या रूपकाचा उल्लेख करण्याचा मोह मला आवरत नाहिये. असे समजा, की तुम्ही एका खोलीत बसलेले आहात आणि त्या खोलीच्या सगळ्या खिडक्या उघड्या आहेत. त्या खिडक्यांमधून वारा अचानक आत घुसतो आणि तुमच्यासमोरचे सगळे कागद उडून अस्ताव्यस्त विखरतात. तुम्ही ते उडणारे कागद थोपविण्याचा प्रयत्न करालही, पण ते कागद विखरतीलच. अशा वेळी बाकी काही करण्याऐवजी तुम्ही त्या खिडक्या प्रथम बंद करायला हव्यात. 'सतत कोकलत राहणाऱ्या 'प्रतिक्रिया रेडियो'च्या माऱ्यापासून (इथे खिडकीतून घुसणारा वारा) मुक्तता मिळवून आपल्या मनाला आपल्या शरीराकडे आणि वर्तमानाकडे वळविणे म्हणजे विचारीपणा.'

सतत विचार करत राहण्याची आपण सवय लावून घेतली नाही, तर आपल्या 'रेडियो प्रतिक्रिया' आणि *'शेन्पा'* यांच्या बाबतीत सतत सावध राहणे आपल्याला शक्य होणार नाही. कित्येक लोक आपल्या 'प्रतिक्रिया रेडियो'च्या मायाजालात इतके गुरफटलेले असतात की त्यांना त्यांच्या स्वत:च्या मतांची, भावनांची अथवा शारीरिक गरजांचीही जाणीव राहत नाही. या हाताबाहेर गेलेल्या लोकांना आपण विचारले की, आत्ता या क्षणी तुमच्या मनात काय विचार चाललेले आहेत? तर ते आपल्याकडे फक्त वळून पाहतील आणि म्हणतील, 'काहीच नाही.' त्यांच्या मनात कसलातरी राग धुमसत असेल किंवा कुठल्यातरी चिंतेने ते पोळलेले असतील आणि अशा वेळी आपण त्यांना म्हणालो, 'काही तरी बिनसलेलं दिसतंय तुमचं.' तर ते गोंधळतील आणि म्हणतील, 'नाही, असं काही मला नाही वाटत.' जणू काही दाट धुक्यात ते हरवून गेलेले असतात आणि त्यांच्या अंतरंगातील होकायंत्राचाही त्यांना माग लागत नसतो. ते त्यांच्या प्रतिक्रियांच्या, उत्कट भावनांच्या आणि अविरत विचारांच्या कलकलाटात हरवून गेलेले असतात.

मग, मी तुम्हाला या नकारात्मक विचारांच्या उकिरड्यातच लोळायला सांगत्येय, असं वाटतंय का? अजिबात नाही. आपण जेव्हा विचारीपणाची कास धरतो, तेव्हा या नकारात्मक विचारांचे आपल्या मनातील अस्तित्व आपल्या लक्षात येते आणि आपण त्यांना बळी पडू नये, त्यांच्या आधीन होऊ नये म्हणून प्रयत्न करायला लागतो. विचारपूर्वक बारकाईने पाहिल्यावर हे विचार आणि आपण वेगवेगळे

आहोत, याची जाण आपल्याला येऊ लागते. आपल्या मनाच्या कोपऱ्यात कुठेतरी या विचारांना आपण थारा देतो आणि रोजच्या आयुष्यात गढून जातो. आपण स्वत:लाच बजावतो, 'मला माहित्येय, हे नकारात्मक विचार इथेच कुठेतरी आहेत, पण मला माझं आयुष्य आहे आणि ते मला छान जगायचंय.' माझी खात्री आहे, आता हे वाचत असतानाही तुमच्या मनात आवाज उमटत असेल, 'हे काय बोलत्येय ही, खरोखरच हे असं होतं?' किंवा असंही म्हणाल, 'बऱ्याच वेळा माझं मलाच कळत नाही, मला काय वाटतंय आणि मी कसला विचार करत्येय!'

एके काळी माझेही असेच झाले होते. मी माझ्या 'प्रतिक्रिया रेडियो 'च्या अविरत चर्पटपंजरीत इतकी बुडून गेले होते की माझ्या विचारांपासून किंचितही फारकत घेणे मला अशक्य वाटायला लागले होते. इतक्या वर्षांपासून विचारपूर्वक केलेल्या ध्यान, चिंतन आणि मननानंतर अजूनही मला कळायच्या आतच मी कधी कधी माझ्या अस्थिर मेंदूच्या विषारी जाळ्यात गुदमरायला लागते. अशा तऱ्हेने परत शून्यावर येऊन थबकण्याची, बहुधा, आपणा सगळ्यांचीच जन्मसिद्ध प्रवृत्ती असते.

आता याचा अर्थ असा नाही, की बारा महिने चोवीस तास सर्वांनी अतिशय विचारपूर्वक वागायला हवे. माझी खात्री आहे, की अतिशय विरक्त साधूसंत आणि साध्वीही कधीतरी विचारपूर्वक वागण्यापासून नक्कीच ढळत असतील. पण विचारपूर्वक वागणे, ही आपण आपल्या दैनंदिन जीवनाची रीत म्हणून पाळण्याची गरज आहे. दिवसभरात काही क्षण आपण आपल्यासाठी राखून ठेवायला हवेत, जेव्हा आपण शारीरिक पातळीवर स्वत:चा विचार करू. असे क्षण केव्हाही आपल्याला मिळू शकतात. सकाळी सकाळी हातात चहाचा कप असेल तेव्हा, दात घासत असताना, अंघोळ करताना, मुलांबरोबर खेळताना, आपल्या प्रियजनांसाठी स्वयंपाक करताना अशा मनाच्या विसाव्याच्या जागा आपल्याला मिळू शकतात.

अशा विसाव्याच्या जागी थांबत दिवस व्यतीत होतात, तेव्हा आपल्या प्रतिक्रियाशील मेंदूलाही आपण विचार करून वागायला शिकवू लागतो. विचारपूर्वक वागण्याच्या या रीतीने माझा 'प्रतिक्रिया रेडियो' अधिकाधिक सुरेल स्वरांमध्ये वाजविण्यात मला मदत होते. कोणते प्रसंग आणि व्यक्ती माझ्या *'शेन्या'ची* छेड काढू शकतात आणि माझ्या 'प्रतिक्रिया रेडियो'चा दणदणाट सुरू होतो, हे आता मला समजायला लागले आहे. कधी कधी हे संगीत हलके पार्श्वसंगीत म्हणून प्रक्षेपित होते, तर कधी कर्कश डरकाळ्या फोडते. कधी कधी याची तीव्रता हळूहळू वाढत जाते, तर कधी मला जराही पूर्वकल्पना नसताना माझ्यावर अक्षरश: झडप घालते.

याहीपेक्षा महत्त्वाचे म्हणजे हा विचारीपणा माझा सर्वोत्तम गुरू झाला आहे. या गुरूकडून मला जे काही मिळाले आहे, ते सगळेच मला लाभदायक ठरले आहे. एक माणूस म्हणून माझ्यातही काही दोष आहेत. त्या माझ्या स्वत:च्या दोषांचा मी

आता जास्त संवेदनशील मनाने स्वीकार करू शकते.

संवेदनापूर्ण स्वीकार

'मानव हा एखाद्या अतिथिगृहासारखा असतो. त्याच्यासाठी प्रत्येक दिवस हा नवीन अभ्यागतासारखा असतो. आनंद, नैराश्य, नीचपणा, काही क्षणिक जाणिवा या अवचित पाहुण्यासारख्या इथे दारात येऊन उभ्या राहतात' - रुमी, सूफी संत आणि कवी.

प्रगाढ पंडित रुमी यांच्या एका कवितेचा हा गद्य अर्थ आहे. यात मला अभिप्रेत असलेला **संवेदनापूर्ण स्वीकाराचा** अर्थ साकारलेला दिसतो. माणूस हा खरोखरच एखाद्या अतिथिगृहासारखा असतो. या अतिथिगृहात काळोखे कोपरे, भीतिदायक व्हरांडे, मृतवत दालने असू शकतात, तसेच हे अतिथिगृह उजाड प्रदेशात असू शकते. वादळाने घेरले जाऊ शकते, उसळत्या पाण्याच्या माऱ्यात सापडू शकते. डिप्रेशनमुळे ही आव्हाने अधिक गुंतागुंतीची होऊ लागतात. डिप्रेशनच्या बरोबरीने नालायकपणा, हतबलता, निराशा, बोच आणि शरमेचाही प्रवेश होतो. किंवा 'मी तसा काही फारशा गुणवत्तेचा नाही' किंवा 'काहीतरी विस्कटून गेलंय माझं' अशा कमीपणाच्या भावनांचा आयुष्यात शिरकाव होतो.

पीडा ही मानवाची स्थिती आहे आणि या पिडेचा त्याग करण्यापेक्षा, तिचा स्वीकार करणे म्हणजेच तिच्यापासून मुक्ती मिळविणे आहे.

डिप्रेशनचा किंवा मनावर ताण आणणाऱ्या कोणत्याही भावनांचा स्वीकार करणे म्हणजे विशेषत: अलीकडच्या सकारात्मक दृष्टीकोनाला प्राधान्य देणाऱ्या विचारसरणीच्या जमान्यात, सकृद्दर्शनी अंत:प्रेरणा दडपून टाकल्यासारखे वाटण्याची शक्यता आहे. आपल्या नकारात्मक भावना आणि उर्मींशी दोन हात करणे अपेक्षित नाहिये? त्या भावनांना विरोध करायचा नाही? त्यांच्याशी लढायचे नाही? आपल्या आयुष्यातून त्यांचे समूळ उच्चाटन करायचे नाही? पण या प्रकारचा दृष्टीकोन ठेवला तर आपल्या समस्येवर तोडगा मिळत नाही, हीच खरी समस्या आहे.

समजा, मी तुम्हाला म्हणाले की दोन मिनिटे - फक्त दोन मिनिटे - कोणत्याही नकारात्मक गोष्टीचा; विशेषत: तुमच्या मनाच्या तळाशी असलेल्या, तुम्हाला सतत बोचत राहणाऱ्या अप्रिय गोष्टीचा विचार करू नका. त्या गोष्टीचा संबंध तुमच्या कामाशी असेल, तुमच्या नातेसंबंधाशी असेल, पैशांशी असेल किंवा आरोग्याशी असेल. त्याचा विचार फक्त दोन मिनिटांसाठी बाजूला सारा आणि त्याऐवजी

काहीतरी सकारात्मक विचार करा.

आणि आता तुम्ही तुमचे वाचन पुढे सुरू करा.

आता तुम्हाला पटेल की आता खरोखरच तुमचे मन रिक्त नाही. जे विचार मी तुम्हाला बाजूला ठेवायला सांगितले होते, तेच विचार आता तिथे धुमाकूळ घालताहेत. तुम्ही ते विचार बाजूला सारायचा प्रयत्न करताहात, पण ते तुम्हाला शक्य होत नाहिये. बघितलंत? 'नकारात्मक विचार करू नका', फक्त 'सकारात्मक विचार करा' अशा विचारसरणीचा काय परिणाम होतो?

ही जराशी लुटुपुटुची उपाय योजना होती, असे म्हणता येईल.

आपल्या प्रतिक्रियाशील मेंदूची रचना विचारमंथन करणे, मग शोकाकुल होणे आणि कण्हत राहणे यांसाठी केली गेली आहे. तो फसवा आहे, थापाड्या आहे, अतिशयोक्ती करणारा आहे, संकटे ओढवून घेणारा आहे आणि घाबरवूनही टाकणारा आहे.

आपल्या प्रतिक्रियाशील मेंदूने विचारात प्रचंड गोंधळ घालून निर्माण केलेल्या तीव्र भावना आणि नकारात्मकता हा माणसाच्या अनुभवाचा एक भाग आहे, असा अतिशय खोलात जाऊन विचार करणे, अशी संवेदनशील स्वीकाराची व्याख्या करता येईल. आपल्या मानवजातीची ही विशेष खासियत आहे.

आपला प्रतिक्रियाशील मेंदू एखाद्या नकारात्मकतेशी लढतो, तेव्हा मला त्यात एक विशिष्ट आकृतिबंध दिसून येतो. मी याला 'रॅन्ट पद्धत' असे म्हणते - RANT - रेझिस्ट-प्रतिकार करा, अव्हॉइड-टाळा, नम्ब-बधिर करा किंवा ट्रीट इट ॲज ट्रूथ-खरे धरून चाला.

आता या रॅन्टचा सविस्तर विचार करू आणि आपला प्रतिक्रियाशील मेंदू हे कसे करतो, ते पाहू.

R - रेझिस्ट-प्रतिकार करा - समस्या सोडविणे, अतिप्रमाणात विचक्षणा करणे, जास्त खोलात जाऊन विचार करणे. 'ती असं म्हणाली?', 'आता मी काय करू?', 'लोक काय म्हणतील?' कधी कधी आपण यावर तोडगा काढण्यासाठी रागावतो, मुद्दाम कुरापत काढतो. 'हिंमतच कशी झाली तिची?', 'आता मी ऐकून घेणार नाही.' आणि आपण नकारात्मकतेच्या जाळ्यात गुंतत जातो. आपण या समस्येवर तोडगा काढतो आहोत असे आपल्याला वाटत असते, पण प्रत्यक्षात आपण आपल्या भोवतीचे जाळे घट्ट आवळून घेत असतो आणि त्यात अधिकच गुरफटत असतो.

A - अव्हॉइड-परिस्थितीकडे काणाडोळा करून तोडगा काढण्याचा प्रयत्न - शाळेत जाण्याचे टाळणे, समाजात न मिसळणे, झोपायच्या खोलीतून बाहेरच न पडणे, नोकरी मिळविण्याचा प्रयत्नही न करणे. उलटपक्षी काही जण इंग्रजी अक्षर **'पी'च्या** पंचकोनात अडकतात : **प्लिझिंग-दुसऱ्याला** खूश करत राहणे, **प्रुव्हिंग-** सिद्ध करत राहणे, **परफॉर्मिंग-उत्तम** कामगिरी करून दाखविणे, **परफेक्टिंग-कोणतही** न्यून येऊ न देणे, **प्रिटेंडिंग-आव** आणत राहणे. अशा वेळी समाजाला अपेक्षित असलेले व्यक्तिमत्त्व समाजाच्या समोर ठेवण्यासाठी समाज आपल्याला भाग पाडतो. समस्यांकडे दुर्लक्ष करून सर्वकाही आलबेल असल्याचे खोटे समाधान आपल्याला मिळू शकते, पण प्रत्यक्षात त्या समस्येची व्याप्ती वाढतच जाते.

N - नम्ब स्वत:ला बधिर करणे-दारू पिऊन, मादक पदार्थांची नशा करून, अबरचबर खाऊन, सतत इंटरनेटवर काहीतरी पाहत राहून, व्हिडियो गेम्स खेळत राहून, अवाच्या सवा काम करून, नको ते धोके पत्करून, स्वत:ला हानिकारक असे वागून आपण स्वत:ला बधिर करून टाकतो. पण अशा तऱ्हेने एक प्रकारे स्वत:ला भूल देण्याने कोणत्याच समस्येचे निराकरण होत नाही. आपण आपले मन बधिर करून टाकतो, तेव्हा आपले आयुष्यही गरगरायला लागते. माणसाचे जीवन, आनंदाचा मागमूस न राहिलेल्या एखाद्या झपाटलेल्या माणसाच्या आयुष्यासारखे होते. लक्षात असू द्या, की 'हॅरी पॉटर' आणि 'गॉब्लेट ऑफ फायर'मधील जाणत्या डंबलडोरने म्हटले आहे, 'काही काळासाठी दु:खाला बधिर करून टाकल्यास पुन्हा जेव्हा ते जाणवायला लागते, तेव्हा ते असह्य होते.'

T - ट्रुथ-सत्य. आपल्या प्रतिक्रियाशील मेंदूने लक्षात आणून दिलेली प्रत्येक बाब खरीखुरी मानून त्यावर विश्वास ठेवणे, सत्य म्हणून त्याचा स्वीकार करणे (इंटर्नलाइज-आय), ते सत्य अंगिकारणे (पर्सनलाईज-पी) आणि त्याबद्दल टोकाचे भावनाप्रधान वागणे (इमोशनल-ई)- (मी या लक्षणांना लक्षात राहावे म्हणून RIPE - **राईप(योग्य)** म्हणते.) ऑब्सेसीव्ह कंपलसरी डिसऑर्डर (ओसीडी - यापुढे मी हेच संक्षिप्त रूप वापरणार आहे.) म्हणजे सातत्याने एकच गोष्ट करत राहणे. या प्रकारचा वर्तनदोष असेल, तर त्या माणसाचे मन प्रथम त्याला तो अत्यंत अस्वच्छ आहे, हे त्याला मान्य करायला लावतो. त्याप्रमाणे तो वागायला लागतो आणि दर अर्ध्या तासाने हातावरचे जंतू मारून टाकण्यासाठी हात खसखसून धुवायला लागतो. आधी सांगितल्याप्रमाणे बरेच वयस्क त्यांच्या सवयीचे समर्थनच करतात, 'माझं डोकं चालतंय अजून. ते म्हणतंय तर हे खरंच आहे.' आपला लबाड मेंदू

चांगलाच कावेबाज असतो आणि मला खात्री आहे, तुम्हालाही ते आत्तापर्यंत पटले असावे.

शबानाने आणि मी या रॅन्ट पद्धतीबद्दल आमच्या एका भेटीत चर्चा केली होती. पुढच्या भेटीच्या वेळी ती आली, तेव्हा तिने अनुभवलेला एक 'वा! वा! क्षण' सांगायला ती उत्सुक होती. ती राहत होती, त्या भागातील वीजपुरवठा गेल्या आठवड्यात खंडित झाला होता. सारा दिवस विजेचा पत्ताच नव्हता. संपूर्ण दिवस वीजपुरवठा सुरू होण्यासाठी ती हिरिरीने प्रयत्न करत होती. ती इंटरनेटवर ऑनलाईन प्रयत्न करत होती. शेजाऱ्यांना फोन करत होती. घरात वैतागाने जिन्यांवरून सतत चढउतार करत होती. या असल्या परिसरात घर घेतल्याबद्दल आईवर चिडत होती. अजून काय काय भानगडी होऊ शकतात, याबद्दल तर्कवितर्क लढवत होती. दिवसाअखेरीला ती इतकी वैतागली, इतकी दयनीय झाली की तिला पुन्हा डिप्रेशनने पछाडले जाण्याची लक्षणे दिसू लागली. खोल श्वास घेऊन ती स्वत:ला शांत करण्याचा प्रयत्न करत असताना तिची नजर तिच्या आईकडे अचानक वळली. खोलीच्या एका कोपऱ्यात बसून तिची आई शांतपणे एक पुस्तक वाचण्यात गढली होती. अचानक तिच्या लक्षात आले, की दिवसभर ती त्या विजेच्या मागे लागून परिस्थितीवर मात करण्याचा प्रयत्न करत होती वीज नसल्याच्या अडचणीला नाकारत होती, त्याच त्याच चक्रात फिरत होती; तेव्हा तिच्या आईवर मात्र काहीच परिणाम झाला नव्हता. तिचा सगळा दिवस शांततेतच गेला होता. शबाना म्हणाली होती, 'आम्ही दोघी एकाच परिस्थितीतून जात होतो. पण आईची त्याबद्दल काहीच तक्रार नव्हती. मी मात्र उगीचच दंड थोपटत होते. माझ्यावर कोणतेच दडपण नव्हते, पण मी ते नसलेले दडपणच झटकून टाकायला बघत होते. या सगळ्या प्रकारात माझा अख्खा दिवस वाया गेला होता.' मग तिच्या लक्षात आले, की हे असे सगळे ती तिच्या स्वत:च्या आयुष्याच्या बाबतीतही करत होती - आणि हे ज्या क्षणी तिच्या लक्षात आले, तो तिचा 'वा! वा! क्षण' होता. घराच्या कोंडवाड्यात स्वत:ला डांबून घेऊन ती भयगंडमुक्त राहण्याचा प्रयत्न करत होती. पण विरोधाभास असा होता, की त्याचमुळे तिचा भयगंड वाढीस लागला होता. आपल्याला भीती वाटते, हे सत्य तिने मान्य केले आणि असे भय वाटले तरी बिघडत नाही असा पवित्रा घेतला, तेव्हाच तिचा भयगंड कमी व्हायला सुरुवात झाली.

मला अजूनही तिचे शब्द आठवतात, 'मला जाणवायला लागले की भयगंड असल्याचे मान्य न करण्याची किंमत प्रत्यक्ष भयगंडापेक्षा कितीतरी जास्त आहे.' मला तिच्या भयगंडावर जो उपाय सुचला होता, तो उपायच तिच्या बाबतीत समस्या ठरत होता. त्याचमुळे समस्येला 'रॅन्ट करणे' हा उपाय बरोबर ठरत नाही. आपली

भीती मान्य करून आपल्या भीतीशी जवळीक साधणे ह्याचा मात्र उपयोग होतो.

मला खात्री आहे, आपल्यापैकी प्रत्येक जण कधी ना कधी तरी रहदारी तुंबलेल्या रस्त्यात अडकलेला असणार. अशा वेळी आपण सगळ्यानी 'रॅन्ट' केलेले असणार. आपण तुंबलेल्या रहदारीला विरोध करायचा प्रयत्न केलेला असणार (काळजी केली असणार, आता काय, याचा अतिविचार केलेला असणार, रहदारी का तुंबली असेल याचे प्रचंड विश्लेषण केले असणार), तुंबलेल्या रहदारीतून निसटण्याचा प्रयत्न केला असणार (चुकीच्या लेनमध्ये घुसलो असणार). पण प्रत्यक्षात असे 'रॅन्ट' करण्याऐवजी या तुंबलेल्या रहदारीची अपरिहार्यता मान्य करून तणावाला बळी न पडता, मस्त गाणी ऐकायला हवीत.

इथे 'बळी पडणे' आणि 'मान्य करणे' यांतील फरक समजावून सांगणे गरजेचे आहे, असे मला वाटते. 'या सगळ्यामुळे माझं नुकसान होणार आहे? होऊ दे. आता हे नुकसान सहन करत जगून बघू.' दोन्ही हात बेफिकीरपणे आकाशात उडवून व्यक्त होणे म्हणजे बळी पडणे. पण हृदयावर हात ठेवून 'ठीक आहे. मला माहित्येय, जरा अवघड आहे हे. पण धीर सोडायचा नाही. आपलं सगळं छानच आहे.' असे म्हणणे म्हणजे मान्य करणे.

विचारीपणा यातनांच्या गाठी हलक्या हाताने सोडवतो. यातनांना सहृदयतेने साथ दिली की त्या सहजी विरून जातात आणि त्यांची संगतच सोडली तर त्या यातनांचा विसर पडण्यास मदत होते.

भावनिक यातनांचा स्वीकार करणे खूप अवघड होऊ शकते. ज्या वेळी आजूबाजूचे जग मजेत असते, सगळे जण मस्त हसतखेळत असतात, मजा करत असतात, काम करतात आणि कशाचीच पर्वा न करता जगताना दिसतात, तेव्हा भावनिक यातना अत्यंत गैरवाजवी आणि अनाठायी वाटू शकतात. अशा वेळी 'मीच का?', 'माझं इथे कोणीच नाही', 'कुणी मला समजूनच घेत नाही', 'माझं कधीच भलं होणार नाही' अशा विचारांमुळे तुम्हाला स्वत:ची कीव करावीशी वाटू लागते आणि तुमचा बळी जातो आहे, असे वाटू लागते. या नकारात्मकतेच्या चक्रव्यूहातून बाहेर पडण्याचा फक्त एकच मार्ग असतो, तो म्हणजे 'जे जसे आहे ते तसेच स्वीकारण्याचा.' माझा आवडता कवी आणि गायक लिओनार्ड कोअनने त्याच्या कवितेत हीच भावना इतक्या सुंदर शब्दात मांडली आहे -

अजूनही एखादी घंटा असेल
तुम्ही प्रयत्न करा ती वाजेल।

प्रसाद मागा, नक्की मिळेल
हवा तोच असेल? खात्री नसेल।
एकसंध आभाळालाही चीर पडेल
त्याच फटीतून प्रकाश झिरपेल।

विमुक्तीकरण

एखाद्या माणसाची समस्या म्हणजे तो माणूस नव्हे. ती समस्या हीच समस्या असते.

संवादोपचार करणाऱ्या आम्हा डॉक्टरांच्या गटासाठी हे वाक्य म्हणजे रोगनिवारण करण्याकडे पाहण्याचा केवळ दृष्टीकोन नव्हे, ते आमच्या जीवनाचे सूत्र आहे. आम्ही 'विमुक्तीकरण' ही संज्ञा वापरतो. या संज्ञेनुसार एखादी समस्या व्यक्तीनिष्ठ न समजता त्या व्यक्तीला त्या समस्येपासून दूर ठेवून ती समस्या तपासली जाते. हा सगळा प्रकारच 'समस्या ह्या माणसाच्या व्यक्तिमत्त्वाचाच एक महत्त्वाचा पैलू असतात' या आपल्या परंपरागत कल्पनेला सुरुंग लावणारा आहे: 'ती नेहमीच काळजीत असते', 'तो चिडकाच आहे', 'ती सारखी तणावातच असते' अशा तऱ्हेची वाक्ये आपण वापरत असतो.

त्याऐवजी आता आपण थोडेसे शब्द बदलून म्हणणार आहोत, 'तिला कसली तरी काळजी वाटते आहे' किंवा 'त्याच्या वागण्यात चिडकेपणा असतो', 'तिच्यावर कोणता तरी दबाव असल्यासारखे वाटते'. भाषेच्या वापरातील बारीकसा पण ठोस बदल आणि मांडणी यामुळे लक्षात येते, की लोकांना त्यांच्या समस्येवरून ओळखले जाऊ लागते, तेव्हा त्यांच्या व्यक्तिमत्त्वाचा आदर राखला जात नाही.

आपल्या आयुष्यातील वाईट परिस्थितीत आपल्या 'प्रतिक्रिया रेडियोच्या' कार्यक्रमांमध्येही बदल होतो.

'डिप्रेशनचा रेडियो ' - निराशजनक, असहाय आणि फालतूपणाबद्दलचे कार्यक्रम प्रसृत करतो.

'चिंताग्रस्ततेचा रेडियो '-स्वत:विषयी, जगाविषयी आणि भविष्याविषयीच्या प्रलयंकारी संकटाच्या अफवा प्रसारित करतो.

'ओसीडीचा रेडियो '- आपल्यावर खेकसून आपल्याला त्याच त्याच कृती करत राहण्याची बळजबरी करतो.

'भूक मंदावण्याबाबतचा रेडियो' - आपण किती लठ्ठ आणि कुरूप आहोत आणि त्यामुळे आपण गुन्हेगार आहोत अशी लाज वाटायला पाहिजे, असे प्रवचन देतो.

'तणावासंबंधीचा रेडियो' - आपल्याला किती काम आहे, त्यासाठी किती थोडा वेळ मिळाला आहे आणि हे काम कधीच पूर्ण होऊ शकणार नाही, याबद्दल प्रचंड कलकलाट करतो.

हे असले सगळे आपल्या मनात सतत काही ना काही प्रसारण करत राहणारे रेडियो, 'आपल्यातच काही तरी बिघाड झाला आहे' असे आपल्यावर ठसवतात आणि आपणही ते आपल्याबद्दल असणारे सत्य म्हणून त्याचा स्वीकार करतो. मग आपल्या व्यक्तिमत्त्वावर त्या बिघाडांचे शिक्कामोर्तब होते. आपण आपल्याला पुरते 'बिघडलेले' समजत नाही, पण आपल्यात काहीतरी कमी आहे आणि त्यामुळेच आपले आयुष्य आपण हवे तसे आणि कल्पकतेने जगायला लायक नाही, असे मानायला सुरुवात करतो.

आपण या समस्यांना आपल्यापासून विलग केले आणि 'डिप्रेशन रेडियो'लाही बाजूला सारले, तर आपल्याला थोडे अंतर राखून त्यांचे निरीक्षण करणे शक्य होईल. आपण विचारपूर्वक आणि सहानुभूतीने या समस्या आणि डिप्रेशनचे, त्यांना आपल्यापासून वेगळे काढलेले असतानाच अवलोकन करायला हवे.

प्रायोगिक अभ्यास

दृश्य पहिले

मी तुम्हाला तुमच्या आयुष्यातील एखादा प्रसंग किंवा तुमच्या आयुष्याच्या एखाद्या पैलूचा विचार करायला सांगणार आहे. असा प्रसंग किंवा पैलू ज्यामुळे तुम्ही नेहमी हतबल होता. मग ते तुमचे काम असेल, तुमची सांपत्तिक स्थिती असेल, तुमचे कुटुंब असेल किंवा तुमचे एखादे प्रेमप्रकरण किंवा अगदी काहीही असेल. त्याच्याबद्दल तुम्ही सतत विचार करत असाल. ते तुमच्या झोपेत व्यत्यय आणत असेल. पण त्या बाबतीत असे काय आहे, ज्यामुळे तुम्ही हतबल होता? या बाबतीत तुम्ही यापेक्षाही अधिक वाईट वस्तुस्थिती डोळ्यांसमोर आणू शकता? असे झाले तर, त्याचा तुमच्यावर, तुमच्या जीवनावर काय परिणाम होईल? असे झाले, तर लोक तुमच्याबद्दल काय बोलतील? तुम्ही तुमच्या याच विचारांच्या आणि भावनांच्या

संपर्कात रहा आणि तुमच्या आयुष्यावर त्याचा कसा परिणाम होतो, ते पहा. या अधिक वाईट परिस्थितीतील तुमच्या भावनांचा विचार बाजूला सारू नका.

दृश्य दुसरे

खोल श्वास घ्या. तुमच्या शरीरावरील सर्व ताण ओसरू द्या. तुमच्या आयुष्यातील तो प्रसंग किंवा त्या पैलूचा विचार करा. या वेळी त्या प्रसंगाला, पैलूला 'ताणतणाव रेडियो' असे नाव द्या. मनाशी म्हणा, 'रेडियो ताणतणाव लागलाय की.' या रेडियोवरून त्या अधिक वाईट वस्तुस्थितीबद्दल काय गरळ ओकली जात्येय, ते विचारपूर्वक ऐका. हे चालू असताना तुमच्या शरीरात काय बदल घडून येतात, त्याकडे लक्ष पुरवा. या सगळ्या प्रयोगात हे सगळे तुमच्या संबंधातील नाही, असा विचार करीत रहा. कदाचित हे बदल तुमच्या नजरेलाही दिसतील. तो प्रसंग आता कसा दिसेल? कुठे घडेल? कसा वाटेल? त्या प्रसंगातील किरकिरणे, कण्हणे तुम्हाला ऐकू येईल, पण तिथेच बसून तो प्रसंग स्वत:वर बेतल्यासारखा बघायची गरज नाही. तुम्ही तुमचे दैनंदिन व्यवहार चालू ठेवा आणि पार्श्वसंगीतासारखा कुठेतरी दूरवर हा प्रसंग घडतो आहे, अशी कल्पना करा. कदाचित हे सगळे आठवताना तुम्ही सहानुभूतीने हसाल, पण यात कुठे गुंतून पडू नका.

विचार करा, यांपैकी कोणते दृश्य तुम्हाला आवडले? कोणत्या दृश्याने तुम्हाला स्वत:बद्दल जास्त खात्री वाटली आणि तुमच्या ताकदीची जाणीव झाली? दुसऱ्या दृश्याने झाली असेल. बरोबर आहे ना? कारण याच मुद्यावर तुम्ही 'रेडियो ताणतणावाचे' प्रक्षेपण थांबवू शकता आणि ही घटना माझ्या आयुष्यातील नाही, असे विचारपूर्वक स्वत:ला सांगू शकता. या विचारांच्या दलदलीत अधिक खोलात रुतत न जाता, त्यांचे जोखड झुगारून देऊ शकता.

या समस्येच्या बाबतीत तुम्ही विरोधाची भूमिका घेत नाही, हे या विमुक्तीकरणाचे वैशिष्ट्य आहे. या दुसऱ्या दृश्यात या समस्येशी तुम्ही दोन हात करत नाही किंवा या समस्येचा माझ्या आयुष्याशी काहीही संबंध नाही, असेही म्हणत नाही. पण हे असे करणे म्हणजे 'रॅन्ट' करणे. (प्रतिकार, परिस्थितीकडे काणाडोळा करणे, स्वत:ला बधिर करून टाकणे, सत्य म्हणून स्वीकारणे), पण याचा काहीच उपयोग होत नाही हे आता आपल्याला माहित्येय. समजा, मी तुम्हाला तुमच्या आयुष्यातील एका कटू आठवणीचे स्मरण करायला सांगितले आणि नंतर ती विसरून जायला सांगितले, तर तुम्हाला काय वाटते, काय होईल? ती आठवण विसरणे तर सोडाच, पण ती अधिक ठळक होत जाईल.

नकारात्मक विचारांची हीच सर्वांत मोठी शक्ती आहे. ती फार चिवट असते.

तुम्ही जितके या शक्तीच्या विरोधात जाल, ही नकारात्मक शक्ती तुमच्या भोवतीचा विळखा जास्तच घट्ट करीत जाईल. हे माझे विधान प्रचलित समजाच्या अगदी विरुद्ध आहे. पण हे नकारात्मक विचार म्हणजे तुम्ही नसून या नकारात्मक विचारांचे स्वतंत्र अस्तित्व आहे असे विचारपूर्वक ठरविलेत आणि आपल्या उद्योगाला लागलात तर हे विचार हळूहळू विरून जातील.

तुम्ही ज्यावर मेहनत घेता, तेच फोफावते.

मी माझ्या पेशन्ट्सशी बोलते; ते काय म्हणतात, ते लक्षपूर्वक ऐकते आणि त्यातून काही निष्कर्ष काढते. त्यांच्याशी मी त्याबद्दल बोलते. ही सगळी प्रक्रिया त्यांना खरोखरच उपयुक्त वाटते. तुमच्या मनात एखादा नकारात्मक विषय घोळायला लागला आणि तुम्ही त्यात गुंतत गेलात, तर तो सगळाच विषय हाताबाहेर जायला लागतो. एकदा का त्याचा धुमाकूळ शिगेला पोचला की मग त्यातून बाहेर पडणे कर्मकठीण होऊन बसते. मग त्या विषयातून बाहेर पडायचा प्रयत्न तुम्ही कितीही निकराने केलात तरी त्याची तुमच्यावरची पकड ढिली होत नाही. हे आपल्या जाणिवेत रुजलेल्या एका बिजासारखे आहे. विचारी मनाला याचे अस्तित्व जाणवते. पण त्याबद्दल भावनाप्रधान न होता, दुर्लक्ष करून, तो नकारात्मक विचार तुमचाच आहे अशा विचारांचे खतपाणी तुम्ही घालत नाही आणि त्याला मग तिथे रुजू देत नाही. 'त्याला आपण **पक्व** होऊ देत नाही.'

शबानाने तिच्या नकारात्मक विचारांना 'सत्यानाश रेडियो' असे नाव दिलेले मला सांगितले होते. त्या रेडियोचा आवाज तिच्यासाठी नव्हताच, असे ती मानायला लागली आणि त्या रेडियो लहरी हळूहळू क्षीण व्हायला लागल्या. हा अनुभव तिने मला सांगितला. ती म्हणाली, 'मी स्वत:ला सांगते, की तो रेडियो पुन्हा सुरू झालाय. त्याक्षणी त्याचा आवाज पुढच्या रांगेत न राहता सर्वांत मागची सीट गाठतो आणि मला माझ्या जगण्याचा विचार करण्याची संधी मिळते.'

शबानाच्या उपचारांची चार पावले पुढे तर दोन पावले मागे अशी स्थिती होती. पण ज्या प्रकाराने ती रॅन्टला तोंड देत होती, तिच्या त्या 'रेडियो सत्यानाशाचा' आवाज दाबून टाकत होती आणि तिच्या चैतन्यमय आयुष्याकडे परतून येत होती - तो प्रयत्न दाद देण्याजोगा होता.

माझा तिच्याशी शेवटचा संपर्क झाला, त्या वेळी तिची आई, तिची भावंडे, दोन मावश्या या तिच्या 'भटके शिलेदार' म्हणवून घेणाऱ्या कंपूबरोबर ती दक्षिण आफ्रिकेच्या सहलीची तयारी करत होती. मी तिचा ई-मेल वाचला, तेव्हा मला तिच्या पहिल्या भेटीची आठवण झाली. त्या वेळी एखाद्या पाखरासारखी खुर्चीवर बसलेली शबाना आता तिच्या पिंजऱ्यातून भरारी घेण्यासाठी सज्ज झालेली होती.

या उपचार पद्धतीची गंमत अशी आहे, की ही प्रक्रिया एकमार्गी नाही. उपचार देणारा आणि उपचार घेणारा दोघेही यात गुंतलेले असतात. मी असे मानते, की कोणताही उपचारकर्ता हा आपल्या आयुष्यात आलेल्या अनुभवांमधून शहाणपण शिकून, 'जीवन कसे जगावे?' हे सांगण्यासाठी तज्ज्ञ झालेला नसतो. उपचारांच्या दरम्यान माझ्या पेशन्ट्सना आलेले अनुभव ऐकून मी स्वत: खूप काही शिकत आले आहे.

माझ्या स्वत:च्या 'सत्यानाश रेडियोच्या' तुरुंगात मी अडकले होते. शबानाने मला माझ्या 'सत्यानाश रेडियो'ची जाणीव करून दिली. मला जेव्हा जेव्हा कार्यशाळेत जाऊन शिकवायचे असे, एखाद्या सार्वजनिक सभेत भाषण करायचे असे, इतकेच काय, पण एखाद्या पार्टीला जायचे असेल; तर माझी पहिली प्रतिक्रिया असे,'नको'. शबानाबरोबर झालेल्या गाठीभेटींमधून माझे मलाच कळले की 'मी अंतर्मुख आहे' या समजाचा उपयोग मी स्वत:ला जगापासून दूर ठेवण्यासाठी किती तरी वेळा करत असते. मी अजूनही स्वत:ला 'भटकी शिलेदार' म्हणवून घेण्याइतकी 'तयार' झालेली नाही, पण मी आता बरेचदा जगाच्या 'हाकेला' ओ देऊ शकते.

जादूची कांडी!

विचारीपणा, सहानुभूतिपूर्वक स्वीकार आणि विमुक्तीकरण यांचा विचार केल्यानंतर आपला या विषयाचा पाया आता पक्का झाला आहे. आता विचार करायचा आहे, चमत्काराचा. मला चमकदार हा शब्द अतिशय आवडतो. शब्दकोशात याचा अर्थ 'अशी स्थिती ज्या वेळी चमक प्राप्त झालेली असते.' चमकदार म्हणजे प्रज्ज्वलित, चमकदार म्हणजे दीप्तीमय, चमकदार म्हणजे प्रकाशमान, चमकदार म्हणजे चकाकणारा, चमकदार म्हणजे झळाळलेला, चमकदार म्हणजे तेजस्वी. चमकदार हा शब्दच किती सुंदर आहे. याचे आगमन झाले की आपले आयुष्य उजळून निघते. आपल्या आयुष्यातील अंधाराचे अस्तित्वच संपायला लागते आणि तो आपल्या आयुष्यातून पळ काढतो.

'हॅरी पॉटर'मध्ये एक जादूची कांडी आहे. तिचे नाव आहे 'लुमॉस.' ही जादूची कांडी फिरवली की तिचे मशालीत रूपांतर होते. मी ही जादूची कांडी एक संक्षेप म्हणून वापरायचे ठरवले आहे. असा संक्षेप जो ज्याची त्याची स्वत:ची जादूची कांडी असेल, जी आपल्या आयुष्यातील अंधकार दूर करेल.

भाषा (लँग्वेज-एल्)

शबानाला तिच्या 'सत्यानाश रेडियो'चा घणाघाती आवाज कमी करण्यासाठी त्या रेडियोची भाषा जाणून घेणे आणि तो ती भाषा कशी वापरतो हे शिकणे

आवश्यक होते. गेली कित्येक वर्षे तिला वाटणाऱ्या भीतीमुळे बाहेरच्या जगात तिला धोका आहे, असे तिच्या मनावर ठसले होते. ही भीती 'मी', 'माझे', 'मला' असे शब्द वापरून पिंगा घालत असे, त्यामुळे शबानाला ते खरे वाटायला लागले होते. त्यामुळे प्रत्यक्षात ती भीती ती स्वत:च असल्यासारखी तिच्यात मुरली होती आणि त्याबद्दल ती हळवीही झाली होती. ('RIPE' आठवतंय का?) तिने स्वत:ला जगाकडे पाठ फिरवून ही समस्या टाळली होती - 'मी घरातच बरी आहे.', 'ह्या जगाबरोबर जमवून घेणे मला शक्य नाही.'

आम्ही उपचाराच्या एक एक पायऱ्या पार करत होतो, तशी ती हळूहळू सैलावत गेली आणि भयाविरुद्ध 'रॅन्ट'(प्रतिकार, परिस्थितीकडे काणाडोळा करणे, स्वत:ला बधिर करून टाकणे, सत्य म्हणून स्वीकारणे) करण्याऐवजी आपल्याला भयगंड आहे, हे कबूल करू लागली. आपल्या भयगंडाला 'सत्यानाश रेडियो' असे म्हणून आपल्यापासून विमुक्त करून आपल्या *'शेन्पा'चा* अंदाज घेऊ लागली. पण तिने जेव्हा मनातल्या मनात स्वत:शी बोलतानाही अभिव्यक्तीची भाषा बदलली, तेव्हा तिच्यात खरा बदल घडून आला.

आपण या जगाकडे कशा दृष्टीने पाहतो या संबंधात, आपण वापरतो ती भाषा त्या विचारांचा गाभा असते, भाषा जी आपण आपल्याबद्दल आणि इतरांबद्दल बोलताना वापरतो. त्या गाभ्याचा विचार केल्यावर काही गृहीत तत्त्वांविषयी शंका निर्माण होतात. आपण किंवा इतरेजन ह्याच समस्या आहेत, ही मनावर कोरली गेलेली भावना आणि आपण मनोमन काही नकारात्मक शिक्के आपल्यावर मारून घेतलेले असतात. ते पुसून टाकण्यासाठी योग्य तऱ्हेने वापरलेली भाषा आपल्या मदतीला धावून येते.

ती समस्या हीच समस्या असते. माणूस म्हणजे समस्या नसतो.

मी एखादा रागावलेला माणूस पाहिला की माझे त्याच्या व्यक्तिमत्त्वाबद्दलचे आडाखे तयारच असतात. पण स्वत:च्या संतापण्याशी झगडत असलेला माणूस अशा दृष्टीने मी त्याच्याबद्दल विचार केला, तर त्याच्याकडे वेगळ्या प्रकारे पाहण्याची दृष्टी मला प्राप्त होते.

भाषा वापरण्याची पद्धत बदलली की फरक पडतो, याची आणखी काही उदाहरणे:

आपण लोकांचे वर्णन करताना 'मुद्दाम उलट्या काढणारा', 'आळशी', 'आक्रमक', 'लिहायला वाचायला न जमणारा' असे वर्णन न करता 'उलट्या होणं सहन करणारा माणूस', 'आळसाने पिडलेला माणूस', 'आपल्या आक्रमक स्वभावाला वेसण घालू

पाहणारा माणूस', 'लिहिणे वाचणे कठीण जाणारा माणूस' असे म्हटले गेले पाहिजे. भावना (राग, काळजी, दु:ख, भीती, अपराधाची बोच, लाज, तणाव) किंवा विचार (न सुटलेल्या समस्या, 'प्रतिक्रिया रेडियो') किंवा हानिकारक सवयी (भोसकणे, मारहाण करणे, शिव्या देणे, मोडतोड करणे, दांभिकपणा करणे, फुगून बसणे, उपाशी राहणे, टोकाचे आदर्श जपणे) किंवा तुमच्यावर अवाजवी बंधने घालणाऱ्या समजुती (कुचकामी, अपुरे, सदोष, वाळीत टाकलेले); इतकेच काय, पण वैद्यकीय रोगनिदानही (डिप्रेशन, भयगंड, भावनांचे गैरवाजवी चढउतार, ओसीडी, एडीएच्डी, स्वमग्नता, लेखन वाचन अक्षमता) या सगळ्यांकडे त्रयस्थ दृष्टीने बघता यायला हवे. त्यामुळे ज्या समस्या खरोखरच सत्य म्हणून माणसाच्या व्यक्तिमत्त्वाचा भाग मानल्या जाऊ शकतात, त्या वेगळ्या काढता येतील.

ज्यांच्या बाबतीत मानसिक आरोग्याच्या समस्या उद्‌भवतात, अशा लोकांची काही लक्षणे समाजाने प्रमाणित केलेली आहेत. हे लोक नेभळट, क्षतिग्रस्त, सदोष, रोगिष्ट मानले जातात. त्यांच्यावर चित्रविचित्र नावांचे मानसशास्त्रीय विकारांचे शिक्के मारले जातात. कधी कधी हे शिक्के जन्मभर पुसले जात नाहीत.

विमुक्तीकरणाने 'सत्य' समजली गेलेली समस्या, एखादाच प्रसंग ज्याच्यामुळे मानसिक आजाराचा शिक्का बसू शकतो, अशा गोष्टी समजून घेता येतात आणि त्यातून आपल्या आयुष्यात उद्‌भवणाऱ्या त्रासापासून आपल्याला मुक्ती मिळवता येते. त्यामुळे शरम वाटणे, अपराधी वाटणे, अपयशाचा शिक्का बसणे हे दूर सारले जाते आणि अशा तऱ्हेने ग्रासलेल्या लोकांना आपल्या आयुष्यात पुन्हा चैतन्य आणण्यासाठी नवीन मार्ग मोकळे होतात. नैराश्य नाहिसे होऊन नवीन संपन्न अनुभवांचा बहर फुलतो. समस्यापीडितांनी आपापल्या समस्यांच्या कोशात बंदिस्त राहण्यापेक्षा समस्यांचे निराकरण करण्यासाठी एकत्र यायला हवे. त्यासाठी विमुक्तीकरणाची मदत होते.

एखाद्या मुलीला जेवल्यावर उलट्या करण्याची सवय (ॲनोरेग्झिया) लागलेली असते. या सवयीला त्या मुलीची समस्या आहे असे म्हणून त्या समस्येवर उपाय शोधण्याची धडपड केली, तर त्या कुटुंबात सामंजस्य उरत नाही. सर्वसाधारणपणे अशा वेळी मुलीचे पालक एकमेकांवर'दोषारोप करतात. त्यांना मुलीची लाज वाटते. तिची ही सवय लपविण्याचे प्रयत्न केले जातात. वैफल्यामुळे त्या मुलीचा राग राग केला जातो. अशा परिस्थितीत त्या मुलीला स्वत:ची घृणा वाटू लागते आणि आपल्या आईवडिलांवरच्या तिच्या विश्वासाला तडा जातो. पण ज्या क्षणी आपली मुलगी आणि तिची समस्या या दोन वेगळ्या गोष्टी आहेत याची आईवडिलांना जाण येते, ते एकदिलाने ॲनोरेग्झियाला आपल्या आयुष्यातून बाद करण्याच्या कामाला लागतात. हा बदल शक्य होण्यासाठी आपण आपली व्यक्त होण्याची भाषा

बदलायला हवी.

'प्रतिक्रिया रेडियोचा' प्लग काढून टाकणे

आपण एकसारख्या प्रसंगात वेगवेगळ्या दिवशी किती वेगवेगळ्या पद्धतींनी वागतो, हे तुमच्या कधी लक्षात आले आहे? आपल्या घरातील एखाद्या माणसाची आपल्याला खटकणारी सवय एखाद्या दिवशी आपल्याला एवढी बोचते की आपण त्या सवयीवरून घरात भांड भांड भांडतो. पण कधीतरी आपण त्याबद्दल विनोदही करतो आणि हसून काणाडोळा करतो. आपण या अशा दोन प्रसंगांमध्ये वेगवेगळ्या प्रतिक्रिया का देतो?

सामान्यपणे आपण याचे कारण 'आपली त्या त्या दिवशीची मन:स्थिती' असे देतो!

जेव्हा आपली मन:स्थिती चांगली असते, त्या वेळी आपले *'शेन्पा'* पटकन दाबले जात नाही आणि आपला 'प्रतिक्रिया रेडियो' सुरू होत नाही. पण मन:स्थितीच चांगली नसेल, तर कोणत्याही क्षुल्लक कारणाने किंबहुना कोणत्याही बारीकसारीक कारणाने आपले *'शेन्पा'* दाबले जाते आणि आपला 'प्रतिक्रिया रेडियो' वेड्यासारखा बरळायला लागतो. ज्याप्रमाणे हवामानावर आपली हुकमत चालत नाही, तसेच या मन:स्थितीचे असते. त्यामुळे मन:स्थितीवर आपला ताबा नसतो, असेच म्हणण्याची आपली प्रवृत्ती असते.

जर आपल्याला आपल्या मन:स्थितीवर ताबा मिळवता आला किंवा 'प्रतिक्रिया रेडियो'चा प्लगच काढून टाकता आला तर? प्रत्येक वेळी आपली मन:स्थिती काबूत ठेवणे अशक्यप्राय गोष्ट आहे. तुमच्या बाबतीत जर हे शक्य होत असेल, तर एक तर तुम्ही रोबो असाल किंवा प्रत्यक्ष भगवान बुद्धाचा अवतार असाल. तशा परिस्थितीत तुम्हाला या पुस्तकाची गरज नाही. रोबो आणि भगवान बुद्ध नसलेले आपण सगळे, कधी तरी, अधूनमधून तरी आपल्या 'प्रतिक्रिया रेडियो'वर ताबा मिळवायला शिकू शकतो.

आपली 'चांगली मन:स्थिती' आणि 'वाईट मन:स्थिती' याऐवजी 'विचारमग्न मन', 'प्रतिक्रियेस उत्सुक मन' असे शब्द वापरणे मला आवडेल. प्रतिक्रियेस उत्सुक असलेले मन आपल्या प्रतिक्रियाशील मेंदूमुळे किंवा 'प्रतिक्रिया रेडियो'मुळे उत्तेजित होते. तर आपल्या विचारी मेंदूमुळे विचारमग्न मनास चालना मिळते. आता मी प्रतिक्रियाशील मेंदू, रेडियो प्रतिक्रिया आणि प्रतिक्रियेस उत्सुक मन हे शब्दसमूह आलटूनपालटून वापरणार आहे.

प्रतिक्रियाशील मेंदू = प्रतिक्रिया रेडियो = प्रतिक्रियेस उत्सुक मन

आपले प्रतिक्रियेस उत्सुक मन अत्यंत संकुचित अवस्थेत असते. मी नालायक आहे, मी रागावलो आहे, मी नेहमी दुसऱ्यांना दोष देतो, मी दांभिक आहे, मी त्रासदायक आहे, मी तक्रारी करतो, मी तुलना करत राहतो, मी सतत कुणाशी ना कुणाशी चढाओढ करत असतो, मी कडवटपणे वागतो, मी चिडचिड करतो, मी मत्सर करतो, मी सतत कानगोष्टी करत असतो, मी सारखा टीका करतो, मी सतत दुसऱ्यांचा अंदाज घेत असतो, मी वाईट आहे, मी लोकांना भीतीदायक वाटतो, मी निराशावादी आहे, मी थकलो आहे, मी पछाडलेला आहे, मी दुःखी आहे, मी एकाकी आहे, मी अती विचार करतो, मी प्रत्येक गोष्टीला विरोध करतो, मी आळसावलेला आहे, माझ्यात काहीतरी कमतरता आहे, माझी झोप हरवली आहे, माझा बळी दिला जात आहे आणि मला डिप्रेशन आले आहे अशा नकारात्मक भावनांमध्ये आपले प्रतिक्रियेस उत्सुक मन आपल्याला घोळवत ठेवते.

पण दुसऱ्या बाजूला आपले विचारी मन मोठे असते. ते उज्ज्वल, आनंदी, शांत, सहानुभूतियुक्त, प्रेमळ, दिलखुलास, मायाळू, उदार, दिलदार, विश्वासपात्र, आशावादी, उत्साहाने सळसळणारे, स्वच्छ विचारांचे, प्रेरित, शुद्ध, इतरांचेही यश गौरविणारे, माफ करून टाकणारे, दुसऱ्यावर टिपण्णी न करणारे, प्रसन्न, तृप्त, जे जसे असेल तसे मान्य करणारे, स्वत:बद्दल आणि इतरांबद्दलही आदर बाळगणारे असते. प्रेम, स्वीकार आणि शहाणपणातून हे विचारी मन आकाराला येते.

आपले प्रतिक्रियेस उत्सुक मन कायम आपल्याला रिते करून सोडते; तर उत्साही मन या उलट आपल्याला बळ देते, आपल्याला मुक्त करते. अर्थातच आपल्याला दोन मने नसतात. त्यामुळे आता हे मन मग ते मन अशी अदलाबदली आपल्याला शक्य नसते. आपले मन एखाद्या पट्टीसारखे असते. त्याच्या एका टोकाला आपले प्रतिक्रियेसाठी उत्सुक मन (किंवा संकुचित मन म्हणा) असते आणि दुसऱ्या बाजूला विचारी मन (विशाल मन म्हणा) असते. सोप्या शब्दात सांगायचे झाले, तर आपले *'शेन्पा'* दाबले जाते तेव्हा 'प्रतिक्रिया रेडियो' सुरू होतो आणि त्यामुळे प्रतिक्रियेस उत्सुक मनाला चालना मिळते.

आता विचार करा, की आपण आपल्या *'शेन्पा'बद्दल* जागरूक राहिलो आणि 'प्रतिक्रिया रेडियोचा' प्लगच काढून टाकायला शिकलो तर काय होईल? मला माहित्येय, आता तुम्ही म्हणत असाल, 'बोलणं सोपं आहे पण प्रत्यक्षात करणं? - ते अजिबात सोपं नाही.' सरतेशेवटी मी आता मार्ग बदलण्याच्या अत्यंत सोप्या पद्धतीकडे वळणार आहे, ज्यायोगे तुम्हाला आधीच्या मार्गाकडे पूर्णपणे पाठ फिरवणे शक्य होणार आहे. इंग्रजी वर्णमालेतील **ABC** इतके ते सोपे आहे.

A - ॲलर्ट टू द रेडियो रिॲक्टिव्हीटी : अर्थात 'रेडियो प्रतिक्रिया'संबंधी सावधानतेचा इशारा: आपले मन हे 'प्रतिक्रियेस उत्सुक मन' या प्रकारात मोडते आहे, हे कबूल करण्यास अत्यंत धैर्य आणि प्रामाणिकपणा लागतो. तुम्ही सातत्याने विचारपूर्वक वागणाऱ्या माणसांच्या वर्गातील असाल, तर यासाठी तुम्हाला कोणतेही प्रयास पडणार नाहीत. पण जर तसे नसेल तर हे कौशल्य तुम्हाला प्रयत्नाने अंगी बाणवता येईल. आता काळजी, काळीज कुरतडणारी कीव, धुमसता राग, आत्मनिर्भर्त्सना,आत्मक्लेश देणारी लज्जा, स्तंभित करणारी चिंता अशा तुम्हाला डिवचणाऱ्या प्रत्येक विचारावर लक्ष केंद्रित करा. 'रॅन्ट' न करता तुम्ही फक्त निरीक्षण करा. शबानाने या प्रकाराला 'रेडियो सत्यानाश' असे नाव दिले होते, तसे तुम्ही 'रेडियो क्षयझ' असे तुमच्या विचारांचे प्रतिबिंब दाखविणारे तुमच्या आवडीचे काहीही नाव देऊ शकता किंवा फक्त 'रेडियो प्रतिक्रियाशीलता' म्हणू शकता.

सातत्याने 'विचारीपणाचा' सराव केला, तर आपला रेडियो सुरू करणाऱ्या *'शेन्या'बद्दल* किंवा बटणांबद्दल आपण जागरूक राहायला लागतो. मला स्वत:ला माझ्या शरीरात, माझ्या भावनांमध्ये आणि माझ्या विचारांमध्ये याची जाणीव व्हायला लागते. मी दात-ओठ खाते, मन भरून येते. माझा 'प्रतिक्रियाशीलता रेडियो' जोरात घोषणा द्यायला लागतो, 'ते असं करूच कसे शकतात? मला हे चालणारच नाही' किंवा कदाचित 'मला हे जमणारच नाही'. (स्वत: उपचारकर्त्यांच्या मनातही असे विचार येऊ शकतात!) ज्या क्षणी हे असे विचार माझ्या मनात येत आहेत याची मला जाणीव होते, त्या क्षणी त्यांची बोच क्षीण व्हायला लागल्याचे माझ्या लक्षात आले आहे.

B - ब्रीद आऊट : बोचणाऱ्या भावनांना बाहेरची वाट दाखवा: कल्पना करा, की तुमच्या हाताच्या तळव्यावर एक पीस आहे आणि तो तळवा तुम्ही तुमच्या चेहऱ्यासमोर धरला आहे. आता तुमच्या उच्छ्वासाने ते पीस उडवून टाका. नंतर खोल श्वास घ्या. ही क्रिया लागोपाठ काही वेळा करा. लक्षात असू द्या, की प्रत्येक वेळी तुम्हाला श्वास सोडताना पोट आवळून धरायचे आहे आणि नि:श्वासाच्या वेळी ते सैल सोडायचे आहे. ही क्रिया अधिक परिणामकारकरीत्या होण्यासाठी नि:श्वासाच्या वेळी तुम्ही तुमच्या सगळ्या तीव्र भावना ड्रॅगनच्या फुत्कारासारख्या, लाल ज्वाळांच्या रंगात बाहेर सोडत आहात, असे चित्र डोळ्यांसमोर आणा. त्यानंतर श्वास घेतेवेळी शांत पांढरा रंग डोळ्यांसमोर येऊ द्यात. तुमचे ताठरलेले शरीर सैल होत असताना तुमच्या शरीरातून तुमचे ताणतणाव बाहेर पडत असल्याचा अनुभव घ्या.

C - चेंज द चॅनल : समजा, तुमच्या घरातील एका सदस्याच्या वागणुकीमुळे

तुमच्या *'शेन्पा'वर* दाब पडतो आहे. कल्पना करा, की त्याच्या काही तरी बोलण्याने अथवा वागण्याने तुमच्या रागाचा पारा चढला आहे. 'एबीसी'चे पालन केल्याबरोबर तुमच्या लक्षात येते, की तुमचा 'संताप रेडियो' कडकड करायला लागला आहे. एक मोठा नि:श्वास सोडा आणि 'संताप रेडियो' चॅनल हळुवारपणे बदलून टाका.

आणि हे सगळे तुम्ही कसे घडवून आणाल? पुन्हा पुन्हा पडताळणी, पुन्हा पुन्हा लक्ष्य बदलणे आणि पुन्हा नव्याने सुरुवात करणे यांतून तुम्ही हे साध्य कराल.

पुन्हा पुन्हा पडताळणी : जेव्हा बोचरे विचार आणि भावना आपल्याला गिळंकृत करायला लागतात, त्या वेळी पुढील तीन प्रश्न आपण स्वत:ला विचारणे महत्त्वाचे असते.

- आत्ता या क्षणी माझा विचारी मेंदू कार्यरत आहे की प्रतिक्रियाशील मेंदूची करामत सुरू आहे?
- मला आत्ता मुक्तपणा जाणवतो आहे की कोंडून घातल्यासारखे वाटते आहे?
- माझ्या दर्यादिल विचारी मनातून प्रतिसाद आला, तर मला कसे वाटेल?

पुन्हा पुन्हा लक्ष्य बदलणे : हे प्रश्न स्वत:ला विचारल्याने आपली परिस्थिती आपल्याला स्पष्टपणे दिसू लागते. तिच्यावर प्रतिक्रियाशील मेंदूचा पगडा असल्यास तो झुगारून देणे शक्य होते. *आपण ज्यावर लक्ष केंद्रित करतो, ते फोफावते.* त्यामुळे तुम्हाला आनंद देणाऱ्या, आवडत्या आणि कृतज्ञता वाटणाऱ्या बाबींकडे हलकेच आपले लक्ष वळवा. तुमच्या आवडत्या व्यक्ती, आवडत्या वस्तू आठवायला लागा. ज्या प्रसंगामुळे, अनुभवामुळे तुमच्यात उत्साह संचारला असेल असा प्रसंग पुन्हा मनोमन जगून पहा. मग तो एखाद्या सिनेमातील आवडलेला प्रसंग असेल किंवा ती एखाद्या सुट्टीमधली तुमच्या कुत्र्याबद्दलची आठवण असेल. तुमच्या शरीरातील प्रत्येक पेशीपर्यंत हा अनुभव झिरपू द्या. या अनुभवाची तीव्रता इतकी वाढू द्या, की तुमचे व्यक्तीत्व त्या उत्साहाने झंकारू लागेल. या मृदू भावनांची ऊब तुम्ही स्वत: उपभोगा किंवा शक्य असेल तर तुमचे *'शेन्पा'* दुखावणाऱ्या व्यक्तीलाही त्या उबेचा लाभ मिळू द्या. आता तुम्हाला तुमच्यात फरक जाणवतोय? तुम्ही सैलावत गेला आहात? तुम्ही मनमोकळे झाला आहात? शक्यतो हे असे घडायला हवे. यापूर्वी तुम्ही तुमच्या प्रतिक्रियेस उत्सुक असलेल्या मनाच्या तालावर नाचत होतात आणि तुमचे हे मन चीड आणि संतापाने व्यापलेले होते. ज्या क्षणी तुमच्या हृदयात प्रेम, आनंद आणि कृतज्ञता दाखल होतात, तुमच्या विचारी मनाची कवाडे उघडतात आणि या भावनांमधून उगम पावणारे विचारही आधीपेक्षा वेगळे असतात.

पुनरुज्जीवित करणे : हसा, उठून उभे रहा, आळोखेपिळोखे द्या. कधी कधी 'खरोखरच हवे असलेले घडून येईपर्यंत ते घडलेच आहे' असे स्वत:ला बजावत रहा. तुमच्या विचारी मनाची कवाडे उघडली आहेत, असे समजूनच वागत रहा आणि गालातल्या गालात हसा, खदखदून हसा, लोकांशी बोला, माणुसकीने वागा, घराबाहेर पडा आणि तुमच्या लक्षात येईल की तुम्ही हे जे नाटक करत होतात, ते हळूहळू नाटक न राहता खरोखर तुमचे मन, तुमच्या भावना यात गुंतत चालल्या आहेत.

अजूनही विश्वास बसत नाहिये? हरकत नाही. 'प्रतिक्रिया रेडियो' जरा चिवटच असतो. त्याच्यावर परिणाम घडायला जरा वेळ लागतोच. पण आपल्या विचारांची भाषा बदलली की स्वत:ची ताकद वाढते, आणि अकस्मात मन:स्थिती बिघडली तरी आपण आता त्याला सहजासहजी बळी पडत नाही, हे तुमच्या लक्षात येतंय का?

एक वेगळा प्रसंग डोळ्यांसमोर आणून बघू या: तुम्हाला सार्वजनिक सभेत भाषण करायचे आहे आणि तुमचा 'सत्यानाश रेडियो' ऐन जोशात येऊन केकाटतो आहे, 'मी अगदी अशी तशीच आहे, हे त्यांना आज कळणारच आहे', 'माझं जाहीर भाषण अगदी वाईटात वाईट असतं.' आता यातून बाहेर पडण्यासाठी सर्वांत प्रथम तुमच्या डोक्यातील या रेडियोचा आवाज आणि त्याच्या भीतिदायक घोषणांबद्दल स्वत:ला सावध करायला हवं, एक मोठा नि:श्वास सोडायला हवा आणि त्या रेडियोचे ते स्टेशन हलकेच बदलून टाकायला हवे.

पुन्हा पुन्हा पडताळणी : मला आठवतंय, मला सहा हजार लोकांसमोर 'टेडएक्स' (TEDX) या कार्यक्रमात बोलायचे होते. त्या कार्यक्रमाआधी माझ्या डोक्यातील 'रेडियो असे काही झाले तर' अगदी भरात आला होता. 'मी सगळं भाषणच विसरणार आहे?', 'माझी खात्री आहे, मी काही तरी चुकीचंच बोलणार आहे.' पण मी एकदम भानावर आले. शांतपणे श्वास घेतला आणि ते तीन प्रश्न मी स्वत:ला विचारले आणि माझे मन स्वच्छ झाले. मला निखळ उत्तर मिळाले - माझे सर्वांत मोठे *'शेन्पा'* - जाहीर सभेतील भाषणाची भीती- दाबले गेले होते. 'रेडियो प्रतिक्रिया' जोरात सुरू झाला होता आणि मला जखडून गेल्यासारखे वाटायला लागले होते.

पुन्हा पुन्हा लक्ष्य बदलणे : मी स्वत:ला सांगितले, 'शैलजा, तू त्या लोकांसमोर जाऊन उभी राहणार आहेस आणि तुला खूप मजा वाटणार आहे',

'तुला जे पटतं, ते चारचौघांत जाऊन सांगण्यासाठी ही एक मस्त संधी आहे.' माझ्याच हातावर मी माझ्याच मुठीने एक ठोसा दिला आणि स्वत:ला बजावले, 'पुरे झालं हे नाटक, रेडियोवरची ही मुक्ताफळं तुझ्याबद्दल नाहियेत.' मला हायसे वाटले, मी खोल श्वास घेतला आणि माझ्या 'टेडएक्स'चे प्रशिक्षक आणि इतर वक्त्यांबरोबर हसतहसत गप्पा मारायला लागले. मी माझ्या आवडत्या विषयावर अतिशय जोशात आणि पोटतिडिकीने भाषण ठोकत असलेल्या मला, मनातल्या मनात 'टेडएक्स'च्या स्टेजवर बघायला लागले.

पुनरुज्जीवित करणे : मी जरा मनमोकळ्या हालचाली केल्या, जरा सैलावले. थोडे पाणी प्यायले. खोल श्वास घेतला आणि ताठ मानेने रुबाबात चालत स्टेजवर गेले आणि काय सांगू? - *जादूच झाली.*

शबानाप्रमाणेच माझ्याही बाबतीत सर्वांत फसवा क्षण होता A - ॲलर्ट - सावध होण्याचा. आपला प्रतिक्रियाशील मेंदू इतक्या लबाडीने आणि कावेबाजपणे कार्यरत होतो की आपल्याला कळतच नाही, की आपण नकारात्मक भावनांच्या धुक्याने वेढले जात आहोत. शबानाला जाणवलं, की अशा वेळी तिच्या पोटात अतिशय अस्वस्थ करणारा खड्डा पडत असे . त्यामुळे ती सतर्क झाली, 'माझं *'शेन्पा'* दाबलं गेलं आहे. 'सत्यानाश रेडियो' सुरू झाला आहे.' गंमत म्हणजे शबानाच्या लक्षात आलं, की तिला सुरुवातीला सर्व 'एबीसी'च्या पायऱ्या ओलांडाव्या लागत असत. पण काही काळानंतर तिच्या भीतीवर मात करण्यासाठी तिला फक्त ॲलर्ट - सावध होण्याचा इशारा किंवा विचारीपणा पुरेसा पडायला लागला होता.

आपल्या विचारी मनाशी सख्य जुळणे म्हणजे आपल्या उत्तम प्रकारे विकसित झालेल्या चाणाक्ष आणि जाणकार आत्म्याशी गाठ पडणे. आपला आत्मा मग आपल्याला मनाच्या उच्च पातळीवर पोचण्यासाठी उत्तम प्रकारे मार्गदर्शन करू शकतो. गंमत अशी आहे; आपला हा विकसित, जाणकार, चतूर आत्मा आपल्यातच सामावलेला असतो. फक्त आपल्या 'प्रतिक्रिया रेडियो'च्या आवाजावर मात करून आपल्याला त्याच्यापर्यंत पोचायचे असते.

कधी कधी असेही होते, की आपण अस्वस्थ होण्यासाठी कोणतेही कारण नसते पण तरीही 'रेडियो प्रतिक्रियाचे' किंचाळणे सुरू झालेले असते - सगळ्याच गोष्टी उदास आणि व्यर्थ वाटायला लागलेल्या असतात. चिडचिड होत असते. सगळेच अस्ताव्यस्त होऊन गेलेले असते. मनात दु:ख साचून राहिलेले असते. अशा वेळी तुमच्या विचारी मनाचा सतर्कतेचा इशारा मिळण्याची तरतूद सज्ज असायला हवी. त्यामुळेच आपला विचारी मेंदू कार्यरत होतो आणि आपण खडबडून जागे होतो. मग एका नि:श्वासासरशी सगळ्या कुविचारांचा निचरा करतो. (लक्षात

ठेवा, हा नि:श्वास जेवढा ताकदीने सोडाल, तेवढा तो जास्त परिणामकारक ठरेल).

प्रतिक्रियेस उत्सुक असलेल्या मनाकडे पाठ फिरवून विचारी मनाला सामोरे जाणे सुरुवातीला थोडे कठीण वाटेल, पण प्रयत्न करत राहिल्यास गरज पडेल तेव्हा याची अंमलबजावणी करता येईल. ही परिवर्तनाची प्रक्रिया कधी कधी तुमच्यावर अचानक कोसळेल, तुमच्या शरीरातील प्रत्येक पेशीत चैतन्य रसरसेल तर कधी या प्रक्रियेचा एखादुदुसरा थेंब कसाबसा प्राप्त होईल. पण काही हरकत नाही. तुमच्यातील हा खजिना जपून ठेवा. तुम्हाला तुमच्या व्यक्तिमत्त्वाला वरच्या पातळीवर नेण्यासाठी हा साठा उपयोगी पडेल. त्यासाठी कोणतीही अट नसेल, शब्दांची गरज नसेल. तुमच्यात सामावलेल्या या आनंद आणि विवेकाच्या अमर्याद साठ्याच्या सान्निध्यात राहण्यासाठी तुमच्यात सामावलेल्या शब्दविहीन, नितांत शांततामय अवकाशात फक्त प्रवेश करायला हवा.

मला ही **एबीसी** प्रणाली खूप आवडते, कारण ती फक्त कोणत्याही वयाच्या माणसासाठी उपयुक्त आहे असे नाही, तर ती कोणत्याही क्षमता, कोणतीही जीवनपद्धती असो हमखास गुण देणारी ठरते. अगदी चार वर्षांच्या मुलाला ड्रॅगनसारखा आगीचा लोळ बाहेर फेकण्यास सांगता येते. मला चित्रे काढायला, गोष्टी सांगायला आवडतात. त्यांच्याबरोबर खेळायला आवडते. या सगळ्या गोष्टी मुले इतक्या चटकन आत्मसात करतात आणि शाळेत किंवा घरी त्याचा अतिशय कल्पकतेने वापरही करतात. हे सगळे ते मला येऊन सांगतात, तेव्हा मी खरेच आश्चर्यचकित होते. पाचव्या पथदर्शकाचा (फक्त आजचा दिवस) ऊहापोह करताना आपण या एबीसी प्रणालीचा खोलात जाऊन विचार करू.

समाजमानसशास्त्रज्ञ ॲमी कडी यांनी 'शारीरिक स्थितीचा भावनांवर होणारा परिणाम' या विषयात संशोधन केले आहे. हे संशोधन थोडेसे वादग्रस्त असले तरी त्याचे निष्कर्ष फारच मजेदार आहेत. काही शारीरिक पवित्रे (पोझ) तुमच्या मन:स्थितीवर ताबडतोब परिणाम करतात. समजा, तुम्ही खाली बसून गुडघे पोटाशी ओढून दुमडले आहेत. त्याभोवती हातांचा घट्ट वेढा घातला आहे. डोळे बंद करून, मान खाली करून डोके गुडघ्यात खुपसले आहे. या अवस्थेत एखादे मिनिट तसेच रहा आणि कसे वाटते आहे, याचा विचार करा. शक्यता अशी आहे, की तुमचा श्वास रोखला जाईल आणि तुम्हाला तणाव जाणवायला लागेल. आता हातपाय सरळ करा आणि शरीर मोकळे करा. एक मोठा श्वास घ्या.

नंतर ताठ उभे रहा. पायात अंतर ठेवा. हनुवटी वर उचला. छाती फुगवा आणि हात वर घ्या आणि इंग्रजी व्हीच्या आकारात तिरके करा. हे करताना श्वासोच्छ्वास सर्वसाधारणच असू द्यात. आता या अवस्थेत कसे वाटते आहे, याचा विचार करा. तुम्ही अत्यंत स्थिर आहात, तुमचा आत्मविश्वास उंचावलेला आहे, तुम्हाला

स्वत:ची खात्री वाटते आहे, अशा भावना मनात येत आहेत का?

तुम्हाला असे वाटण्याचे कारण तुमची त्या पोझमधील शारीरिक स्थिती हेच आहे. तुमची बदललेली पोझ तुमच्या शरीरातील संप्रेरकांवर (हॉर्मोन्स) परिणाम करते आणि तुमच्या भावनांवर परिणाम होऊन मन:स्थिती बदलते. शरीराचा संकोच करून शरीर आवळून धरल्याने तुम्हाला तणाव आल्यासारखे वाटते आणि शरीर सैल सोडलेत, तर तुमच्या शरीरातील कोर्टिसोल नावाच्या तणावाला कारणीभूत ठरणाऱ्या संप्रेरकाचे प्रमाण कमी होते आणि टेस्टोस्टेरॉन नावाच्या प्रबळता वाढविणाऱ्या संप्रेरकाची पातळी वाढते. त्यामुळे तुम्ही अधिक प्रभावशाली, सकारात्मक, खंबीर असल्याची भावना प्रबळ होते आणि तुमच्यावरील ताण ओसरतो, काळजी कमी होते. मला एखादे मोठे भाषण द्यायला जायचे असेल, त्या दिवशी मी ही बलवर्धक पोझ नक्की घेते. माझ्या अनुभवातून मी तुम्हाला नक्की सांगू शकते, की याचा मला प्रचंड फायदा होतो.

रूपके

मला रूपके वापरायला खूप आवडतात, हे आत्तापर्यंत तुमच्या लक्षात आलेच असेल. मी माझ्या कामात आणि एकूणच आयुष्यात खूप रूपके वापरते. ह्या विलक्षण रूपकांत अत्यंत सहजतेने एखाद्या समस्येच्या मुळापर्यंत पोहोचण्याची क्षमता असते. अनेक साधीसुधी रूपके आपण आपल्या रोजच्या आयुष्यात वापरत असतो. 'मन मोडलंय माझं', 'डोळ्यांवर कातडं ओढलंय', 'भुई कशाला धोपटताय?' ही रूपके इतकी समर्पक आहेत की दुसरे कोणतेही शब्द अधिक स्पष्टपणे यातील भावना व्यक्त करू शकणार नाहीत. रुमी आपल्या बदलत राहणाऱ्या भावनांना 'पाहुणे' म्हणतो, तर कवयित्री आणि लेखिका सिल्विया प्लॅथने तिच्या 'द बेल जार' या पुस्तकात डिप्रेशनसाठी 'लयदार आणि प्रतिकात्मक 'घंटा' असे रूपक वापरले आहे.

विमुक्तीकरणाच्या दृष्टीने रूपकांचा वापर हे अत्यंत प्रभावी माध्यम ठरू शकते.

बौद्धधर्मात ध्यानधारणा करताना विचारांत किंवा भावनांत गुंतून न पडता त्यांचे फक्त अवलोकन करण्यास सांगितले जाते. आकाशात ढग असतात, झऱ्याच्या पाण्यातून झाडाची पाने वाहत जातात तसे भावनांना विमुक्त करायला साधकांना सांगितले जाते. त्या विचारांचा प्रवाह निरखायचा असतो, अडवायचा नसतो.

म्हणजेच भावना आणि विचार, शेजारून गेलेल्या गाडीसारख्या किंवा टीव्हीच्या स्क्रीनच्या तळाशी कार्यक्रम सुरू असताना दाखविल्या जाणाऱ्या पळत्या जाहिरातींसारख्या मानायच्या असतात.

'स्वीकार आणि जबाबदारी' या उपचारपद्धतीत (ॲक्सेप्टन्स अँड कमिटमेंट थेरपी - ACT- ॲक्ट) समस्याचे विमुक्तीकरण करता यावे यासाठी केलेल्या प्रयत्नांत, या समस्यांना प्रतिकांच्या स्वरूपात दाखविण्यासाठी रूपकांचा वापर करण्यात येतो. शबानाने माझी या 'ACT - ॲक्ट' (ती अत्यंत वाचनवेडी आहे) आणि मला आवडलेल्या रेडियोच्या रूपकाशी ओळख करून दिली. कारण उमजलं नाहिये अजून पण माझ्या लक्षात आलंय, की तरुण मुलामुलींना ही रूपकांची कल्पना सहजरीत्या पचनी पडते. एका तरुण मुलीने तिच्या मेंदूला 'नाटकी' तर दुसरीने 'बाताड्या' म्हटले होते.

सध्या मी एका सहा वर्षांच्या मुलाची केस हाताळते आहे. शाळेत इतर मुले त्याला सतत त्रास देत असतात. एक दिवस त्याच्या उपचारांच्या दरम्यान आम्ही साबणाचे फुगे केले आणि त्यात ती त्रास देणारी मुले अडकून पडली आहेत, असे चित्र डोळ्यांसमोर आणले. दुसऱ्या दिवशी तो शाळेत गेला आणि त्याने हीच युक्ती वापरली - प्रत्यक्ष नाही, फक्त वर्णन करून- आणि गंमत म्हणजे ती त्रास देणारी मुले वैतागली. माझ्या या पेशन्टला दिलेला त्रास, त्याला त्रास देणाऱ्यांवर उलटला होता म्हणून माझा पेशन्ट जाम खूश झाला.

एक तरुण मुलगी माझ्याकडे उपचार घेत होती. ती एक दिवस मला म्हणाली, की तिचा मेंदू म्हणजे 'सत्यानाश आणि काळोखाचा रेडियो' नाही, तर जुन्या पद्धतीचा ग्रामोफोन आहे. या ग्रामोफोनला भावना आणि विचारांची चावी दिली गेली की मग तो सारखा पिरपिर करत राहतो. एका तरुण मुलाचे म्हणणे होते, की डिप्रेशनचा काळा ढग तो जाईल तिथे काही वेळा त्याच्या पाठोपाठ येत असतो आणि त्याला 'सूर्यप्रकाश मिळू देत नाही.' त्याच्यावर केलेल्या उपचारांमुळे, त्याच्या म्हणण्याप्रमाणे त्या काळ्या ढगांना जागोजागी भोके पाडण्यात त्याला आता प्रावीण्य मिळाले होते आणि थोडाफार सूर्यप्रकाश त्याला त्याच्या मुठीत पकडता येत होता. आणखी एक तरुणी माझ्यापासून खूप दूर, जगाच्या दुसऱ्या टोकाला राहत होती. (तिच्याबरोबर स्काईपवर येऊन उपचाराची तजवीज केली होती.) तिथे सतत पाऊस पडत असे. तिला पावसात भिजायला आवडायचे. आमच्या चर्चेच्या दरम्यान एकदा आम्ही पावसात भिजण्याबद्दल बोलत होतो. तेव्हा मी तिला म्हणाले, की डिप्रेशन आलेले असतानाचे जगणे म्हणजे पाऊस अंगावर घेऊनही कोरडेच राहणे. आधी तिला डिप्रेशन आले आहे हेच ती नाकारायची, आता तिने ते मान्य केले आहे. तिला ते इतके पटले, की त्या डिप्रेशनला तिने पावसाची उपमा दिली. त्यामुळे हा डिप्रेशनचा पाऊस पडत असला तरी तो तिच्यात मुरत जाणार नाही, यासाठी काय करायला हवे, हे कळायला तिला मदत झाली.

विन्स्टन चर्चिलनाही डिप्रेशनचे प्रचंड झटके येत असत. ते या डिप्रेशनला

'काळा कुत्रा' म्हणत असत.

मग, आता या डिप्रेशनला तुम्हीही कोणत्या तरी लुंग्यासुंग्या नावाने हाक मारा - उम्पालुम्पा म्हणा, ग्रेमलिन म्हणा किंवा डिमेन्टर्स म्हणा - पण प्रतिकार करायला मागे-पुढे पाहू नका. इतकेच नाही, तर तो करताना मस्त आनंदही लुटा.

दिलखुलास व्हा आणि डिप्रेशनवर मात करा

माणसाचे जीवन उद्ध्वस्त करून टाकणाऱ्या भावनांची मी खिल्ली उडवते आहे, त्यावर विनोद करते आहे हे पाहून तुम्ही कदाचित चिंतेत पडला असाल. अगदी याच मुद्यावर मला भर द्यायचा आहे. संवेदना आणि भावनांचा आपल्याला त्रास होण्याइतके महत्त्व देण्यापर्यंत आपली मजल का जाते? बहुतेक वेळा ती आपल्या प्रतिक्रियाशील मेंदूने फारसा विचार न करता केलेली जराशी चिडचिड असते. मग आपण हे विचार, या भावना यांची एवढी दखल का घेतो?

कारण या भावनांच्या बाबतीत आणखीही काहीतरी असते जे चांगले नसते, जे पेलवणारे नसते, जे सहजगत्या झटकूनही टाकता येणारे नसते. या अशा भावना उजेडात आणण्यासाठी आपण प्रत्येक उपाय करून पाहण्याची गरज असते. अशा उपायांमुळे ह्या भावनांपासून अंतर राखण्यात आपल्याला मदत होते आणि आपल्या आयुष्यावर होणाऱ्या त्यांच्या परिणामांची व्याप्ती कमी होऊ शकते.

थोडासा विनोदाचा शिडकावा, एखादी हसण्याची लकेर, खेळाडूपणा आपल्यात एक वेगळीच ऊर्जा निर्माण करतात. यामुळे आपले मन सावरते आणि आपल्याला व्यथित करणाऱ्या पिडेपासून जरासा दिलासा मिळू शकतो. त्या भावनेचा आपल्या आयुष्यावर कायमचा ठपका पडण्याची शक्यता कमी होते. आपल्या वाईट मन:स्थितीत थोड्याशा हलक्याफुलक्या भावनांचा प्रवेश झाला, तर आपले प्रतिक्रियाशील मन स्थिरावायला मदत होते आणि आपल्या विचारी मनाशी आपण जोडले जातो. प्रतिक्रियाशील मेंदूच्या तावडीतून सुटलेला आपला विचारी मेंदू प्राप्त परिस्थितीवर तोडगा काढण्याच्या कामाला लागतो.

सैतानावर म्हणजे 'बोगार्ट'वर मात करण्यासाठी 'रिडिक्युलस' हा वशीकरणाचा मंत्र घातला जातो, हे सगळ्या 'हॅरी पॉटरच्या' चाहत्यांना माहीत असते. हा बोगार्ट बहुरूपी असतो आणि तो भीतीवर पोसला जातो आणि त्याच्या समोर कुणी हसले की तो मरतो. त्याचा नायनाट करण्याचा विचार करणाऱ्याला काही तरी अफाट विनोदी आणि अत्यंत हास्यास्पद युक्ती लढवावी लागते. 'आपल्या बोगार्ट'चा पराभव करण्यासाठी 'आपल्या रिडिक्युलस'ला आपणच घडविणे आवश्यक असते. त्यासाठी एक मार्ग आहे. आपल्या भावना व्यक्त करताना इतकी अतिशयोक्ती करायला हवी की त्या पूर्णपणे विनोदीच वाटायला हव्यात.

समजा, तुमचे वरिष्ठ तुमच्या लायकीप्रमाणे तुम्हाला मिळायला हवे तेवढे श्रेय देत नाहीत. त्यामुळे तुम्ही नाराज झालेले आहात. कोपऱ्यात बसून कुढत राहून, नकारात्मक विचारांना थारा देऊन, तुमच्या भावनांना तुम्हाला धोकादायक मन:स्थितीत ढकलण्याची तुम्ही संधी देता. त्याऐवजी तुम्हीच काहीतरी आगळेवेगळे करून दाखवा. एखाद्या मिटिंगला सगळे जण हजर आहेत, असे समजा. अशा ठिकाणी तुम्हाला तुमचे वरिष्ठ किती वाईट रीतीने वागवतात, हे सांगण्यासाठी तुम्ही गाणे म्हणून नृत्य करत आहात, अशी कल्पना करा. मग हे करत असताना तुम्ही आकाराने वाढत जाता, तुमचे डोके वरच्या छताला जाऊन भिडते, तुमच्या आवाजाचे प्रतिध्वनी खोलीच्या कानाकोपऱ्यांत दुमदुमु लागतात, तुमचे वरिष्ठ आक्रसत जाऊन जवळजवळ दिसेनासे होतात. तुमच्या कल्पनेतील हे दृश्य शक्य तितके जास्तीत जास्त हास्यास्पद आणि विनोदी वाटायला हवे.

हे असे कल्पनारम्य चित्र मनात रंगविल्यानंतर तुमचे मन खरोखरच हलके झालेले पाहून तुम्हाला आश्चर्य वाटेल. तुमच्या नकारात्मक विचारांची अतिशयोक्ती करून, त्यांची खिल्ली उडवून तुम्ही त्यांना वेगळ्याच पातळीला ढकलता. त्या विचारांमध्ये अतिशयोक्तीमुळे मूर्खपणा पुरेपूर उतरलेला असतो. त्यामुळे ते नकारात्मक विचार शक्तिहीन होऊन जातात आणि मग त्यांची तुमच्यावर काहीच मात्रा चालेनाशी होते.

आता आपण दुसऱ्या एका प्रसंगाबद्दल पाहू. समजा, तुम्हाला सार्वजनिक ठिकाणी भाषण करायची भीती वाटते. तुम्ही व्यासपीठावर गेलेल्या आहात आणि स्वत:चा हंसे करून घेतले आहे, असे दृश्य डोळ्यांसमोर आणा. मि. बीनच्या विनोदी कथानकात वाटेल तशा चुका होणे शक्य असते, तसेच तुमच्या बाबतीतही घडले आहे. तुम्ही कशाला तरी अडखळून पडला आहात. तुम्हाला काय बोलायचे आहे, तेच तुम्ही विसरला आहात. लिहून काढलेले भाषण तुम्ही खिशातून बाहेर काढले आहे, पण ती तुमच्या वाणसामानाची यादी आहे. हे लक्षात येऊनही तुम्ही ती वाचायला लागला आहात. समोरचे श्रोते तुमची छी: थू करताहेत; तुमच्यावर पाव, अंडी आणि टोमॅटो फेकून मारताहेत. ती तुम्ही चुकवत तर नाहीच उलट गोळा करू खिशात भरता आहात, कारण ह्या सगळ्या वस्तू तुमच्या वाणसामानाच्या यादीत आहेत.

आता तुम्हाला अंदाज आला असेल की मला काय म्हणायचे आहे.

तुम्ही तुमची पराकोटीची भीती जास्तीत जास्त विस्कटून टाकून तिची चेष्टा करा. ही भीती तुमच्यावर जे गरळ ओतते, ते तुम्ही वाढदिवसाच्या गाण्याच्या चालीत म्हणायला सुरुवात करा. माझ्याकडे खूप गरीब स्वभावाची एक मुलगी आली होती. ती बुजरी होती, पण ती खूप आत्मनिरीक्षण करायची. तिच्या शाळेत

तिच्यावर काही मुले नेहमीच दादागिरी करायची म्हणून तिच्या आईला तिची काळजी वाटत असे. मग आम्ही एक मजा केली. तिला त्रास देणाऱ्या, मोठ्या चणीच्या जाड्याजुड्या मुलाने मुलींचा छोटासा रंगीबेरंगी स्कर्ट घातला आहे, अशी तिला कल्पना करायला सांगितली. मग तो मुलगा त्यांच्या वर्गात गिरक्या घेत नाचू लागला, तेव्हा त्याला पकडायला त्यांचे शिक्षक, फुलपाखरे पकडायची जाळी घेऊन त्याच्या मागे धावायला लागले आणि सगळी मुले फिदीफिदी हसू लागली. कल्पनेतील या गमतीच्या खेळामुळे त्या दादागिरी करणाऱ्या मुलाबद्दलची तिची भीती तर नाहिशी झालीच, शिवाय ती त्याला विरोधही करायला लागली. इतकेच नाही, तर तिने 'तिच्या' ह्या हॅरी पॉटरमधील 'रिडिक्युलस' मंत्राचे तिच्या वर्गातील इतर मुलांनाही धडे दिले.

आणि लक्षात ठेवा, *एखाद्या माणसाची समस्या म्हणजे तो माणूस नव्हे. ती समस्या हीच समस्या असते.*

एखाद्या माणसाविषयीच्या आदराला धक्का न लावता, त्याच्या समस्येवरचा उपाय म्हणून आपण विनोदाचा आधार घेतो, तेव्हा आपण त्या समस्येच्या नक्कीच वरचढ ठरतो. पण हे आपण कसे घडवून आणतो? अर्थातच आपल्या **'पीक्यू'**चे प्रमाण वाढवून! तुम्ही माझी पुस्तके यापूर्वी वाचली असतील किंवा माझ्या कार्यशाळेत भाग घेतला असेल तर तुम्हाला मी कशाबद्दल बोलत्येय ते नक्की कळेल, याची मला खात्री आहे. पण ज्यांना याबद्दल काहीच माहिती नाही, त्यांना मी आता **पीक्यू**-'प्लेफुलनेस कोशंट' म्हणजेच 'खेळकरपणा' म्हणजे काय ते समजावून सांगते. तुमचे शरीर आणि मन दडपणविरहित समजून सहजपणे वावरणे, प्रौढपणा झुगारून देणे, थोडेसे वात्रट, थोडेसे विनोदी, थोडेसे विक्षिप्त, हजरजबाबी आणि स्वच्छंदी वागणे आणि असे वागण्याची सवय अंगात मुरवून घेणे म्हणजे खेळकरपणाचे प्रमाण - **पीक्यू** वाढविणे. हे **पीक्यू** वाढविणे म्हणजे तुम्हाला घालून दिलेल्या मर्यादांच्या बाहेर जाऊन 'हे तुम्ही केलेच पाहिजे', 'अपेक्षेप्रमाणेच वागा', 'हे अनिवार्य आहे' ही बंधने तोडून मुक्त होणे.

आपल्या जगण्याच्या शक्तीला इंधन पुरविणारा आपला **'पीक्यू'** आपल्यापासून हिरावून नेण्याचे कसब या डिप्रेशनमध्ये असते. शबानाच्या बाबतीत तिच्या भयगंडाला वेसण घालण्यासाठी तिचा खेळकरपणा आणि वात्रटपणा उपयोगाचा ठरला होता.

पाचव्या पथदर्शकात (फक्त आजचा दिवस) ह्या खेळकरपणाचा-पीक्यूचा स्तर कसा उंचावता येईल, याची सविस्तर माहिती देणार आहे.

तोपर्यंत तुम्ही तुमच्या बोगार्टवर-कोणत्याही स्वरूपातील तुमच्या भयगंडावर-तुमच्या वात्रटपणाचे, खुळेपणाचे शस्त्र उपसून, त्याची खिल्ली उडवत त्याला पळवून लावायचा प्रयत्न करा.

स्वत:विषयी दु:खी होणे बंद करा

तुमच्या खोलीत तुमच्याबरोबर राहणारा तुमचा मित्र म्हणजे रूममेट अत्यंत खवट आहे, अशी कल्पना करा. तो सतत तुमच्यावर टीका करतो, तुम्हाला कमी लेखतो, कोणाचाही बिनदिक्कत पाणउतारा करतो आणि जगात घडणाऱ्या प्रत्येक गोष्टीत त्याला खोटच आढळते. हा त्याचा खवटपणा सर्वांत जास्त तुमच्याच वाट्याला येईल, याची तो खबरदारी घेतो. त्याचे आरोप, त्याची मते तो इतकी ठासून तुमच्या माथी मारत असतो की त्याचे खंडन करण्याची हिंमतच तुमच्यात शिल्लक राहिलेली नसते. मग तुम्ही स्वत:च नालायक, अगतिक, दीडदमडीचे आहात, असे तुम्हाला वाटायला लागते. हळूहळू तुम्ही स्वत:ला तुच्छ समजायला लागता. तो म्हणतो ते तेच सत्य आहे, असे तुम्ही मानायला लागता.

मी कुरूप आणि जाड आहे.
मी चारचौघांसारखा नाही.
मी या सगळ्यांमधला नाही.
मी सगळ्यांना भारभूत आहे.
मी जगायला लायक नाही.

मग कधी तरी तुम्हाला एक मुलगी भेटते. तुमच्या रूममेटला ती चांगलीच ओळखत असते. हे कळल्यावर तुमचा रूममेट तुमच्याशी किती वाईट वागतो, हे तुम्ही तिला सविस्तर सांगता. तुमचे बोलणे ती ऐकून घेते आणि तुम्हाला म्हणते, 'तुझा रूममेट खरंच भांडखोर आहे. चांगली ओळखते मी त्याला. हा असा गोंधळ त्याने अनेकांच्या बाबतीत घातला आहे. तू तुझी खोली बदल किंवा ते जमणार नसेल, तर त्याचं वागणं मनाला लावून घेऊ नकोस. हे सगळं तुला सहन करायला लागतंय, पण चूक त्याचीच आहे.'

यानंतर सगळेच बदलून जाते. तुम्हाला कळते, की ह्या समस्येचे कारण तुम्ही नाही, तर तुमचा रूममेट आहे. त्या दिवसानंतर तुमच्या आयुष्याचा रोखच बदलतो. तुमचा रूममेट नेहमीची बकबक करायला लागला की तुम्ही ते हसण्यावारी नेता आणि पुढच्या कामाला लागता. त्याचा भडिमार तुमच्यापर्यंत पोचतच नाही, कारण तुमच्याभोवती जणू काही एखादा कोश विणला गेलेला असतो. एखाद्या भुक्कड पार्श्वसंगीताला काडीचीही किंमत न दिल्यासारखे तुम्ही अलिप्तपणे वागू लागता. तुमच्या ह्या अलिप्त वागण्याने त्याचा आवाज तुमच्यापर्यंत पोचतच नाही, विरत जातो.

डिप्रेशन आणि चिंताग्रस्तता यांच्यासारखे भावनिक संघर्ष आपल्याला अशाच अवस्थेपर्यंत आणून ठेवतात. त्या खवट रूममेटप्रमाणे तुमच्या स्वत्वावर ते हल्ला करतात आणि तुमच्या आयुष्याचा ताबा घेतात. डिप्रेशन आणि चिंताग्रस्तता यांसारख्या व्याधी खोट्या नाहीत, पण याच व्याधी खऱ्याखोट्याच्या गोंधळात तुम्हाला अडकवतात आणि आपल्याबद्दल भ्रम निर्माण करून ते खरेच आहेत, असे मानायला भाग पाडतात. यामुळे आपल्याला स्वत:चीच घृणा वाटायला लागते, अपराधीपणाची भावना निर्माण होते आणि भीतिग्रस्त होऊन आपण उद्ध्वस्त होतो, हताश होतो.

म्हणून स्वत:ला त्रास करून घेणे बंद करा!

हे तुम्ही नाही, तुमचे डिप्रेशन आहे.
हे तुम्ही नाही, तुमची सवय आहे - उलट्या करण्याची.
हे तुम्ही नाही, हे ओसीडी आहे.
हे तुम्ही नाही, ही चिंताग्रस्तता आहे.
हे तुम्ही नाही, हा भयगंड आहे.

सरळ तुमच्या डिप्रेशनला नावे ठेवून मोकळे व्हा - बिन बुलाया मेहमान म्हणा, खवट रूममेट म्हणा, डिमेन्टर म्हणा, रेडियो सत्यानाश आणि व्यथा म्हणा, अगदी काहीही म्हणा.

माझ्याकडे उपचार घेणारे माझे पेशन्ट्स फारच सर्जनशील आहेत. ते फार मस्त नावे ठेवतात. बीबीसी - बिलकुल बकवास चॅटर (कचरा पिरपिर), गोलम (गळ्यातून भीतिदायक आवाज काढणारे 'लॉर्ड ऑफ द रिंग्ज' या सिनेमातील एक पात्र), नाझी प्रोपगँडा (नाझींच्या डरकाळ्या) आणि मि. रबिश टॉक (श्रीयुत कचराकुंडी बाताडे).

विनोदाशी थोडीशी घसट करा, तुमच्यातील ऊर्जेला उसळी घेऊ द्या आणि मग तुमचे खरेखुरे व्यक्तिमत्त्व कसे उजळून निघते ते बघा.

'ताठ मानेने उभे रहा, स्वच्छ मनाने स्वत:चे निरीक्षण करा; म्हणजे तुम्हाला कळेल की तुमच्यावर आलेल्या संकटांवर मात करून तुम्हाला पुन्हा मार्गस्थ करणारे तुम्ही स्वत:च आहात' - माया अँजेलो, अमेरिकन कवयित्री, लेखिका आणि नागरी हक्क चळवळीची कार्यकर्ती.

प्रकाशझोत

- तुमच्या आळशीपणाचे चऱ्हाट वळणाऱ्या तुमच्या रेडियोला तुम्ही काय नाव द्याल?
- तुमच्या *'शेन्या'*वर हल्ला करणाऱ्या बटणांविषयी जागरूक व्हा. अस्वस्थ मनाला मिळालेला झटका, थोडीशी हुरहुर, थोडीशी चलबिचल अशा कोणत्याही रूपात ही बटणे चाळवली जाऊ शकतात. अशा वेळी 'एबीसी'चा (अॅलर्ट, ब्रीद डीप, चेंज द चॅनल) मार्ग अनुसरा. सावध व्हा, बिघाड ओळखा आणि तो स्पष्टपणे जाणून घ्या. ड्रॅगनच्या ताकदीने जोरात नि:श्वास सोडा आणि रेडियोचे स्टेशन बदला. बस, हे एवढेच नियमितपणे केलेत तर तुमच्या *'शेन्या'*ना चाळविणाऱ्या बटणांचा तुम्ही सहानुभूतिपूर्वक स्वीकार करू शकाल आणि तुमचा विचारी मेंदू बलवान होऊ शकेल.
- तुमच्या बोलण्याचा रोख थोडासा बदला. कोणत्याही समस्येचा उल्लेख तू, मी, तुम्ही, आम्ही असा न करता, 'ते' असा तृतीयपुरुषी करा. 'मी काळजीत आहे' असे म्हणण्याऐवजी 'इथे काळजी घेण्याजोगे काहीतरी असावे असे वाटते' किंवा 'किती उदासवाणा दिसतोयस तू' याऐवजी 'उदास होण्याजोगे काही तरी झाले आहे का?' किंवा मोठ्या संख्येने उपस्थित असलेल्या लोकांसमोर बोलताना 'तुम्ही कधीच वक्तशीरपणे काम करीत नाही' असे झापण्याऐवजी 'आपल्या संस्थेत प्रत्येकाने वक्तशीरपणे काम करावे म्हणून काय करता येईल?' असे म्हणता येईल. हा बदल करून पहा - विचार करताना मनात, आणि बोलताना शब्दातही!
- जास्तीत जास्त हास्यास्पद, खेळकर आणि चहाटळ असे एखादे रूपक निवडा आणि आत्ताच्या तुमच्या एखाद्या समस्येशी त्याची सांगड घाला. तुमच्या समस्येच्या भुताला काही तरी वेडेवाकडे रंगरूप बहाल करा आणि त्याला जास्तीत जास्त हास्यास्पद करून सोडा.
- तुम्ही स्वत:ला नालायक, अगतिक आणि दीडदमडीचे समजून निराशेच्या गर्तेत बुडायला लागाल, तेव्हा एबीसीचा-'सावध व्हा, हसा आणि स्टेशन बदला'- हा आसूड ओढून 'रेडियो प्रतिक्रिया'चा प्लग उपसून काढा.

मग तुमच्या लक्षात येईल, की ही इतकी सोपी पद्धत, हॅरी पॉटरच्या जादूच्या कांडीप्रमाणे– लुमॉसप्रमाणे कशी जादू करते.

आपल्याकडे अशी जादू आहे की नाही, अशी शंका जर आता तुम्हाला वाटायला लागली असेल तर तुमच्या मनातील या श्रीयुत चिंतातूररावांना जरा बाजूला सारा. मग आपण आपल्या पुढच्या प्रवासाला लागू. आता आपल्याला आपले लक्ष्य शोधायचे आहे आणि ते स्वीकारायचे आहे. तुमच्या मार्गात अवचित अडथळे आणणाऱ्या संकटांशी दोन हात करून त्यांचा निकाल कसा लावायचा, यासाठी अनेक उपाय आहेत. या मार्गावरचे पहिले छोटेसे पाऊल आता आपण उचलले आहे.

दुसरा पथदर्शक

सत्याचा स्वीकार

त्रिशा मला पहिल्यांदा भेटायला आली, तेव्हा ती प्रचंड दडपणाखाली होती. ती स्वत:वरच अतिशय नाराज झालेली होती आणि अत्यंत हताश मन:स्थितीत होती. 'माझ्या भोवतालच्या सर्व लोकांपेक्षा माझी लायकी अगदीच नगण्य आहे. मला स्वत:चा फार राग येतो. हे असं जिवंत राहण्यात काहीच अर्थ नाही, असं वाटायला लागलंय मला.'

सोळा वर्षांची त्रिशा उंच आणि आकर्षक मुलगी होती. सोफ्याच्या एका कोपऱ्यात अंग चोरून बसली होती आणि भावना अनावर होऊन हमसून हमसून रडत होती. त्रिशा मला भेटण्यापूर्वी तिचे आईवडील मला भेटून गेले होते आणि त्यांच्या म्हणण्यानुसार केवळ एक वर्षात, आताची त्रिशा कोणी वेगळीच मुलगी आहे असे वाटावे इतकी ती बदलून गेली होती. ती अत्यंत बुद्धिमान विद्यार्थिनी होती. ती उत्तम बास्केटबॉल खेळाडू होती. तिला नृत्य, नाटक आणि इतर कलांमध्येही विलक्षण रस होता. पण तिला कसले तरी दडपण यायला लागले आणि हे सगळे चित्रच बदलून गेले.

हळूहळू पण भीती वाटावी, अशा तऱ्हेने तिची स्वत्वाची जाणीव कमी व्हायला लागली. तिला कशातच रस वाटेनासा झाला आणि ती चारचौघांत मिसळेनाशी झाली. तिने सर्व जगाकडे पाठ फिरविली आणि तिने स्वत:ला आपल्या खोलीत कोंडून घेतले. रोज उठून अंघोळ करणे, तयार होणे, शाळेत जाणे या साध्या साध्या गोष्टी तिला अशक्य व्हायला लागल्या होत्या. तासन्‌तास बिछान्यात पडून छताकडे भकास नजरेने पाहत राहणे, सतत झोपणे किंवा टीव्ही बघणे एवढेच काय ते तिला जमत असे. टीव्हीवर कोणता कार्यक्रम चालू आहे, याचेही तिला भान नसे. अनेक वेळा तिला समजून घेणे आणि ते जमलेच नाही तर तिच्यावर प्रचंड संतापणे, या चक्रात तिचे आईवडील अक्षरश: भरडून निघत होते. 'तू मनापासून प्रयत्न कर,

यातून तू बाहेर पडशील','तूच निश्चय करायला हवास', 'हे सगळे तुझ्या मनाचे खेळ आहेत' असे सांगून तिचे आईवडील तिला उत्तेजन देण्याचा प्रयत्न करत असत. पण आता त्यांनीही हात टेकले होते.

आईवडिलांच्या सतत मागे लागण्याने त्रिशा त्यांच्यापासून अधिकच दुरावली होती. तिची खात्रीच पटली होती की या जगात तिला समजून घेणारे कोणीही नव्हते. आता तिला कशासाठी जगायचे, हेही कळेनासे झाले होते.

मी तिला भेटले, त्या सुमारास तिने हाती पडेल त्या कोणत्याही धारदार वस्तूने हातावर जखमा करून घ्यायला सुरुवात केली होती. 'मी स्वत:ला जखमा करते, तेव्हाच मी जिवंत आहे असे मला वाटते. काही क्षणच का होईना, पण ह्या बधिरपणातून माझी सुटका होते.'

जखमा करून घेण्याचे तिला व्यसन लागले होते. ह्या जखमा जितक्या जास्त खोल तितके तिला अधिक बरे वाटत असे. पण नंतर काही दिवसांनंतर हे जखमांच्या वेदनेने बरे वाटण्याचे प्रमाणही कमी कमी होत चालले होते. तिच्या हातापायांवर, पोटावर तिने करून घेतलेल्या जखमांचे विद्रूप व्रण तिने मला दाखविले, तेव्हा मी खचलेच. रेझरची पाती, कात्र्या, पिना यांनी केलेल्या लहानमोठ्या जखमा तिच्या मनातील दु:खाचा आगडोंब ठसठशीतपणे दाखवित होत्या. आत्महत्या सोप्या पद्धतीने आणि झटपट कशी करता येईल, याचा शोध ती इंटरनेटवर सातत्याने घेत असे. तिचे आईवडील तिच्या मनाविरुद्ध, जबरदस्तीने तिला माझ्याकडे घेऊन आले होते. पण मी तिला काहीही सांगितले तरी ते ऐकून घ्यायचे नाही, हा निश्चय करूनच ती आली होती. या तिच्या निश्चयात कशानेही बदल होणार नव्हता. त्रिशासारख्या हुशार मुलीला वेडे करून सोडणाऱ्या डिप्रेशनच्या पिशाच्चाने तिच्या आयुष्यातील आनंद, छानशा आठवणी तिच्यापासून मुळातून खुडून नेल्या होत्या. आता तिच्या मनात फक्त एकच विचार पिंगा घालत असे, 'मला मरायचंय'.

मागच्या पथदर्शकात, आपल्याला डिप्रेशन आल्याचे मान्य करणे गरजेचे असण्यावर मी भर दिला होता. त्रिशाच्या बाबतीतही, तिने तिला डिप्रेशन आल्याचे आणि त्याचा तिच्या आयुष्यावर परिणाम होत असल्याचे मान्य करावे, हेच पहिले पाऊल मला उचलावे लागणार होते. तुम्ही यापूर्वी कधी डिप्रेशनला बळी पडला असाल, आत्ता तुम्ही डिप्रेशनग्रस्त असाल किंवा तुमच्या माहितीत कुणाला डिप्रेशन आले असेल, तर या डिप्रेशनचा स्वीकार करणे किती अवघड असते, याची तुम्हाला कल्पना करता येईल.

एखाद्या काळ्या ढगाप्रमाणे डिप्रेशन एखाद्या व्यक्तीला इतके घेरून टाकते की ती व्यक्ती आपण स्वत:च एक काळा ढग आहोत, असे मानायला लागते. वर्ल्ड हेल्थ ऑर्गनायझेशनने (WHO) 'डिप्रेशन नावाचा काळा कुत्रा' या शीर्षकाचा एक

अप्रतिम व्हिडियो तयार केला आहे. तो व्हिडियो जर तुम्ही पाहिला असेल, तर तुमच्या लक्षात येईल की डिप्रेशनच्या काळ्या कुत्र्याने त्रासलेल्या माणसाला जळी, स्थळी, काष्ठी, पाषाणी काळा कुत्राच दिसायला लागतो आणि मग इतकेच काय, तर तो स्वत:च कुत्रा असल्याची त्याची खात्री पटते.

सुरुवातीला त्रिशा ह्या काळ्या कुत्र्याचे अस्तित्वच मान्य करायच्या मन:स्थितीत नव्हती. 'मला डिप्रेशन आलंय म्हणे - प्रत्येक जण मला हेच सांगतोय. पण मला माहित्येय, मला डिप्रेशन आलेलं नाही. मी अशीच आहे - कुरूप, भयानक, स्वार्थी आणि नेभळट.'

डिप्रेशनचा आवाज अतिशय मोठा असतो. तो तुमच्या आवाजावर कुरघोडी करून तुमचा आवाज दाबून टाकतो आणि मग एक दिवस तुम्ही पक्के ठरवून टाकता की हा जो कर्कश आवाज कडाडतो आहे; तो बाहेरून येत नाही, तो माझा स्वत:चाच आवाज आहे.

त्रिशाच्या बाबतीत मी वेगळी भाषा वापरण्याचे तंत्र अमलात आणले आणि तिला आपल्या या त्रासदायक साथीदाराची जाणीव व्हायला लागली. डिप्रेशनचा प्रभाव कसा पडायला लागतो, हे समजावून घेण्यापासून आम्ही सुरुवात केली. डिप्रेशनची जडणघडण, ते केव्हा सुरू झाले, त्याचे म्हणणे काय आहे?, सामान्यपणे ते कोणत्या शब्दात धमकावते, धमकावण्याचा स्वर कसा असतो, ह्या डिप्रेशनमुळे तिचे स्वत:विषयी काय मत झाले आहे? दिवसाच्या कोणत्या वेळी डिप्रेशनचा जोर जास्त असतो? हे कशामुळे वाढते? कशामुळे कमी होते? याबरोबरच डिप्रेशनच्या अपराधाची बोच, बधिरपणा, अगतिकता, निरुपयोगी असल्याची भावना या आणि अशा सगळ्या नकारात्मक मित्रांबद्दलही आम्ही बोललो.

पहिल्या पथदर्शकात सांगितल्याप्रमाणे डिप्रेशनला आपल्यापासून वेगळे काढणे आणि त्याचे स्वरूप मुळापासून उलगडून समजावून घेणे अत्यावश्यक असते. माझ्या आणखी एका पेशन्टचे म्हणणे होते, की या डिप्रेशनबद्दल सगळे काही समजावून घेतले तर नक्की उपयोग होतो - 'मग मला कळले की हे डिप्रेशन असते कसे?, त्याला वास कसा येतो, त्याचा आवाज नक्की कोणता?, चव काय?, त्याचा स्पर्श कसा आहे? आणि अर्थातच त्याच्यामुळे मला काय वाटते?'

त्रिशाने आणि मी शारीरिक आजारांबद्दल आधी चर्चा केली. समजा, तो टायफॉईड असेल तर सामान्यत: आम्ही त्याची लक्षणे सर्व तपशिलासहित सांगतो. त्यामुळे या लक्षणांवर बारीक नजर ठेवून प्रत्येक पायरीवर योग्य ती खबरदारी घेणे शक्य होते. पण डिप्रेशनच्या बाबतीत मात्र 'तुम्हाला डिप्रेशन आले आहे' असेच

फक्त सांगितले जाते. त्याचे तंत्र समजावून दिले जात नाही. ते तुमच्या मनावर काय परिणाम घडवते? तुमच्या विचारांवर कसा पगडा बसवते? तुमच्या भावनांवर कसा ताबा मिळवते? तुमच्या शरीरावर त्याचे काय परिणाम होतात? तुम्ही निराशावादी कसे होत जाता? तुमच्या आजूबाजूच्या लोकांबरोबरच्या संबंधांवर काय परिणाम होतो? तुम्ही स्वत:कडे कोणत्या नजरेने पाहायला लागता? तुमचे जग, तुमचा भूतकाळ, तुमचा भविष्यकाळ याचे काय? हे प्रश्न सोडवलेच जात नाहीत.

आपल्या समाजातही डिप्रेशनशी झगडणाऱ्या लोकांकडे सहानुभूतीने पाहिले जात नाही. 'त्याला प्रयत्नही करून बघावासा वाटत नाही', 'तिला बरे व्हायचेच नाहिये', 'नाटकी मेली/मेला', 'कीव तरी किती करायची स्वत:ची?', 'मलाच बळीचा बकरा केलंय' हे किती वेळा समजून घ्यायचं?', 'त्याला सारखंच लक्ष वेधून घ्यायचं असतं', 'सारखा विचारांत बुडलेला असतो', 'तिच्यासारखं अगतिक मला कधीच व्हायचं नाहिये' आणि अर्थातच 'डिप्रेशन आलंय म्हटलं की झालं- अलगद निसटता येतं' अशी मुक्ताफळे आपल्यापैकी सर्वांनी कधी ना कधी, कुणाबद्दल तरी नक्कीच ऐकली असतील - जसे काही या लोकांनी आपले आयुष्य दु:खी, कष्टी आणि अर्थहीन करण्यासाठी स्वत: डिप्रेशनची निवड केलेली असते.

डिप्रेशन येणे म्हणजे पराभूत होणे असे नाही. डिप्रेशन हे विश्वव्यापी यातनांचे प्रतिक आहे.

डिप्रेशनग्रस्त माणूस त्याच्या डिप्रेशनशी दोन हात करत असला तरी तो बिघडलेला, दुबळा, दयनीय आणि कमअस्सल म्हणून हेटाळला जातो, कारण डिप्रेशनग्रस्त होणे हे लाजिरवाणे, डागाळलेले समजले जाते.

सन २०१७मध्ये 'WHO'तर्फे डिप्रेशनच्या संदर्भात जागरुकता यावी म्हणून 'चला, बोलू या' ही प्रबोधनात्मक मोहीम हाती घेण्यात आली होती. हा खरोखरच उत्कृष्ट प्रयत्न होता. डिप्रेशन हा टायफॉईड किंवा डायबेटिससारखा शारीरिक आजार असून त्यावर केले जाणारे उपचार हे तितक्याच काळजीने आणि सन्मानाने केले जावेत, आणि डिप्रेशनच्या संदर्भात जे मौन पाळले जाते, ते कसे चुकीचे आहे, याविषयी जाणीव निर्माण व्हावी यासाठी ही मोहीम उपयुक्त ठरली.

पण आपल्या दृष्टीकोनात आमूलाग्र बदल करून डिप्रेशनला आजारही न समजता फार मोठ्या प्रमाणात जागतिक पातळीवर सहानुभूतीने विचारविनिमय करण्याजोगा 'डिप्रेशन : मनुष्यप्राण्याची अवस्था' हा विषय समजला जावा, असे मी सुचवू इच्छिते.

डिप्रेशनला आजार किंवा रोग म्हणणे मला मान्य नाही, कारण त्यामुळे डिप्रेशन

कमतरतेचा किस्सा ठरते. डिप्रेशनला आजार मानल्याने रोगी आणि त्याचा रोग बरा करणारा डॉक्टर अशा अधिकृत वैद्यकीय साच्यात त्याची विभागणी होते. मग डिप्रेशनग्रस्त माणूस हा रोगी, हीनदीन आणि उपचारकर्ता त्या रोग्याला ठाकठीक करणारा थोर माणूस समजला जातो. अशा परिस्थितीत डिप्रेशनग्रस्त माणूस या अवस्थेला येऊन पोचण्याच्या परिस्थितीचे बारकावे आणि स्तर समजून घेताना, डिप्रेशनबद्दलची आजपर्यंत प्रमाणभूत मानली गेलेली मुख्य 'गृहिते' आणि 'सत्य' यांच्याबद्दल शंका व्यक्त करण्याची शक्यताच उरत नाही.

'इतिहास' हा माझ्यासारखाच त्रिशाचाही आवडता विषय असल्याचे उपचाराच्या दरम्यान माझ्या लक्षात आले. त्रिशा आणि तिचे डिप्रेशन यांना वेगळे करण्यासाठी आमची ही कॉमन आवड उपयुक्त ठरली. अत्याचारी लोकांनी समाजातील काही लोकांना अत्याचाराने वश करून घेऊन त्यांचे वेगळे गट स्थापन करण्यात यश मिळविल्याचे दाखले इतिहासाच्या पानापानावर सापडतात. त्यात डिप्रेशनसारखेच तंत्र वापरल्याचे पुरावे मिळतात. या ठिकाणी अत्याचारामुळे वश झालेला गट अत्याचाऱ्यांच्या आधीन होतो आणि ते अत्याचार हेच नशीब समजून ते पचवू लागतो.

रशियन लेखक फियोडोर डोस्टोवस्की यांनी एके ठिकाणी लिहिले आहे, *'कैद्याने पळून जाऊ नये म्हणून सर्वांत उत्तम उपाय म्हणजे तो कैदेत आहे, असे त्याला वाटूच देऊ नये.'*

इतिहासाच्या चर्चेत त्रिशा अतिशय उत्साहाने भाग घेत असे. तिचा तो उत्साह चकित करणारा असे. अत्याचार हा शब्द रूपक म्हणून वापरला, तेव्हा तिला तो अत्यंत पटला. अत्याचार या रूपकाला समांतर जाणारी कितीतरी उदाहरणे तिला आठवली आणि त्यामुळे मनात खोलवर दडून राहिलेल्या अत्याचाराची समजही आली. याचा परिणाम म्हणूनच 'डिप्रेशन' या अत्याचाराविरुद्ध लढण्याची ताकद तिला मिळाली. तिची ही समज म्हणजे डिप्रेशनच्या विरुद्ध बंडाळी नव्हती, तर सहानुभूतिपूर्वक केलेली गांधीगिरी होती, ('लगे रहो मुन्नाभाई' या चित्रपटामुळे महात्मा गांधींचे तत्त्वज्ञान ज्या पद्धतीने लोकप्रिय झाले, त्याला 'गांधीगिरी' म्हणून संबोधले जाते.) कारण रागराग केल्याने आपण जास्त प्रतिक्रियाशील होतो आणि त्या चक्रात अडकून पडतो. मग आम्ही साम्राज्यवादी डिप्रेशन आणि त्या डिप्रेशनकडून त्रिशावर सातत्याने केल्या जाणाऱ्या धमक्यांच्या माऱ्याविरुद्ध गांधीजींचा शांततापूर्वक बहिष्काराचा मार्ग अनुसरायला सुरुवात केली.

त्रिशा अकरा वर्षांची असताना तिच्या नात्यातील वीस वर्षांच्या एका मुलाने तिच्याशी अतिप्रसंग केला होता. तिच्या आईला तिने याबद्दल सांगण्याचा प्रयत्न केला, पण आईने तिलाच गप्प केले. कारण काय तर त्यांच्या घराण्याची मूल्ये

आणि परंपरा यांत हा प्रसंग शोभण्यासारखा नव्हता. याची वाच्यता झाली असती, तर घराण्यात भांडणे होऊन फूट पडली असती. आईवडिलांना या अत्याचारामुळे प्रचंड त्रास झालाच होता, पण त्यांनी त्यांच्या एकत्र कुटुंबात ह्या प्रकरणाची दखल घेतली जावी म्हणून कोणतेही पाऊल उचलले नव्हते. 'घराण्याच्या प्रथेप्रमाणे' तिला निवासी शाळेत दाखल करण्यात आले, साधारणपणे त्या सुमारास हा प्रसंग घडला होता.

या निवासी शाळेत सुरुवातीला तिचा सावळा रंग आणि शरीरयष्टीवरून प्रचंड प्रमाणात चिडवले गेले - 'रॅगिंग' केले गेले. हे सगळे सहन करण्याचा उपाय म्हणून तिने आपली सगळी शक्ती अभ्यास आणि बास्केटबॉल खेळण्यात पणाला लावली. पण तिला स्वत:विषयी घृणा वाटायला लागली होती. विशेषत: स्वत:च्या शरीराविषयी तर ती घृणा शिगेला पोचली होती. दहावीत असताना म्हणजे ती सोळा वर्षांची असताना डिप्रेशनने तिचा ताबा घ्यायला सुरुवात केली. हळूहळू तिने चारचौघांत मिसळणे कमी केले. ती एकटी राहू लागली, तिचे वजन कमी होऊ लागले. पुढे तिने वैद्यकीय शिक्षण घेणे अपेक्षित होते म्हणून अभ्यासाची जास्त तयारी करून घेता यावी, या कारणासाठी त्या वेळी तिच्या आईवडिलांनी त्या निवासी शाळेतून काढून तिला घरी आणण्याचे ठरविले. ही आणखी एक त्यांच्या 'घराण्याची प्रथा'!

अकरावीत शाळा, शिकवण्या आणि मेडिकल कॉलेजमध्ये प्रवेश मिळवण्यासाठी जास्तीचा अभ्यास यासाठी अख्खा दिवस तिला पुरा पडत नसे. नाटक, नृत्य, बास्केटबॉल किंवा इतर कोणत्याही कलाप्रकारासाठी तिच्याकडे वेळच नसे. बारावीचे वर्ष सुरू व्हायच्या सुमारास ती शाळेला दांड्या मारायला लागली. तिला कोणत्याच गोष्टीत रस वाटेनासा झाला आणि ती मरून जाण्याच्या विचारांपर्यंत येऊन ठेपली. तिच्या धाकट्या भावाला याची प्रथम जाणीव झाली आणि त्याने त्यांच्या आईवडिलांना या बाबतीत पहिले पाऊल उचलण्यास भाग पाडले.

या सगळ्या पार्श्वभूमीवर अभ्यास आणि खेळ दोन्हीतही अग्रभागी असणारी, उंच, सडपातळ, देखणी, उत्तम शाळेत शिक्षण घेणारी त्रिशा यशाचे मूर्तिमंत प्रतीक होती. पण या सगळ्याच्या तळाशी दबा धरून बसलेल्या डिप्रेशनने तिची योग्यता आणि इच्छा यांची चाळण करून टाकली होती. या डिप्रेशनमुळे तिने 'रॅन्ट' करायला सुरुवात केली होती. आर् - प्रतिकार (अतिविचार, अतिविचक्षणा), ए - टाळाटाळ (शाळेला दांड्या, खोलीत कोंडून घेणे), एन् - बधिरता (स्वत:ला जखमा करून घेणे), टी - चुकीचे समज सत्य समजून वागणे (प्रत्येकाच्या मते मला डिप्रेशन आले आहे. पण मला माहित्येय, हे डिप्रेशन नाही. मी अशीच आहे - कुरूप, भयानक, स्वार्थी आणि दुबळी).

डिप्रेशनचा मागोवा घेताना आणि अंगिकारलेल्या अत्याचाराचा त्याग करताना

त्रिशा तिच्यात दडलेल्या गुणांचा शोध घ्यायला शिकली, स्वत:ला ओळखायलाही शिकली.

उत्तमाचा शोध घेण्याची कला

> आपले काम मानवतेला थोरपणा प्रदान करण्याचे नाही. आपण मानवतेतील थोरपणाचा अनुभव घेऊ शकतो कारण मानवतेत अंगभूत थोरपणा असतोच.
> – जॉन बुचन, स्कॉटिश कादंबरीकार

ह्या विचारातील शहाणपण आणि चतुराई माझ्या मनाला स्पर्श करतात. एक मानसोपचार तज्ज्ञ म्हणून आपण आपल्या पेशन्ट्सच्या बाबतीत काही संकेत, लक्षणे, त्रुटी, दोष आणि समस्या यांचा मागोवा घेऊ लागलो, तर आपल्याला त्या प्रचंड प्रमाणात आढळून येतील यात शंकाच नाही. या दृष्टीने त्रिशाच्या समस्येचे मानसशास्त्रीय रोगनिदान केले, तर ते लिहून घेण्यासाठी अनेक कागद खर्ची पडतील. पण अशाच प्रकारे आपण प्रत्येक माणसातील मोठेपणाच बघण्याचा दृष्टीकोन ठेवला, तर आपल्याला सामोरा येणारा प्रत्येक जण महानच वाटेल. ह्या सगळ्या लक्षणांचा, दोषांचा, संकेतांचा मागमूसही राहू नये अशी मानसोपचार तज्ज्ञांची भूमिका नसावी. माणसाचे वय, कुवत, लिंग, लैंगिकता, घराणे, संस्कृती, दर्जा किंवा रंगरूप कसेही असले, तरी त्या माणसातील मोठेपणाशी आपले नाते जुळायला हवे.

प्रत्येक माणसातील मोठेपणा किंवा शहाणपणा उजेडात आणण्यासाठी त्याच्या भावनिक यातनांचा अंत झाला पाहिजे असे म्हणणे शहाजोगपणाचे वाटेल, याची मला कल्पना आहे. काही वेळा माणसाला त्याच्या शहाणपणाची फक्त जाणीव करून दिली तरी त्याच्या यातनांची पकड ढिली होते, कारण मग ती व्यक्ती स्वत:ची कुवत, सामर्थ्य, कौशल्ये आणि संचिताचा शोध घेऊ लागते.

आमचा एक मित्र सुट्टी घेऊन त्याचे कुटुंब आणि मित्रपरिवारासह न्यूझीलंडला गेला. तिथे त्यांनी एक दिवस सोन्याच्या खाणीत घालविला. बरोबरच्या सगळ्या लोकांना त्या खाणीतून सोने मिळविण्याची संधी मिळाली. त्याने हा सगळा प्रकार असा सांगितला, 'तुम्हाला त्या खाणीत एक भांडे दिले जाते आणि मग तुम्ही गाळाने भरलेल्या नदीच्या पात्रात गुडघाभर चिखलात उतरता आणि तुमच्या हातातील भांडे त्या गाळाने भरून घेता. हातातील भांडे सतत हलवत ठेवून तो उपसलेला गाळ घोळवत राहता. तुमच्या भांड्याच्या तळाशी सोन्याचे काही कण जमा होईपर्यंत तुम्ही हे उपसणे, घोळवणे चालू ठेवता.' चिक्कार वेळ हा गाळ धुतल्यानंतर जे अत्यंत किरकोळ सोने हाती लागत होते, त्यानेही त्यांच्या गटातील मुले झपाटून

जात होती, हे त्याने मला आवर्जून सांगितले.

एक मानसोपचार तज्ज्ञ म्हणून मला वाटते, की डिप्रेशन, चिंता किंवा तत्सम कसल्याही भावनिक संघर्षाने पिडलेल्या रुग्णांवर उपचार करणे, हे गाळातून सोने मिळविण्यासारखे आहे. सोने असतेच तिथे. आपण फक्त उपसण्याचे, घोळण्याचे आणि गाळण्याचे कष्ट करायचे असतात. गाळातील सोन्याप्रमाणेच आपल्यातील प्रत्येकात शहाणपण असतेच. आपल्याला फक्त त्याची जाणीव करून घ्यायची असते. आता आपण आपल्या मनाचा ठाव घेऊन आपल्या शहाणपणाचे सोने कसे मिळवू शकतो, ते बघू या.

सामर्थ्य आणि संचिताचा शोध घेण्याचे पराकोटीचे प्रयत्न

आपल्या डिप्रेशनच्या गाभ्यात स्वत:विषयीची घृणा आणि संशय ठासून भरलेला असतो. आपला प्रतिक्रियाशील मेंदू आणि 'रेडियो सत्यानाश आणि दु:ख' सतत आपल्याला 'मला माझा तिरस्कार वाटतो', 'मी कुरूप आहे', 'मी भयानक आहे', 'मी जगायला पात्र नाही' अशा घोषणांमध्ये घुसळत असतात. या अशा घाणेरड्या, छळणाऱ्या विचारांचे सतत रवंथ केल्याने आपण आपल्यातील उपजत पात्रता आणि मोठेपणा गमावतो आणि आपल्या निराश व्यक्तिमत्त्वाचा सांगाडाच काय तो उरतो. डिप्रेशनमुळे आपले सामर्थ्य आणि संचितही गंजून गेल्याचे आपल्यावर ठसविले जाते. खरे तर अनेक मानसशास्त्रज्ञ, मनोविकार तज्ज्ञ, मानसोपचार तज्ज्ञ या विचाराचे समर्थन करताना दिसतात. आम्हाला मिळालेल्या प्रशिक्षणात प्रामुख्याने अंतर्भाव असलेल्या रोगनिदान शास्त्राचा हा परिणाम आहे.

आम्हाला मिळालेल्या या एकांगी प्रशिक्षणाविरुद्ध जाऊन मानसिक समस्यांना सामोरे जाणाऱ्या रुग्णांना अर्धवट, बिघडलेले आणि भरकटलेले न समजण्यासाठी फार मोठ्या विश्वासाची आणि धैर्याची गरज असते. म्हणूनच डिप्रेशनच्या तडाख्यात सापडलेल्या लोकांना 'तुमचा सर्वांत मोठा गुण कोणता,' असा साधा प्रश्न विचारला तरी ते किती गोंधळून जातात याची तुम्ही कल्पना आहे? त्याऐवजी 'तुम्ही एकशिंगी घोडा किंवा उडणाऱ्या डुकरांवर विश्वास ठेवता का?' यासारखे हे प्रश्न त्यांना सोपे वाटतील.

मी त्रिशावर उपचार करीत असताना 'तुझा सर्वांत मोठा गुण कोणता?' हा प्रश्न थोड्या गैरवाजवी आतुरतने आणि उतावळेपणाने तिला विचारण्याची चूक केली होती. (डॉक्टरांच्या या अशा चुकासाठी आमचे पेशन्ट्स आम्हाला किती मोठ्या मनाने माफ करतात, ही वस्तुस्थिती खूप चकित करून जाते). प्रथम तिने माझ्याकडे मोठ्या अविश्वासाने पाहिले आणि मग खांदे उडवून त्या प्रश्नालाच बगल दिली. मी तिची माफी मागितली आणि माझा प्रश्न थोड्या वेगळ्या प्रकाराने

विचारू का, असे तिलाच विचारले. मग मी तिला विचारले, की तिच्या आयुष्यात ज्या कठीण प्रसंगांना तिने तोंड दिले होते, त्याविषयी मला जाणून घ्यायचे होते. तिने तिच्यावर झालेला अतिप्रसंग (याबद्दल आम्ही पूर्वीही बोललो होतो), निवासी शाळेत जाण्यासाठी घर सोडायला लागणे, शाळेत झालेले रॅगिंग, घरी परत येणे आणि नवीन शाळेत पुन्हा रुळायला भाग पडणे या सगळ्या बाबींचा उल्लेख केला. या सगळ्या प्रसंगांमधून तिचे स्वत:बद्दल काय मत झाले, याविषयी मला जाणून घ्यायचे होते.

सुरुवातीला तिने जरा आढेवेढे घेतले, पण मी माझे प्रश्न जरा जास्तच रेटले– आम्ही एक यादीच करण्यापर्यंत मजल मारली. आता तिला कोणाचीही मदत न मागता स्वत:ला सुरक्षित ठेवता येत होते. शाळेत कुणीही तिची छेड काढली तर शाळेत त्याची दखल घेतली जाईल याबद्दल ती जागरूक राहायला लागली होती. तिच्या 'त्या' भावाला राखी बांधण्याचा तिच्यावर कितीही दबाव आणला गेला, तरी त्याला राखी न बांधण्याच्या निश्चयावर ती ठाम होती. 'चांगल्या मुली किक बॉक्सिंग शिकत नाहीत' अशी सक्त ताकीद मिळाल्यानंतरही तिने ते शिकणे सोडले नव्हते. *(किकबॉक्सिंग हा खेळ मुष्टियुद्ध आणि कराटे या दोन खेळांतील नियमांचा मेळ घालून खेळला जातो. खेळाबरोबरच आरोग्यसंपन्नता, स्वसंरक्षण याचाही लाभ किकबॉक्सिंगमध्ये मिळतो.)*

त्रिशाने हा जो कणखरपणा मिळवला होता, त्याला तू काय नाव देशील, असा प्रश्न मी थोडे आणखी धारिष्ट्य दाखवून तिला विचारला. (सोन्याच्या शोधात भटकणारे कधीच भित्रे नसतात.) विचार करायला तिने थोडा वेळ लावला, पण त्यानंतर आम्ही ज्या नोंदी केल्या, त्या मन वेधून घेणाऱ्या होत्या - निर्धार, पुन्हा तरारण्याचे सामर्थ्य आणि शौर्य.

त्रिशा बराच वेळ या शब्दांचा विचार करत होती. मला आठवतंय, सरतेशेवटी ती म्हणाली होती, 'मी स्वत:बद्दल असा विचार कधीच केला नव्हता.'

डिप्रेशनमुळे हे असे होते. आपली योग्यता स्पष्टपणे लक्षात येते, अशा गोष्टींचा डिप्रेशनमुळे विसर पडतो. त्यांच्याकडे काणाडोळा केला जातो. त्या खिजगणतीतच राहत नाहीत. या भेटीनंतर मी त्रिशाला या भेटीत आमच्यात जी चर्चा झाली होती, त्याबद्दल ई-मेल केला. कारण डिप्रेशनच्या काळात तिने मनात गाडून टाकलेल्या तिच्या संदर्भातील अनेक चांगल्या घटना आम्ही पुनरुज्जीवीत केल्या होत्या. त्यांची नोंद करून ठेवून त्याचे सतत स्मरण करणे फार महत्त्वाचे होते.

त्रिशाने काही काळानंतर मला सांगितले, की ह्या चर्चेने तिच्यात फार मोठा बदल झाला होता. त्या दिवसापासून ती पुन्हा तिच्या आयुष्याला पूर्वीसारखी अत्यंत सहजतेने सामोरी जायला तयार झाली होती.

प्रकाशझोत

- तुम्ही काय करण्यात प्रवीण आहात? तुमची बलस्थाने कोणती आहेत?
- जे लोक तुमची कदर करतात, ते तुमचे कोणत्या शब्दात वर्णन करतात?
- तुम्ही जे करता, त्यात उत्तम कामगिरी करण्यासाठी काय करावे लागते? (शिक्षक, उद्योजक, स्वयंपाकी) ही कौशल्ये तुम्ही रोजच्या जीवनात कशी वापराल?
- तुमच्या समस्येला तोंड देण्यासाठी किंवा त्या समस्यचे उत्तर शोधण्यासाठी तुम्ही कोणाकडे मदत मागाल?
- काय झाले म्हणजे तुम्हाला सोन्याचे कण किंवा सोन्याचे खडे गवसले आहेत, असे वाटेल?

या हलक्याफुलक्या प्रश्नांमधून तुमच्या अंतर्मनातील खजिन्यात कधीतरी गाडल्या गेलेल्या, दुर्लक्षित असंख्य मौल्यवान गोष्टींचा शोध लागेल. माझी एक समलैंगिक पेशन्ट डिप्रेशनने पछाडली होती. ती समलैंगिक असल्याने तिला छेडले जात असे. एकटे पाडले जात असे. तिची मैत्री नाकारली जात असे. पण इतकी मानहानी होत असूनही तिने तिचे समलैंगिक असणे कधीच लपवले नव्हते. 'मी कधीच कुणालाही माझी मुस्कटदाबी करू देत नाही आणि माझे विचार व्यक्त करताना मागे-पुढेही पाहत नाही.' तुझ्यावर जी टीका होत असते, त्या टिकेचा तुझ्यावर काय परिणाम होतो असा प्रश्न मी तिला विचारला. तिने विचार करायला थोडा वेळ घेतला आणि म्हणाली, 'त्यामुळेच मी अधिक झुंजार आणि निग्रही होते.'

त्रिशाने तिच्या कणखरपणाबद्दल विचार केल्यावर तिला जसे आश्चर्य वाटले होते, तसेच आश्चर्य या माझ्या पेशन्टला हे उत्तर दिल्यावर वाटले; कारण 'आपण अशा आहोत' असा विचारही स्वत:बद्दल तिने कधी केला नव्हता.

मला माझ्या एक शिक्षिका आठवतात. डिप्रेशनमुळे त्या अक्षरश: कोलमडून गेल्या होत्या. पण तरीही त्यांची एक दिवसही गैरहजेरी असायची नाही. तुम्हाला हे कसे शक्य झाले, हा प्रश्न मी त्यांना विचारला, तेव्हा त्या म्हणाल्या की त्यांना त्यांचे कामच या डिप्रेशनवरचा उतारा आहे, असे वाटते. शाळेतील मुलांच्या सहवासात राहणे, त्यातील प्रत्येक मुलाची विशिष्ट गरज आणि त्यांना उत्तम शिक्षण मिळावे म्हणून नवनवीन पद्धती शोधून काढणे, यात त्यांना त्यांच्या डिप्रेशनचा, काही काळ का होईना, विसर पडत असे आणि त्या तरून जात असत. मी त्यांना विचारले, 'या सगळ्यातून एक माणूस म्हणून तुम्ही कशा आहात, असे

तुम्हाला वाटते? अशी कोणती किमया आणि गुण तुमची ओळख म्हणून सांगता येतील?' तेव्हा त्या म्हणाल्या की, माझा प्रत्येक विद्यार्थी आणि त्याच्या पालकांनी मला आवर्जून सांगितले होते की प्रत्येक मुलाशी तुम्ही विशेष आपुलकीने वागता आणि प्रत्येकाबरोबर तुमची व्यक्तीशः ओळख झालेली असते. त्यांच्याशी बोलत त्यांच्या आठवणींच्या गाळातून, त्यांच्या व्यक्तिमत्त्वातील हे सोन्याचे खडे मिळविण्याचा आनंद आम्हाला मिळाला. शिक्षिका म्हणून प्रत्येक विद्यार्थ्याबरोबर व्यक्तीशः संबंध जपण्याचा हा जो त्यांचा गुण होता, त्याबद्दल आम्ही चर्चा केली. त्यांच्या या गुणाबद्दल बोलताना आयुष्यात पहिल्यांदाच त्या इतक्या आनंदात आणि उत्साहात दिसत होत्या. त्यांनी त्यांचे विचार व्यक्त केले आणि मुलांशी असे वागणे मुलांच्या दृष्टीने अत्यंत महत्त्वाचे असते, हे सांगताना त्या प्रचंड भारावून गेल्या होत्या. मी त्यांच्या मताशी संपूर्ण सहमती दर्शविली आणि त्यांना विचारले, 'पण मला एक गोष्ट जाणून घेण्याची फार उत्सुकता आहे. स्वतःला अग्रस्थानी ठेवून स्वतःला खास वागणूक देण्यासाठी, तुम्हाला आनंद वाटावा असे तुम्ही काय करता? त्यासाठी वेळ कसा काढता?' त्यावर त्या अवाक झाल्या. त्यांनी माझ्याकडे बघितले आणि हलक्या आवाजात म्हणाल्या, 'त्यासाठी वेळ कुठे असतो? घरी इतकं काम असतं. मुलं असतात, नवरा असतो, सासूसासरे असतात.' मी जरा चकितच झाले. त्यांना म्हणाले, 'दुसऱ्या एखाद्या शिक्षिकेने तुम्हाला सांगितले असते की, मला मुलांबरोबर खास नाते निर्माण होण्यासाठी त्यांच्याबरोबर घालवायला वेळ मिळत नाही, तर ते तुम्हाला मान्य झाले असते का?' त्या बुद्धिमान आणि समजूतदार बाई म्हणाल्या, 'मला कळतंय, तुम्हाला काय म्हणायचंय ते. पण मी स्वतःही स्वतःसाठी खासच आहे, हे मी विसरूनच गेले होते.'

खूप प्रयत्न करून झाला आणि तरीही विचारांना श्रेयस्कर दिशा मिळत नसेल, तर 'स्मॉरगॅसबोर्ड'ची नीती अवलंबिणे श्रेयस्कर ठरेल. (स्मॉरगॅसबोर्ड म्हणजे अनेक गरमागरम आणि गारेगार पदार्थांची रेलचेल असलेले जेवणाचे टेबल) तुम्ही सर्व कौशल्यांची, गुणांची, पात्रतेची, मूल्यांची, बलस्थानांची जंत्री (ही जंत्री म्हणजे तुमचा स्मॉरगॅसबोर्ड) लिहून काढा आणि त्यातील तीन (किंवा अधिकही) निवडक प्रकार - असे तीन प्रकार जे तुमचे यथार्थ वर्णन करतील - वेगळे काढा. या जंत्रीत दयाळू, सहृदय, काळजीवाहू, खेळकर, विनोदी, शांत, मनमिळाऊ, उदार, जबाबदार, व्यवस्थित, क्षमाशील, स्पष्टवक्ते, निश्चयी, खंबीर, साहसी, आशावादी, मेहनती, जिद्दी, स्वतंत्र, अस्सल, कार्यक्षम, वचनबद्ध, धाडसी, धीट, सावध, चौकस, उपयुक्त, सर्वसमावेशक, सोशिक, भावनाप्रधान, बलशाली आणि नेतागिरी असे अनेक गुण आहेत. अलोट प्रेम करण्याची क्षमता, कृतज्ञता, स्वीकार, सहनशक्ती, आशा आणि श्रद्धा, कार्यकारणभाव समजून घेणे ह्यांनाही या जंत्रीत स्थान आहे.

न्यायाची चाड असणे, अत्यंत वेगळा विचार करणे, सुंदरतेची जाणीव असणे, एखाद्या कार्याविषयी तळमळ, आत्मविश्वास आणि कशासही न कचरता पाठिंबा देण्याची वृत्ती असणे यांचाही यात समावेश होतो.

या आंतरिक गुणांच्या व्यतिरिक्त आपल्या व्यावहारिक जगातील शक्ती - (कुटुंबाचा गोतावळा, मित्र, आपल्या आयुष्यात महत्त्वाची भूमिका बजावणाऱ्या काही व्यक्ती किंवा अशा काही व्यक्ती ज्यांच्यासाठी आपण अत्यंत महत्त्वाचे असू), पूर्वायुष्यातील यश, काही कलाकौशल्ये आणि त्यांची जाण, आयुष्याच्या पटावरील अतिशय सुरक्षित असलेला भाग - आपल्याकडे असू शकतात. या 'स्मॉरगॅसबोर्डच्या' जंत्रीत तुमच्या आवडींना स्थान असते - कलाकौशल्य, नाटक, जाहीर भाषणे, सर्जनशील लिखाण, काव्य, नृत्य, संगीत, शिक्षणाची आवड, मार्शल आर्ट, खेळ, सिनेमा करणे, फोटो काढणे, रचनाशास्त्र, मैदानी खेळ, वन्यजीवन, उंचावरून खोल पाण्यात उडी मारणे, वाचन.

या भल्यामोठ्या यादीवर नजर टाका. हवे असेल, तर ही यादी वाचण्यात कुणाला तरी सामील करून घ्या. ही व्यक्ती तुम्हाला या यादीतून तुमचे गुण, तुमच्या आवडी, तुम्हाला मिळालेली वरदाने पुन्हा एकदा लक्षात घेण्यासाठी मदत करेल. बाकी काहीही साध्य झाले नाही तरी काही काळासाठी विसर पडलेली आणि आता नव्याने लक्षात आलेली तुमची वैशिष्ट्ये तुमच्या समस्यांवर मात करण्यासाठी तुम्हाला मदतच करतील.

आता माझी कुचेष्टा करण्यासाठी आढ्याकडे पाहून, हाताच्या एका फटकाऱ्याने तुम्ही मला मोडीत काढत 'फालतू' म्हटले असेल, तर ते मी समजू शकते. मला कळतंय, की तुम्ही भावनाविवश झाला आहात आणि 'माझं असं काहीही झालेलं नाही आणि हे असं करण्याची मला काहीच गरज नाही' असे म्हणून हे सगळे तुम्ही झटकून मोकळे व्हायला बघता आहात.

डिप्रेशनमुळे तुम्ही तुमच्यातील सर्वोत्तम गुणवत्तेला पारखे होता आणि विरोधाभास बघा कसा असतो - त्याचमुळे तुमच्यातील ते दडपून गेलेले सर्वोत्तम गुणधर्म अखेरीस पुन्हा नव्याने उजेडात येतात. तुमच्यावर वाईट प्रसंग ओढवले, तर तुमची दृष्टी आयुष्यात घडलेल्या त्या वाईट प्रसंगापुरती मर्यादित होते. जे काही चांगले आहे, त्यापेक्षा जे वाईट घडते आहे त्याच्यावरच जास्त भर दिला जातो.

कल्पना करा, की तुमच्या बागेत एका कोपऱ्यात एक काटेरी झाड आहे. त्या झाडाचे काटे तुम्हाला ओरबाडत असूनही तुम्ही त्या झाडाच्या जवळ राहून उरलेली सगळी सुंदर बाग नजरेआड करता आहात. पण त्याऐवजी त्या झाडाचे तिथे असणे मान्य करून बाकीच्या सुंदर झाडांची जोपासना करण्याचा मार्ग तुमच्याकडे उपलब्ध असतोच की.

'सगळ्यांच्या मनात चांगल्या आणि वाईट भावनांनी घर केलेले असते. यांपैकी कोणत्या भावनांशी हातमिळवणी करायची, हे आपणच ठरवायचे असते. ही निवडच आपण कसे आहोत, याचे द्योतक असते' - सिरियस ब्लॅक, हॅरी पॉटर अँड द ऑर्डर ऑफ द फिनिक्स.

प्रत्येकाच्या मनात चांगल्या भावना असतातच. 'हवे असेल त्याचीच जोपासना' करण्याचा तिक नीयात हान यांचा जो कानमंत्र आहे, तो म्हणजेच या चांगल्या भावनांना साद घालणे. डिप्रेशन आणि चिंताग्रस्तता आपल्यातील कमतरतेच्या बीजांना (कुचकामी, असहाय, निरुपयोगी) पाणी घालतात, शिवाय अपराधाची बोच, काळजी, औदासीन्य आपल्या मनाला पडीक, नापीक करून सोडतात. त्यामुळे सुविचारांना रुजायला जागाच उरत नाही. 'हवे असेल त्याचीच जोपासना' करण्याच्या कलेमुळे आपण हळूहळू पण सातत्याने आणि जाणीवपूर्वक आनंद, आशा, प्रेम, लायकी, विचारीपणाच्या बिजांचे सिंचन करू लागतो. हे अगदी गाळातून सोने काढण्यासारखेच आहे.

प्रकाशझोत

- मी तुम्हाला आता जो प्रयोग करायला सांगणार आहे, तो टाळण्याचा तुमचा विचार असण्याची मोठी शक्यता आहे. पण एक प्रयत्न तर करून पहा, अशी विनंती मी तुम्हाला नक्कीच करू शकते ना?
असा विचार करा की, तुमच्यात एक लहान मूल दडले आहे. या लहान मुलीची नीट जोपासना होण्यासाठी आवश्यक असलेली माया आणि शाबासकी तिला अजिबातच मिळत नाहिये. या मुलीत अंगभूत असू शकणारे दहा गुण, क्षमता आणि कौशल्यांची यादी करा. या पथदर्शकात मी अशी एक जंत्री यापूर्वीच दिली आहे. तिचा उपयोग यासाठी तुम्ही करू शकता. ती यादी तुमच्या बाथरूमच्या आरशावर किंवा बेडरूमच्या भिंतीवर किंवा कुठेही लावा. तिथे तुमची नजर वारंवार पोचायला हवी. या यादीतील एका जरी गुणाची, क्षमतेची किंवा कौशल्याची बारकीशी झलक तुम्हाला स्वत:मध्ये दिसली, तर स्वत:लाच त्याची हळुवारपणे पोच द्या. उदाहरण देते. तुम्ही घराबाहेर पडून फिरायला निघाला आहात. स्वत:ला सांगा, 'घराच्या सुरक्षित वातावरणातून बाहेर पडण्यासाठी मनाची तयारी असायला लागते आणि ती माझ्या मनाची झालेली आहे.'

- मायाळू आणि उदार व्हायच्या वेळी हातचे राखून वागू नका. लक्षात ठेवा, तुमच्यातील या मुलीला फार काळ उपेक्षित ठेवले गेले आहे. त्यामुळे थोडासा जरी हात सैल सोडला, तरी त्याचा परिणाम फार मोठाच होणार आहे. सुरुवातीला हे थोडेसे कृत्रिम वाटेल, पण काही काळाने हे सवयीचे होईल. पण असे काहीच होत नाहिये असे वाटले, तरी प्रयत्न सोडू नका. माझ्या पेशन्ट्सपैकी अनेकांना ह्या प्रयोगाचा खरोखरच फार फायदा झालाय. माझी एक पेशन्ट मला म्हणाली, 'दर वेळी मी स्वत:साठी काही केले, मी या डिप्रेशनला फसवलंय असं मला वाटते, पण ते ठीकच आहे.'

फारच पुनरावृत्ती होते आहे असे वाटेल, पण पुन्हा एकदा सोने गाळून घेण्याचा उल्लेख करणार आहे. ही गाळातून सोने मिळविण्याची कला म्हणजे 'चला, आशावादी होऊ या' अशा थाटाची घोषणा नव्हे. हा घोषणेपुरता आशावाद म्हणजे केवळ उत्तेजन देण्यासाठी मैदानाच्या कडेला राहून नृत्य करणे, भाषण ठोकणे किंवा टाळ्या पिटणे असते. यातून सोन्याचा निव्वळ मुलामा दिला जातो, अस्सल सोने मिळतच नाही. सोने नेटाने मिळविण्याच्या प्रक्रियेत मातीत सोने असतेच. फक्त ते मिळविण्यासाठी खूप कष्ट घ्यावे लागतात. खोल खणावे लागते. माती चाळत राहावे लागते आणि प्रचंड कष्ट उपसल्यावरच तेथील सोन्याचे कण हाती लागतात.

मानसोपचार करणे म्हणजे सोन्याची खाण खोदत राहण्यासारखे आहे. गमावलेल्या क्षमता, कौशल्ये विसरल्यामुळे दुर्लक्ष झालेले, गंज चढलेले ज्ञान हे सगळे पूर्ववत करण्यासाठी फार मोठे प्रयास करावे लागतात. यात यश मिळविण्यासाठी उपचारकर्ता आणि पेशन्ट या दोघांमध्ये पराकोटीचा विश्वास आणि चिकाटी असावी लागते. त्याचप्रमाणे मनाच्या काळेजल्या अवस्थेतही, आपण आणि आपले प्रियजन यांच्यातील सकारात्मक शहाणपणाचा शोध घेत तग धरून राहावे लागते.

अपवादांचा शोध

> कोणाचीही समस्या निखळ समस्या नसते. प्रत्येक समस्येला अपवाद हा असतोच. - स्टीव्ह डी शेझर - 'परिणामकेंद्रित लघुउपचार पद्धती'चे प्रणेते.

डिप्रेशन हे माणसाला सर्वांगाने वेढून टाकणाऱ्या काळ्या ढगासारखे असते. पण कधी कधी हे ढग विरळ होतात, पांगतात आणि थोडेसे प्रकाशाचे किरण त्यातून झिरपतात.

माझ्या एका पेशन्टने एकदा मला असेच काहीसे सांगितले होते, ‘मी आता माझ्या या काळ्या ढगामध्ये लहान लहान भोके पाडायला शिकलो आहे. त्यातून मला थोडासा तरी प्रकाश मिळवता येतो.’ प्रकाशाचे किरण मिळविण्यासाठी आपल्याला घेरून टाकणाऱ्या ढगाला भोके पाडण्यासाठी काय केले जाते, याचा वेध घेणे म्हणजे समस्येला छेद देणारा अपवाद किंवा आमच्या संवादोपचार उपचार पद्धतीतील ‘विलक्षण निष्पत्ती’चा मार्ग शोधण्याची प्रक्रिया असते. आपण समस्यांनी प्रचंड गांगरून जातो. त्यामुळे अल्प काळासाठी का होईना, पण समस्येपासून मुक्ती मिळू शकणार असेल असा काही मार्ग आपण शोधू शकतो, याचाही आपल्याला विसर पडतो.

त्रिशाच्या बाबतीत तिचे डिप्रेशन ‘तिच्या डोक्यात होणारा गोंगाट’ या स्वरूपाचे होते. धमक्या, उलट तपासण्या, शिवीगाळ याचा मोठ्या आवाजात सतत कोलाहल चाललेला असे. खरे तर हा कोलाहल कायमच होत असे, असे नव्हते.

आमच्या चर्चेच्या दरम्यान लक्षात आले होते की, हा गोंगाट नेहमीच वरच्या पट्टीतील नसे. अलीकडे तिने किक बॉक्सिंग या खेळाचे प्रशिक्षण घेण्यास सुरुवात केली होती. ह्या अत्यंत पुरुषी आणि आक्रमक खेळाचे प्रशिक्षण घेण्याला त्रिशाच्या आईवडिलांनी सुरुवातीला विरोधच केला होता, पण त्रिशाच्या तीव्र इच्छेमुळे त्यांना परवानगी द्यावी लागली होती. ती म्हणाली होती, ‘मी किक बॉक्सिंग करत असताना माझ्या डोक्यात होणारे आवाज बंद पडतात. माझे संपूर्ण शरीर त्या वेळी उत्साहाने इतके सळसळत असते की मी ते आवाज ऐकूच शकत नाही.’

उपचाराच्या काळात तिच्या लक्षात आले होते की, नृत्य (मग भलेही ते बाथरूममध्ये दोनच मिनिटे केलेले असो), कुत्र्याला फिरायला नेणे, त्याच्याबरोबर खेळणे यामुळे तिच्या डोक्यात घुमणारे आवाज कमी पातळीला येत असत.

प्रकाशझोत

- यापूर्वी तुमच्या हृदयात आनंदाची लकेर शेवटची केव्हा झंकारली होती. ते आठवा. त्या वेळी तुम्ही काय करत होतात? तुम्ही कुणाबरोबर होतात? तुम्ही कुठे होतात? त्या वेळी किती वाजले होते?
- तुमच्या आयुष्यात दुःखाचा प्रवेश होण्यापूर्वी तुम्हाला कशामुळे सुख आणि शांती मिळत असे?
- कुणाबद्दल तरी प्रेम वाटते आहे, माया दाटून आली आहे, असा तुमच्या आयुष्यातील शेवटचा प्रसंग कोणता? ती व्यक्ती कोण आहे? त्या व्यक्तीबरोबर जास्त वेळ घालवता यावा म्हणून तुम्ही काय करायला हवे?

- दुःख कुरवाळत बसावे असे वाटत असूनही ती ऊर्मी तुम्ही टाळता. अशा वेळा कधी येतात का? ही ऊर्मी टाळण्यासाठी तुम्ही काय पवित्रा घेता?
- यापूर्वी तुम्हाला असे कधी वाटले होते? या वेळेपेक्षा तेव्हा काय वेगळेपणा होता? तसा प्रसंग पुन्हा तुमच्या आयुष्यात तुम्ही घडवून आणू शकाल का?

सद्य परिस्थितीला अपवाद ठरतील असे प्रसंग म्हणजे काही शक्यता आणि आशेचे झरोके असतात, शांततेची झलक असते, अल्पावधीसाठी मिळालेली सुटका असते, ज्यामुळे काही काळ का होईना पण हायसे वाटते. सर्वांत महत्त्वाचे म्हणजे प्रत्येक माणसात दडून असलेल्या, दुर्लक्षित केल्या गेलेल्या सोन्याच्या कणांशी पुन्हा संबंध प्रस्थापित होण्याची संधी मिळते.

परिस्थितीशी जमवून घेण्याच्या कलेची चाचपणी

त्रिशा पहिल्यांदा माझ्याकडे आली, तेव्हा निद्रानाशाने ती त्रासली होती. सर्वच बाबतीत ती निरस आणि आळसावलेली होती. अनेक बाबतींत तिचे आनंदाशी वाकडेच होते. ती सारा वेळ तिच्या बिछान्यात पडूनच राहत असे. तिला आता परीक्षेत खूप कमी गुण मिळायला सुरुवात झाली होती आणि त्याबद्दल तिला काहीच वाटत नव्हते. चारचौघांत मिसळताना ती अवघडलेली असे, संकोचलेली असे, आत्मविश्वासाचा अभावच असे. तिच्याकडे पाहून तिच्या पूर्वीच्या व्यक्तिमत्त्वाची आता निव्वळ सावली उरली आहे, असे वाटत असे. ती स्वतःला सतत जखमा करून घेत असे. स्वतःला संपवून टाकण्याचे विचारही तिच्या बोलण्यात डोकवत असत. बहुतेक सगळ्या मनोविकार तज्ज्ञांना आणि मानसोपचार तज्ज्ञांना यामुळेच तिची केस अतिशय धोकादायक वाटली असती. पण बऱ्याच लहानसहान बाबतींत ती स्वतःची काळजी घेत असल्याचे कळत होते. मला तिच्या 'धोक्यात असण्याचे मोजमाप' करण्यापेक्षा तिच्यात असलेल्या 'धैर्याचे मोजमाप' करण्याची जास्त गरज वाटत होती. मग त्यासाठी मी तिला काही प्रश्न विचारले,

'स्वतःला सुरक्षित ठेवण्यासाठी तू कोणत्या छोट्या छोट्या गोष्टी करत होती?

'मारून टाक स्वतःला' असे सतत बजावणाऱ्या आवाजापुढे तू का नमत नव्हती?

दिवसामागून दिवस नुसतेच घालवत राहण्याचे कारण काय होते?'

तिच्या उत्तरातून मला कळले की, तिने तिच्या आईला घरातील एकूण एक धारदार वस्तू तिच्या हाती लागणार नाहीत, याची काळजी घ्यायला सांगितले होते.

तिच्या भावना अनावर झाल्या की ती हातात बर्फाचे तुकडे करकचून, घट्ट धरून बसत असे, लाल पेनाने अंगावर जखमांसारख्या खुणा करत असे. तिचा मृत्यू तिच्या आईवडिलांनाही मृत्यूच्या दारात नेऊन ठेवेल, असा आईवडिलांचा विचार करून ती दिवस ढकलत होती आणि तिला त्रास देणारे आवाज दाबून टाकत होती.

डिप्रेशनच्या विळख्यात सापडलेला माणूस बघण्यात आला, की हा माणूस प्रत्यक्षात आला दिवस कसा निभावून नेत असेल, असा विचार आपण अभावानेच करतो. सगळा भर ती काय करत नाही, यावर दिला गेल्याने डिप्रेशनला बळी पडूनही ती काय करू शकते, हा विचार मागे पडतो.

त्रिशा आठवड्यातून दोन-तीन दिवस शाळेत जात होती. रोज संध्याकाळी अजूनही ती तिच्या कुत्र्याला फिरायला नेत होती. अभ्यासावर लक्ष केंद्रित करणे जमत नसले, तरी तिच्या परीक्षा आणि चाचण्या ती चुकवत नव्हती. आपल्या मित्रमैत्रिणींच्या वाढदिवसांची अप्रतिम शुभेच्छापत्रे ती करत होती. काहींच्या वाढदिवसाच्या पार्ट्यांनाही ती हजर राहिली होती. भावाच्या वाढदिवसाला तिने केक केला होता आणि तिच्या एका लांबच्या बहिणीच्या लग्नात नाचलीही होती. तिने किक बॉक्सिंगचा क्लास कधीच चुकवला नव्हता. तिला आतापासूनच 'किकॲस ट्रिश' (तडफदार त्रिशा) म्हणून ओळखले जात होते.

पण *'इतकी त्रासलेली असूनही हे सगळं करणं तू कसं जमवतेस?'* असे आजपर्यंत त्रिशाला कुणीच विचारले नव्हते.

मी त्रिशाला हा प्रश्न विचारला, तेव्हा ती स्वत: बुचकळ्यात पडली. 'म्हणायचंय काय तुम्हाला? अहो, मी काहीच करत नाही. मी आळशी झाले आहे. माझे मित्रमैत्रिणी पहा. काय काय करत असतात ते.' माझ्या प्रश्नाला तिचा हा प्रतिसाद होता.

'हे सगळे करत असताना तिच्या मित्रमैत्रिणींवर डिप्रेशनचे ओझे नव्हते, त्यांच्या डोक्यातील आवाजांनी त्यांना भंडावून सोडले नव्हते.' याची मी तिला जाणीव करून दिली. मग मी तिला पुन्हा विचारले, 'कधी विचार केला आहेस की या डिप्रेशनपासून तू किती प्रकारांनी स्वत:ला वाचवते आहेस? कशामुळे तू हे करू शकतेस, त्याबद्दल काही सांगू शकशील?'

या प्रश्नाने ती थबकली. विचारात पडली. (काहीही विचारले की, ती पटकन उत्तर देत नसे. थांबून, बराच विचार करून मग ती उत्तर देत असे. मला तिचा हा गुण आश्चर्यचकित करत असे.) मग जरा वेळाने ती म्हणाली, 'खरं म्हणजे मला बरं व्हायचंय. मला हार पत्करायची नाहिये. म्हणूनच मला माहित्येय, मी कधीच आत्महत्या करू शकणार नाही.'

बघा! त्रिशाकडे सोन्याचे काही कणच होते असे नाही, तर सोन्याचा साठा

असलेला भलामोठा पाषाणच होता! 'प्रत्येक दिवस पुढे रेटण्यासाठी एवढी शक्ती तू आणतेस कुठून?' या एका साध्या प्रश्नाने तिच्या मनातील गाळ उपसला गेला होता आणि ते लखलखते सोने बाहेर पडले होते. या प्रश्नांशिवाय हे घडलेच नसते.

प्रकाशझोत

- प्रत्येक दिवस पुढे रेटण्यासाठी एवढी शक्ती तुम्ही कुठून आणता? साधे बिछान्यातून उठणे कर्मकठीण वाटत असेल तर असे काय आहे, ज्यामुळे बिछान्यातून उठायला तुम्ही स्वत:ला भाग पाडता?
- रोजच्या आयुष्यातील साध्या साध्या गोष्टी तुम्ही कशा निभावून नेता? त्यासाठी तुम्ही काय करता? ह्यामुळे तुम्हाला स्वत:बद्दल काय जाणवते?
- तुम्हे असे काय करता, ज्यामुळे तुम्हाला काय करावे हे कळते? कितीही अडचणी आल्या, तरी तुम्ही कितीही कठीण प्रसंग निभावून नेऊ शकता - यावरून तुम्हाला स्वत:बद्दल काय वाटते?

माझ्या आयुष्यातील कठीण काळात मला निराशेने घेरले होते. त्या वेळी हे प्रश्न मी स्वत:ला विचारले होते. या प्रश्नांनी स्वत:तील 'सुवर्णा'पर्यंत किंवा 'प्रकाशा'पर्यंत पोहोचण्यासाठी मला मदत केली होती. आपण हे प्रश्न स्वत:ला विचारले, तरच आपल्याला 'परिस्थितीशी मिळतेजुळते घेण्याच्या', दृढ निश्चयाच्या, आशेच्या आणि श्रद्धेच्या आपल्या स्वत:च्या समृद्ध अनुभवांची आठवण होते. किंवा त्रिशा म्हणाली तसे आपल्याला नक्की जाणवते, 'मला माहीत आहे, काहीही झाले तरी मी यातून तरून जाईन.'

आता तुम्हाला प्रश्न पडला असेल की 'अपवाद' आणि 'निभावून नेणे' यांत काय फरक आहे? त्याबद्दल असे म्हणता येते:

अपवाद म्हणजे अशा वेळा शोधणे, जेव्हा तुमची समस्या तुम्हाला छळत नसते. उलटपक्षी 'निभावून नेणे' म्हणजे तुमच्यातील उजेडात न आलेली अशी एखादी शक्ती शोधून काढणे, जी तुम्हाला कितीही त्रास असला तरी तग धरण्यास भाग पाडते.

या सगळ्या प्रश्नांच्या मुळाशी 'सुवर्णकणांचा शोध' आणि आपल्यातील 'प्रकाशाशी' म्हणजेच आपल्या विसर पडलेल्या शहाणपणाशी पुन्हा नाते जोडणे, ह्या दोन कल्पनांवर दिलेला भर आहे.

पुन्हा एकदा केंद्रबिंदूची निश्चिती

यातनांना तोंड देताना तुमची इतकी ओढाताण होते, तुम्ही इतके पिळून निघता की

तुमचे स्वत्वही लयाला जाते. आजूबाजूचे लोक, परिस्थिती यांच्यामुळे तुम्ही डिप्रेशनला बळी पडले आहात, असे तुम्हाला सहजासहजी वाटायला लागते आणि स्वत:ची कीव वाटण्याच्या दलदलीत तुम्ही रुतत जाता. त्यातच 'मीच का', 'जर-तर' अशा प्रश्नांचे भोवरे त्या दलदलीत तुम्हाला अधिकाधिक खेचत राहतात.

द वर्ल्ड इज ट्रिटिंग मी बॅड, मिझरी! - बीटल्स
सगळं जगच मला वाईट म्हणतंय, हाय हाय! - बीटल्स

माझ्याकडे उपचारासाठी येण्यापूर्वी त्रिशाला याच 'बळी पडल्याच्या' भावनेने घेरलेल्या, डिप्रेशनला बळी पडल्याच्या अवस्थेतून जावे लागले होते. पण माझ्या उपचारांचा केंद्रबिंदू कायम 'डिप्रेशनचा मोकळ्या मनाने स्वीकार, त्याच्यापासून विचारपूर्वक अंतर राखण्याचा प्रयत्न, डिप्रेशनच्या परिणामांची आणि डिप्रेशनच्या कावेबाज आणि गनिमी हल्ल्यांची जाणीव' हाच होता. या डिप्रेशनला आपल्यापासून वेगळे करून त्याच्याकडे अलिप्त नजरेने पाहणे हा तिच्यासाठी मुक्तीचा मार्ग ठरत होता, कारण त्यामुळेच तिला तिच्या व्यक्तिमत्त्वाची जाणीव व्हायला लागली होती आणि ते 'मीपण' पुन्हा मिळालेच पाहिजे, याची सुरुवात झाली होती. ती म्हणाली होती, *'आता मला माहित्येय, माझ्या डोक्यातील हा गोंगाट कसा सुरू होतो. मला फक्त हा गोंगाट कुजबुजण्याच्या पातळीवरच कसा आणता येईल, इतकेच बघायचे आहे.'*

आधीच्या पथदर्शकात आपण 'एबीसी' या साध्या उपायाविषयी चर्चा केली होती. त्रिशाला तो उपाय आता समजायला लागला होता.

ॲलर्ट - रेडियो डिप्रेशनच्या आवाजाविषयी जागरूक राहणे.

ब्रीद आऊट - हलका नि:श्वास सोडत श्वासावर लक्ष केंद्रित करणे.

चेंज द चॅनल - रेडियो डिप्रेशनचे स्टेशन बदलून टाकणे.

त्रिशाने स्वत:ला 'विलक्षण सामर्थ्यवान स्त्री'च्या स्वरूपात पाहायला सुरुवात केली होती. अतिशय बिनधास्त, दोन्ही हात कंबरेवर, पायांत अंतर, ताठ खांदे आणि डिप्रेशनच्या डोळ्याला डोळा भिडवून ती त्या काळ्या ढगाला सामोरी जात असे. मग ते डिप्रेशन चोरपावलाने पळ काढत असे. २०१८ मध्ये लैंगिक शोषणाविरुद्ध सुरू झालेली चळवळ जगभर वणव्यासारखी पसरली. त्या चळवळीचे 'टाइम्स अप' हे घोषवाक्य त्रिशा उच्चारत असे, तेव्हा जगभरातील लाखो स्त्रियांचे पाठबळ तिला मिळाल्यासारखे वाटत असे. मग मरगळ झटकून ती किक-बॉक्सिंग, संगीताच्या ठेक्यावर नृत्य, कुत्र्याला फिरायला नेणे किंवा अगदी स्वयंपाकघरात जाऊन स्वत:साठी काहीतरी खायला करणे असे काहीतरी उत्साहाने करण्याच्या

मागे लागत असे.

> *आपण जगात बदल घडवू शकत नाही. आपण आपल्यासाठी दुसऱ्या कुणाला बदलायला सांगू शकत नाही, पण आपण नक्की बदल घडवू शकतो तो स्वत:मध्ये.*

हे विधान आपल्या विचारांचा केंद्रबिंदू पुन्हा नव्याने ठरविण्याच्या विचाराचा गाभा आहे. जेव्हा डिप्रेशन ऐन भरात असते; तेव्हा आपला प्रतिक्रियाशील मेंदू सातत्याने आपल्याबद्दल, जगाबद्दल आणि आपल्या भूतभविष्याबद्दल नकारात्मक विचारांचे दळण दळत असतो. विचारांचा केंद्रबिंदू जेव्हा स्वीकृतीवर स्थिरावतो; त्या वेळी डिप्रेशन इथेच कुठेतरी आहे, आजूबाजूचे जग जसे आहे तसेच आहे (कुटुंब, मित्रमैत्रिणी, सहकारी, शेजारी), परिस्थितीही काही वेगळी नाही (शाळा, कॉलेज, ऑफीस, आजूबाजूचा परिसर) असा विचार सहजपणे स्वीकारला जातो. 'काय आहे' याची स्वीकृती निर्णायक असते. तसे झाले नाही, तर आपण आपल्या आयुष्याचे निव्वळ निरीक्षक होऊन बसल्याजागी आपले नशीब आणि विधिलिखिताच्या नावाने फक्त खडे फोडत राहतो.

उपचारांच्या दरम्यान मी एक प्रश्न हमखास विचारते. (हा प्रश्न मी मला स्वत:ला माझ्या अवघड मन:स्थितीतही विचारते) तो प्रश्न असा, 'समजा, डिप्रेशनचा स्वत:चा एक मार्ग असतो. तसेच इतरही काही गोष्टी आपल्या आयुष्यात होतच असतात. मग यात तुम्ही काय करायला हवे?'

एक माणूस, पालक, उपचारकर्ती, प्रशिक्षक, लेखक, मुलगी आणि इतरही अनेक भूमिका मी माझ्या आयुष्यात पार पाडत असताना (आपल्यापैकी प्रत्येकाचे हे असेच असते) हा एक प्रश्न मला खूप बळ देतो, असे माझ्या लक्षात आले आहे. दुसऱ्याला दोष देणे, तक्रारी करत राहणे, दुसऱ्याला कमीपणा वाटेल असे वागणे, दुसऱ्याच्या चुका काढणे, आपल्यावर अन्याय होत असल्याची ओरड करणे ह्या गोष्टी फार सोप्या आहेत. स्वत:ची कीव करत राहण्यात, 'काय बाई माझं नशीब' असे म्हणण्यात आणि 'किती भयंकर आहे हे' असे ताशेरे ओढण्यात एक झिंग आणणारी सुप्त भावना नक्कीच असते. आपल्यावर अन्याय झाला आहे, आपण गैरव्यवहाराने गांजून गेलो आहोत असे जाणवायला लागल्यावर आपल्याला उद्वेग येतो. मनाच्या अस्थिर अवस्थेत तर हा त्रास फारच होत असतो. या उद्वेगाचे संहारक दुष्टचक्रात रूपांतर होऊन आपले स्वास्थ्य, नातीगोती किंबहुना आपले आयुष्य गमावण्याची वेळ यायला नको असेल आणि या चाकोरीबाहेर पडायचे असेल, तर या अन्यायाची, त्रासाची खूप विचारपूर्वक, सहानुभूतीने जाणीव ठेवायला हवी.

प्रकाशझोत

- तुमच्या आयुष्यातील सर्वांत नावडती व्यक्ती डोळ्यांसमोर आणा. ही व्यक्ती तुमचे *'शेन्पा'* दाबून तुमचा 'रेडियो प्रतिक्रिया' सुरू करण्यात तरबेज आहे, असे समजा. तुमचा राग, संशय, मत्सर, चिंता आणि अगदी द्वेषही त्यामुळे उफाळून येतो. ही व्यक्ती म्हणजे तो किंवा ती तुमची सहकारी असेल, मैत्रीण असेल किंवा तुमच्या कुटुंबातील व्यक्तीही असू शकेल. ह्या व्यक्तीबद्दल 'आता मी नाही सहन करू शकत', 'तिची हिंमत कशी होते?', 'हे गैरवाजवी आहे' अशा भावनांनी तुमचे मन व्यापले जाण्याची फार मोठी शक्यता आहे. या परिस्थितीत ड्रॅगनसारखा एक खोल श्वास घ्या आणि स्वत:ला सांगा, 'हा किंवा ही अशीच आहे. मी त्याला किंवा तिला बदलू शकत नाही. मी फक्त मलाच बदलू शकते. हे संबंध चांगलेच ठेवण्यासाठी मी काय काय करू शकते?'
- आता दरवेळी तुमचे *'शेन्पा'* दाबले जात आहे असे वाटले की सावध व्हा. 'एबीसी' आचरणात आणा. *'शेन्पा'*वर लक्ष ठेवा. ड्रॅगनसारखा खोल श्वास घ्या आणि रेडियोचे स्टेशन बदला.
- हे स्टेशन बदलण्यासाठी एक गोष्ट मला अत्यंत उपयुक्त वाटते. मला एखाद्या व्यक्तीचा राग येऊन त्यातच मी गरगरत असते, तेव्हा त्या माणसाचा प्रतिक्रियाशील मेंदू माझ्या प्रतिक्रियाशील मेंदूचा ताबा घेऊ पाहत आहे, असे चित्र मी डोळ्यांसमोर आणते. मी सावध होते. खोल श्वास घेऊन माझा प्रतिक्रियाशील मेंदू त्याच्या तावडीतून अलगद काढून घेते आणि त्या माणसाबद्दल एखादी चांगली गोष्ट आठवून बघते. आता माझ्या विचारी मेंदूकडे मी सगळी परिस्थिती सोपवते आणि निश्चिंत होते. ही प्रक्रिया कशी होते, याचे चित्र तुम्ही मनोमन रंगवू शकता?

अनुमान

आयुष्य हा फक्त बघत बसण्याचा खेळ नाही.

हेच आपल्या मानवी जीवनाचे वास्तव आहे. हे वास्तव आपल्या विकासाचा भाग असते, आयुष्याच्या जात्यातील दळण असते, आपल्या आत्म्याचे खतपाणी असते. जेव्हा आपण पाच किलो वजन घटवतो, दुप्पट पगार मिळवायला लागतो, आपले

कुटुंब परिपूर्ण असते किंवा आपण यशस्वी आणि लायक म्हणून गणले जाण्यासाठी कोणतेही असाध्य ध्येय साध्य करण्याचे ठरविलेले असते, तेव्हा संतुष्टतेची भावना निर्माण होतेच असे नाही. पण वास्तव आपले आयुष्य घडवते. आपल्याला ताठ मानेने जगायला शिकवते. मग आपण म्हणू शकतो, 'हे माझ्या कर्तृत्वाचे फळ आहे. तेच मला पुरेसे आहे.'

आज मी इथे माझ्या या पथदर्शकाच्या लिखाणाचे काम करते आहे. त्याच वेळी त्रिशा तिची बारावीची परीक्षा देते आहे. तिच्या आधीच्या ई-मेलमध्ये तिने लिहिले होते, 'मी अक्षरश: खातमा करते आहे', किंवा तरुणांच्या भाषेत म्हणायचे झाले तर 'मी एस मारते आहे'! (ACE-एस म्हणजे टेनिसमधील हमखास गुण मिळवून देणारा बिनतोड फटका).

काही महिन्यांपूर्वी तिने एक दिवस तिच्या आईवडिलांना शांतपणे सांगितले की, त्यांच्या घराण्याची प्रथा असली तरी तिला डॉक्टर होण्यात रस नव्हता. त्याऐवजी एक वर्ष तिने कॉलेजला न जाण्याचा विचार केला होता. त्या काळात थायलंडला जाऊन तिला किक-बॉक्सिंगचे पुढचे प्रशिक्षण घ्यायचे होते. त्यानंतर तिला व्यावसायिक किंवा तांत्रिक विषयांऐवजी कलाशाखेतील शिक्षण घ्यायचे होते. तिच्या आईवडिलांच्या मानसिकतेत आता बराच फरक पडला होता. त्रिशाशी बिनसलेले त्यांचे नाते सुधारणेच्या मार्गावर होते. तिच्याशी अनेक वेळा संवाद साधल्यानंतर तिला सहन करावे लागलेले दु:ख, तिच्या डोळ्यांतील पाणी आणि तिला झालेला पश्चात्ताप याची त्यांना जाणीव झाली. त्यामुळे त्यांचेही मन द्रवले होते. तिला आहे तशी स्वीकारणे आता त्यांना जमले होते. इतकेच नाही, तर या त्यांच्या 'विलक्षण कन्यकेचे' त्यांना कौतुकही वाटायला लागले होते. तिची आई मला म्हणाली होती, 'त्रिशामुळेच आमच्याही जाणिवांमध्ये चांगला बदल झाला आहे.'

काही महिन्यांपूर्वी त्रिशाच्या आईवडिलांनी स्वत: निर्णय घेऊन त्रिशाच्या 'त्या' लांबच्या भावाची भेट घेतली. त्याने त्रिशाबरोबर केलेल्या अतिप्रसंगाबद्दल त्याची कानउघडणी केली आणि त्याच्याबरोबरचे सगळे संबंध तोडून टाकण्याचा निर्णय घेतला. त्रिशाच्या या भावाने नंतर त्रिशाला क्षमायाचनेचे पत्रही लिहिले. त्याबद्दल तिने तिच्या खास पद्धतीने मला सांगितले, 'मी त्याला माफ करायचं ठरवलं आहे. तसा मी प्रयत्नही करते आहे. मग त्याच्याबद्दल मनात राग ठेवण्यात काय अर्थ आहे? या रागाचा मलाच त्रास होणार आहे. आता याचा मी माझ्या जगण्यावर परिणाम होऊ देणार नाही.'

त्रिशाला बघितले की, मला एलिझाबेथ कुब्लर रॉस यांच्या एका उत्कृष्ट वचनाची आठवण होते, 'माणसे ही बिलोरी काचांची तावदाने बसविलेल्या खिडक्यांसारखी असतात. सूर्यप्रकाशात ती उजळून निघतात, चमकतात पण बाहेर काळोखाचे

साम्राज्य पसरले तरी खोलीच्या आत प्रकाश असेल तर त्यांच्या खऱ्या सौंदर्याला आणखी बहार येते.'

प्रकाशझोत

कल्पना करा, की तुम्ही एका पर्वतशिखरावर उभे आहात. तिथून तुमच्या समोर तुमचे सगळे - आत्तापर्यंत जगून झालेले- आयुष्य उलगडलेले दिसते आहे. आता कदाचित त्रिशाप्रमाणे एका 'विलक्षण स्त्री'च्या स्वरूपात तुम्हाला स्वतःला पाहावेसे वाटत असेल. (पुरुषांच्या दृष्टीने ही खासच मजा असेल). मस्तक उंचावून, जमिनीवर पाय रोवून, दोन्ही हात कंबरेवर ऐटीत ठेवून किंवा आकाशाकडे रोखून ताठ मानेने उभ्या रहा. या अवस्थेत असताना, तुम्ही तुमचे लहानपणचे शाळकरी रूप आठवा, घरातील वावर आठवा, तुमची वाढीची आणि आजूबाजूच्या जगाची ओळख होण्याची वर्षे आठवा. घाई करू नका. शांतपणे गतायुष्यावर नजर टाका. त्या वेळी जे दुःख झाले होते, गमावले होते, त्रास झाले होते, अपयश आले होते; त्याचा मनोमन पुन्हा अनुभव घ्या. त्याच वेळी या सगळ्यातून सावरून निश्चयाने, धैर्याने आणि अपेक्षेने वाटचाल करून आज इथे पोचला आहात, त्याकडेही लक्ष असू द्या. तुमचे यश, तुमचा आनंद, तुम्हाला मिळालेले प्रेम आणि शांती यांची उजळणी करा. तुमच्या मनातील लहान मुलीच्या रूपातील, चमकदार स्वप्ने पाहणाऱ्या त्या लहान मुलीसमोर - तुमच्यासमोर तुम्ही तुमचे मन मोकळे करा.

आता तिला वाटणारे प्रेम, तिच्या चेहऱ्यावर उमटलेले हसू मनोमन अनुभवा.

माझ्या मते एखाद्या गोष्टीची दखल घेणे हे असे असते. रसरशीत जगणे, ही एक प्रक्रिया आहे. ती आयुष्याची एक अवस्था नाही. ती जगण्याची दिशा आहे, लक्ष्य नाही. आपल्या आयुष्यात दुःखाच्या अंधाराबरोबरच आनंदाचा चमकता बिलोरी उजेडही असतो. खरेतर या अंधारामुळेच आपल्याला उजेडाची महती कळते आणि तो मिळविण्यासाठी आपण धडपड करतो. दुःख आणि आनंद, भीती आणि नवनिर्मिती, वियोग आणि प्रेम या सगळ्यातून आपण घडत जातो. या सगळ्याची एकत्रित दखल घेतली तर आपण जसे घडलो आहोत, तसे स्वतःला स्वीकारू शकतो आणि आपल्या आयुष्याचे कर्तेकरविते आपणच आहोत, याचा आपल्याला साक्षात्कार होतो.

तिसरा पथदर्शक

स्वतःच्या जबाबदारीची जाणीव

या पथदर्शकात मला आता एक वरची पायरी गाठायची आहे.

तुम्हाला त्रासदायक वाटणारे रेडियोचे स्टेशन बदलून टाकायचे ही पहिली पायरी. ही पायरी अत्यंत महत्त्वाची आहे, कारण हे स्टेशन बदलण्याचे पाऊल उचलल्याने, 'समस्या हेच आपले व्यक्तिमत्त्व' अशी स्वत:ची ओळख आपण होऊ देत नाही. त्यामुळे आपोआपच आपण डिप्रेनशनला बळी पडलो आहोत हे सत्य स्वीकारतो आणि कोणत्याही आव्हानासाठी आपली सर्व बलस्थाने, क्षमता आणि गुणविशेष यांच्याकडे लक्ष पुरविण्याचा मार्ग खुला होतो. हेच आपले इंधन असते. इंधनाची टाकी रिकामी असेल तर आपण आपली गाडी पुढे रेटूच शकत नाही. पण आपल्या गाडीची चाके अजूनही जमिनीवरच असतील, तर आपल्या लक्ष्याकडे जाण्यासाठी आपण काही पावले विचारपूर्वक उचलू शकतो.

तर हा माझा पथदर्शक अत्यंत आक्रमक आहे. हा इशारा मी तुम्हाला सुरुवातीलाच देते. मी आता तुम्हाला 'उगीच अंगचटीला येऊ नका, तुमचं बूड हलवा आणि कामाला लागा,' अशी ताकीद देणार आहे. (माझ्याबरोबर काम करणाऱ्या तरुण मुलांपैकी एकाच्या तोंडचे हे शब्द आहेत.)

उपचार करताना मी भावनांचे विश्लेषण करण्याच्या, त्यांची चिरफाड करण्याच्या, किंवा वर्गीकरण करण्याच्या भानगडीत फारशी पडत नाही, हे आधीच सांगून ठेवते. माझ्याकडे येणाऱ्या लोकांच्या भावनांविषयी मला आदर वाटतो म्हणूनच मी त्यांचे बोलणे नीट ऐकते. त्यांचे दु:ख, राग, भीती, तिरस्कार, मत्सर या सगळ्यांबद्दल ते मला मोकळेपणाने सांगतात, पण या भावनांना माझ्या उपचारांच्या केंद्रस्थानी जागा मिळत नाही. आपल्या बालपणाच्या विस्मरणाच्या अंधाऱ्या सांदीकोपऱ्यात दडून बसलेल्या भावना आणि अंतर्मनाच्या बेसावध स्तरावर रेंगाळत असणाऱ्या इच्छा-आकांक्षा यांच्यावर उपचार करण्यासाठी आपली ही मानसोपचार शाखा

कार्यरत असताना हे असे म्हणणे तुम्हाला काहीसे विपरित वाटेल. पण मी असे मानते, की या उपचारांच्या केंद्रस्थानी माझी पेशन्ट असते आणि तिच्या यातना, तिच्या वेदना, तिचे संघर्ष तसेच तिच्या प्रेमाच्या, आशेच्या आणि धैर्याच्या कथा दुय्यम असतात.

आपल्या साहसपूर्ण प्रवासाच्या मार्गात आडवे येणारे पाच गैरसमज आता आपण समजावून घेऊ.

> **पहिला गैरसमज :** आपल्या नकारात्मक भावना जाणून घेऊन त्यांची हकालपट्टी केल्यानंतरच आपले मन शुद्ध होते आणि मगच आपल्या मनात सकारात्मक विचार आणि आशाआकांक्षांना स्थान मिळते.

मानवाच्या अंतर्मनाच्या गाभ्यात त्याच्या भावनांचा अंतर्भाव झालेला असतो. मनाच्या निराश अवस्थेत आपला प्रतिक्रियाशील मेंदू त्याच्या सर्व नकारात्मक प्रतिक्रियांसह अंतर्मनाचा ताबा घेतो. या नकारात्मक विचारांना हद्दपार करून अंतर्मन शुद्ध झाल्याखेरीज आपले आयुष्य अर्थपूर्ण होणार नाही आणि ते आपल्याला पूर्णत्वाने जगता येणार नाही, हा अत्यंत विचित्र विचार आहे. आपले आयुष्य बदलून टाकण्यासाठी प्रथम आपणच पावले उचलायला हवीत. आधी ते बदलले तर मग काहीतरी करता येईल, असे म्हणणे चुकीचे आहे. आपण जेव्हा स्वत: प्रयत्न करू; तेव्हाच आपल्या मनात आनंद, प्रेम आणि शांती यांचा शिरकाव होऊ शकेल. फक्त भावना आणि विचार बदलल्याने आपल्या आशा आणि आत्मविश्वास जागवला जात नाही. त्यासाठी प्रत्यक्ष कृतीची गरज असते.

अनेक मानसोपचार तज्ज्ञ पेशन्टला आधार देण्याच्या उपचारपद्धतीच्या चक्रात अडकलेले असतात. पेशन्टला अनेक वेळा भेटून त्याचे म्हणणे सतत ऐकून घेत असतात. पेशन्टच्या मनात खरोखरच प्रचंड दु:ख साचलेले असते. पण ते फक्त बोलून दाखविल्याने त्यावर तोडगा निघणार नसतो.

माझ्या या विधानामुळे कृपया माझ्याबद्दल गैरसमज करून घेऊ नका. माझ्याशी संवाद साधणाऱ्याचे म्हणणे मी अतिशय उत्तम प्रकारे ऐकून घेत असते. विचार उत्तम प्रकारे ऐकून त्या विचारांना महत्त्व दिल्याखेरीज उपचार होऊच शकत नाहीत. प्रत्येक परस्पर संबंधाचा हाच गाभा असतो. पण जेव्हा तुम्ही एखाद्या पेशन्टला आधार देण्याचा प्रयत्न म्हणून त्याचे म्हणणे फक्त ऐकून घेत असता, तेव्हा त्याच्या स्थितीत वर्षानुवर्षे काहीही बदल होत नाही आणि तुमचे ते पेशन्टला बोलते करणे अर्थहीन होऊन जाते. त्यामुळे 'तिने पहिल्यांदा आपल्या रागावर नियंत्रण मिळविले पाहिजे, तरच तिचा पुढचा मार्ग मोकळा होईल' अशा प्रकारचे विधान ऐकले की

मला त्याचा अर्थच कळत नाही. आयुष्यात पुढे जाण्यासाठी रागावर नियंत्रण मिळवून काय साधणार आहे? या दोन्ही गोष्टी एकाच वेळी होऊ शकतात. तुमच्या रागावर ताबा मिळविण्याचे प्रयत्न जरूर करा, पण त्याच वेळी आपल्या प्रगतीचेही भान नक्की ठेवा.

तसेच 'आता कसं वाटतंय तुम्हाला' हा प्रश्न आपल्या पेशन्टला विचारलाच पाहिजे, असे प्रत्येक डॉक्टरला का वाटत असते? कोणत्याही भेटीतील सुरुवातीचा अवघडलेपणा काहीसा कमी करण्यासाठी असे म्हटले जात असावे किंवा असे म्हटल्याने पेशन्ट ताबडतोब सगळ्या नकारात्मक भावना आपल्यासमोर भडाभडा बोलून मोकळा होईल आणि नव्या दमाने पुन्हा सुरुवात करेल, असा चुकीचा आशावाद डॉक्टरांच्या मनात रुजलेला असेल. प्रत्यक्षात एखाद्या धक्क्यातून सावरणाऱ्या माणसाला हा प्रश्न विचारला गेला असेल तर त्या माणसाच्या भावना पुन्हा एकदा चाळविल्या जातात.

आत्मघाताच्या विचाराने पछाडलेल्या अनेक तरुण मुलांना मी भेटत असते. ते आपले आत्मघाताचे विचार डोक्यातून काढून टाकतील आणि नंतर नव्या जोमाने आयुष्याचा विचार करतील, अशी अपेक्षा मी कधीच करत नाही. या दोन्ही गोष्टी दोन समांतर मार्गांवर घडू शकतात. काही काळ तरी अंथरुणात लोळत न पडणे, कुत्र्याला फिरायला नेणे किंवा जेवणासाठी सर्वांबरोबर एकाच पंक्तीला बसणे अशा लहान लहान गोष्टींमधून हे साध्य करता येते. यापलीकडे जाऊन पुन्हा कॉलेजला जायला लागणे, नवीन वाद्य वाजवायला सुरुवात करणे, सरावसत्रात भाग घेणे किंवा अगदी नवा मित्र गाठणे अशा मोठ्या गोष्टीही तुम्ही करू शकता. आपल्यासाठी आयुष्य थांबत नाही. ते सतत पुढे जात असते. आपल्या भावनांचा सहृदयतेने स्वीकार, विचारपूर्वक विमुक्तीकरण आणि स्वत:वर ठाम विश्वास असेल, तर आपल्याला रेडियोचे स्टेशन बदलायला जमते आणि एकदा का हे जमायला लागले की आपण आपल्या भावनांना आपल्यावर स्वार होऊ देत नाही.

दुसरा गैरसमज : *आपल्या अंतर्मनाचा तळ ढवळून काढून आपल्या सुप्त इच्छा, दडपलेल्या भावना आणि विचार उजेडात आणले, तरच आपले ठप्प झालेले आयुष्य पुन्हा मार्गी लागते.*

हे पुस्तक तुम्ही वाचताच आहात म्हणून तुम्हाला माणसाचे व्यक्तिमत्त्व, त्याच्या गुंतागुंतीच्या भावना, नातेसंबंध, विचारांचा आकृतिबंध यांविषयी अधिक माहिती घ्यायला नक्की आवडेल. माझ्या पुढ्यातील पेशन्टच्या बाबतीत त्याच्या गोंधळाचे ठिपके जोडले जाऊन त्याच्या वर्तनाचे कोडे उलगडले की मला अत्यंत समाधान

लाभते आणि तो माझ्या बाबतीत 'वा वा क्षण' असतो. एखाद्या हॉटेलात, मॉलमध्ये किंवा विमानतळावर तासन्तास बसून मी तिथे येणाऱ्या लोकांचे निरीक्षण करू शकते. त्यांच्याबद्दल विचार करून, खोलात शिरून त्यांच्याबद्दल माझ्या अंतर्मनाला जे जाणवलेले असते; त्याबद्दल लिहायला, वाचायला आवडते. डॉक्टर ह्या जमातीला प्रत्येक गोष्टीची तिच्या मुळापर्यंत पोहोचेपर्यंत चिरफाड करायला आवडते. पण आयुष्यातील अडचणींमधून मार्ग शोधून पुढे जाण्यासाठी मला स्वत:ला असे मुळीच वाटत नाही, की मी स्वत:ला संपूर्णपणे जाणून घ्यायला हवे किंवा भावनाप्रधान भाषेत मी म्हणू शकते की 'मी मला सापडायला हवी' असे अजिबात नाहिये. मला जेव्हा जेव्हा कठीण प्रसंगांना सामोरे जावे लागले, त्या वेळी मला एक गोष्ट कळून चुकली होती: काही झाले तरी मला सकाळी उठावेच लागणार होते, सगळ्या दिनक्रमाला तोंड द्यावेच लागणार होते, आणि काल जे काही झाले होते, त्याचा विचार करायचाच झाला, तर सावकाश फुरसतीने करावा लागणार होता. काही वेळेला आयुष्य फक्त पुढचे एकच पाऊल टाकण्यापुरता विचार करण्याइतके मर्यादित होते. त्याचे विश्लेषण करणे अथवा न करणे, ही नंतरची गोष्ट असते. म्हणूनच या क्षणी तुमच्या आयुष्यात काही अडचणी असतील किंवा तुम्हाला डिप्रेशन आले असेल किंवा तुम्ही चिंताग्रस्त असाल, तर ते तुमचे नको असलेले पाहुणे आहेत असे समजा. अशा वेळी तुम्ही शांत रहा. तुम्हाला तुमच्या 'भावना नीट समजून घ्यायला हव्यात, त्याचे विश्लेषण करून तुमचे अंतरंग नीट जाणून घ्यायला हवे, तुमच्या बालपणातील आठवणी तुमच्या आयुष्यावर आघात करत आहेत.' या सगळ्याचा अजिबात विचार करू नका.

मारिया पोपोवाचा एक ब्लॉग आहे - 'ब्रेन पिकिंग'. त्या ब्लॉगमध्ये तिने एका पत्राचा समावेश केला होता. ते पत्र मला फारच आवडले. (मी मारिया पोपोवाची फॅन - प्रशंसक आहे. हा ब्लॉग सर्वांनीच वाचावा, अशी मी शिफारस करेन.) सोल लीवीट या कलाकाराने त्याच्या मैत्रिणीला- इव्हा हेस हिला लिहिलेले हे पत्र आहे. इव्हा त्या वेळी 'आपण सर्जनशीलतेला पारखे झालो आहोत' अशा शंकेने निराश झाली होती. हे पत्र म्हणजे माझ्या विश्वासाचे, माझ्या श्रद्धांचे, माझ्या आस्थांचे सार आहे.

प्रिय इव्हा,

तू मला पत्र लिहिले होतेस, त्याला आता महिना उलटून गेला आहे. बहुतेक आता तुझी मन:स्थिती सुधारली असावी. (अशी मी आशा करतो, पण मला शंकाच आहे.) तू वर वर ठिकठाक वाटतेस पण मला माहित्येय, तू कशी आहेस. त्यामुळे तुझ्या मनात तिरस्कार आणि द्वेषाने

घर केलेले असणार. असं करू नकोस! अगदी सगळ्या जगालाही 'खड्ड्यात जा' असे अधूनमधून म्हणायला शीक. तो तुझा हक्कच आहे. सारखा विचार करणं, काळजी करणं, वाइटाची चाहूल घेत राहणं, शंका घेत राहणं, भीत राहणं, त्रास करून घेणं, कुरकुर करणं, चटकन काही तरी चांगलं घडण्यासाठी मार्ग शोधत राहणं, झगडणं, अंदाज घेत राहणं, गोंधळ घालत राहणं, सतत तेच तेच विषय उकरून काढणं, आत्मपीडा करून घेणं, पुटपटत राहणं, ओढाताण करणं, तक्रार करत राहणं, उगीचच मान खाली घालणं, अडखळणं, बेसावध राहणं, गडगडत राहणं, भलतेच जुगार खेळत राहणं, दुर्लक्ष करणं, विचका करत राहणं, निंदा करत राहणं, कण्हत राहणं, चिडचिड करणं, तीक्ष्ण होणं, एखाद्या विषयाचा कीस पाडणं, फसवत राहणं, आचरटपणा करणं, क्षुल्लक गोष्टींना महत्त्व देणं, अवडंबर माजविणं, गोंधळ होणं, नाक खुपसणं, नको तिथे बोट खुपसणं, डोळे फोडणं, दोष देणं, चोरमार्ग धुंडाळत राहणं, उगीचच वाट पाहणं, बारीक सारिक बाबतीतही दुसऱ्याचा गैरफायदा घेणं, वाईट विचार करणं, लाळघोटेपणा करणं, चाचपडत राहणं, ठिय्या देऊन बसणं, दुसऱ्याच्या इज्जतीचा फालुदा करणे, स्वत:ला सतत नकारात्मक भावनेनं झोडपत राहणं; हे सगळं बंद कर आणि बस्, फक्त ***कामाला लाग.***

किती स्वच्छंद आहे हे! आपल्याला स्वत:बद्दल खात्री वाटेनाशी झाली, उगीचच धडपडावे लागले, चिडचिड व्हायला लागली, कमीपणा वाटायला लागला आणि यासारखं काहीही वाटायला लागलं - आणि तशीच वेळ आली तर 'जा गाढवाच्या ——— ' असं म्हणणं जमायला हवं आणि **कामाला लागायला हवं.**

तिसरा गैरसमज : *नव्याने सुरुवात करण्यासाठी काही तरी प्रचंड, नाट्यमय बदल घडून यायला हवा.*

भलेमोठे नाट्यमय परिवर्तन, संपूर्ण आयुष्याची पुनर्रचना, व्यक्तिमत्त्वाचा कायापालट हे सर्वांनाच आवडते. आपल्या आवडीच्या कॉलेजात प्रवेश मिळणे, आपल्याला न आवडणारी कळकट नोकरी सोडून देणे, जीवलगाशी नाते जुळणे, लाखो रुपये मिळू शकतील असा काहीतरी उद्योग सुरू करणे, जगभरात प्रसिद्धी मिळणे, जगप्रवास करणे, एखाद्या पर्वतराजीत किंवा समुद्रकिनारी घर घेऊन राहणे यांसारख्या इच्छा पूर्ण होतील असा दिवस आपल्या आयुष्यात उजाडण्याची आपण स्वप्ने पाहत

असतो. कारण अशा प्रकारच्या यशोगाथा आपण ऐकलेल्या असतात. वाचलेल्या असतात. आपल्या आयुष्यात कोणताही बदल करायचा झाला, तर तो संपूर्ण कायापालट करणारा असायला हवा. असे झाले, तरच त्यातील नावीन्यामुळे आयुष्यात नवा अध्याय सुरू झाल्यासारखे वाटते. हे असे बदल घडवून आणणे ज्यांना शक्य झाले आहे आणि उर्वरित आयुष्य जे सुखाने जगले आहेत, त्यांना खरोखरच सलाम! पण बहुतेक सगळ्यांनी लक्षात घ्यायला हवे की छोट्या छोट्या सुधारणा केल्या तरी मोठा बदल होऊ शकतो. प्रख्यात मानववंशशास्त्रज्ञ ग्रेगरी बेटसन यांनी एके ठिकाणी म्हटले आहे, 'बदल असा असायला हवा, जो खरोखरच बदल घडवत जातो.' हे मला पूर्णपणे पटते. म्हणूनच तुम्ही फक्त अंथरुणातून उठलात, अंघोळ करू शकलात किंवा नृत्याच्या क्लासला गेलात किंवा पुन्हा कॉलेजशिक्षण सुरू केलेत तरी हरकत नाही. सुरुवात तर कराल. पाण्यात बारकासा खडा टाकल्यावर एकामागून एक तरंग उठायला सुरुवात होते आणि मग त्यांची मोठी लाट होते. तसेच या छोट्याशा बदलाचे मोठ्या परिवर्तनात झालेले रूपांतर पाहून तुम्हीच चकित व्हाल.

चौथा गैरसमज : *परिवर्तन इतरांच्यात व्हायला हवे..*

हा एक भलामोठा गैरसमज असतो. आपण जे असतो, जे करतो; ते उत्तमच असते. त्यामुळे आपल्या भोवतालच्या मंडळींनी काय करायचे ते बदल करायला हवेत. त्या इतरांच्या चुकांमुळेच आपल्या वाट्याला दुःख येते, असे आपण खरंच मानत असतो.

> *'नरक म्हणजे दुसरे काय? - आपल्या भोवतालची इतर माणसं!' - जोन पॉल सार्त्र- फ्रेंच तत्त्ववेत्ता*

तेव्हा जागे व्हा, नवीन वर्तमानपत्राचा ताजा वास घ्या आणि त्यातील मुख्य बातमीचा मथळा वाचा -'आपल्याला *परिवर्तन करायचे असेल, तर ते आपण फक्त स्वत:मध्ये करू शकतो, इतरांच्यात नाही!'* त्यामुळे आपण आपल्या आवतीभोवती असणाऱ्यांबद्दल तक्रारी करत, रडत भेकत, विव्हळत आपले आयुष्य वाया घालवायचे, की या सगळ्यांना 'खड्ड्यात जा' म्हणून बिनधास्तपणे जगायचे, हे आपणच ठरवू शकतो. आतापर्यंत फक्त कुरकुर करण्याचा तुमचा परिपाठ असेल, तर हे असे बिनधास्त वागणे तुम्हाला जड जाईल. बौद्धिक पातळीवर हा बदल करणे आपल्याला शक्य असेल (अर्थात, हे उघडच आहे), पण प्रत्यक्षात तसे वागणे महा कर्मकठीण

आहे. मानवाच्या जडणघडणीतच सतत तक्रार करण्याची तरतूद आहे. इतर कोणत्याही प्राणिमात्रात हा अवगुण दिसून येत नाही. 'मनुष्यप्राणी आपल्याला नीट वागवत नाही' अशा विषयावरची सभा कुत्र्यांनी एखाद्या बागेत आयोजित केल्याची बातमी तुम्ही ऐकली आहे? खरे तर कुत्र्यांनी अशी सभा घ्यायला हवी! मग आपल्यालाच असे का वाटते की बदल इतरांनी करावेत? कारण उघड आहे. आजूबाजूचे इतर लोक जसे आहेत, तसे स्वीकारणे आपल्यालाच जड जाते. माझा मुलगा अभ्यासात खरोखरच ढ असेल तरी मला ते मान्य होणार नाही. ही वस्तुस्थिती मान्य करून त्याबद्दल काय करायचे, याचा विचार करण्याऐवजी त्याच्या अभ्यासाबद्दल माझ्या नवऱ्याकडे, त्याच्या शिक्षकांकडे, त्याच्या मित्रांकडे तक्रारी करत राहणे मला सोपे असते. त्याचप्रमाणे भांडकुदळ शेजारी, तुमच्याकडून प्रचंड अपेक्षा ठेवणारे तुमचे वरिष्ठ, सारखं उणंदुणं काढणारी सासू, तितकासा संवेदनशील नसलेला नवरा, शहरातील रहदारी, शिक्षणपद्धती, राजकारणातील भ्रष्टाचार या बाबतींतही आपण सोईस्करपणेच वागत असतो. थांबा, मी माझ्या जबाबदाऱ्या दुसऱ्यावर ढकलणारी निष्क्रिय नागरिक आहे, असा आरोप तुम्ही माझ्यावर करण्यापूर्वीच मी तुम्हाला निखालसपणे सांगू इच्छिते की आपल्या वागण्यातील चुका आपण कबूल केल्या म्हणजे त्या चुकीच्या गोष्टींना आपण मान्यता दिली आहे, असा याचा अर्थ होत नाही. 'सत्य स्वीकारणे' म्हणजे 'नक्की काय?' याची पूर्ण जाणीव आणि 'ते' कसे बदलायचे यावर लक्ष केंद्रित करणे' असे स्पष्टीकरण माझ्या पहिल्या पथदर्शकात मी दिलेले आहे.

पाचवा गैरसमज : *माझ्यात परिवर्तन घडवून आणण्याची क्षमताच नाही.*

हा गैरसमज अनेक रूपांत प्रकट होताना दिसतो. पण मुख्यत: 'मी बदलणारच नाही', 'मला बदलायचंच नाहिये' किंवा 'मला बदलणंच मान्य नाही' हाच ठेका धरलेला दिसतो. मला ठाम विश्वास आहे, की प्रत्येकाला आयुष्यात यशस्वीच व्हायचे असते. एखाद्याने हे नाकारले, तर त्यामागे निश्चित काहीतरी कारण असते.

वरवर पाहता हा दुराग्रह, ताठा किंवा निव्वळ माज आहे, असा समज होतो. पण जरा आत डोकावून पाहिले, तर त्या वृत्तीमागची आपल्या आयुष्यावरील आपला ताबा गमावण्याची भीती नजरेस पडते. आपण काहीही केले तरी ते निष्फळच ठरणार आहे अशी आपली खात्री पटलेली असते, त्यामुळे प्रयत्न तरी कशाला करायचा असा निर्णय झालेला असतो.

पण इथेच सगळी मेख आहे - कारण सर्वांत शाश्वत काय असेल, तर तो

'बदल'च असतो. या विधानाला आव्हान देण्यात काहीच अर्थ नाही.

पृथ्वी सूर्याभोवती फिरत असते, ऋतू बदलत असतात आणि आपल्या शरीरातही बदल होत असतात. आपल्या आयुष्यात आज कितीही वाईट काळ आलेला असेल, त्यामुळे आपण कितीही दबून गेलेलो असू, निराश झालो असू तरी पुढे बदल नक्की होणार असतो. अशीच माझी एक मैत्रीण तिच्या कठीण काळात मला म्हणाली होती, 'मला वाटायचं, सगळंच संपलं आहे; पण आता मला नीट कळलंय, मी कोणत्याही परिस्थितीतून वाट काढू शकते.'

मग? आपण काय करू शकतो?

आपण काय करणार आहोत, हे आपल्यालाच ठरवता यायला हवे, प्राप्त परिस्थितीवर आपले नियंत्रण असावे म्हणून आपण आपले लक्ष्य निश्चित करायला हवे. ते ध्येय गाठण्यासाठी उपाय शोधायला हवेत आणि सतत पुढचे पाऊल टाकायला हवे.

सरतेशेवटी आपण आयुष्यात हेच तर करताना दिसतो - आपण काय करायला हवे, याची निवड आपणच करतो. प्रत्येक वेळी पूर्ण विचार करून, गरजेनुसार एक एक काम करत राहतो. या प्रकरणात आपण यापुढे याच मुद्याचा विचार करणार आहोत. आधी कर्म आणि मगच त्यातून फलाशा हाच घटनाक्रम असतो. या घटनाक्रमाची उलटी गंगा कधीच वाहत नाही.

आपल्यावर बाका प्रसंग ओढवलेला असतो, तेव्हा आपला आत्मविश्वास डळमळीत व्हायला लागलेला असतो. आपण निराश झालो, तर आपल्याला कोणताच पर्याय उपलब्ध नाही, या निर्णयाला आपण येऊन पोचतो. आयुष्याने आपल्या प्राक्तनात जे लिहिले असेल, ते निमुटपणे स्वीकारण्यावाचून गत्यंतर नाही, अशा नकारात्मक भूमिकेत आपण शिरतो. आयुष्यात असे काही प्रसंग येतात, जेव्हा परिस्थितीवर नियंत्रण ठेवणे आपल्या हातात नसते - प्रियजनांचा मृत्यू, आर्थिक नुकसान, आकस्मिक आपत्ती वगैरे वगैरे. पण अशा परिस्थितीला तोंड कसे द्यायचे, ते आपण नक्की ठरवू शकतो. यालाच 'स्वत:च्या जबाबदारीची जाणीव' कारणीभूत ठरते. मी काय करायचे, हे माझ्याखेरीज कोणीच ठरवणार नाही. कोणी ठरवायचे, याचा एकच पर्याय आहे आणि तो म्हणजे मी स्वत:च! हे सकृद्दर्शनी खूप सोपे वाटते. पण सगळ्यांनाच असा अनुभव कधी ना कधी आलेला असतो म्हणूनच हे आपल्याला नक्कीच पटते.

हॅरी, आपल्या योग्यतेपेक्षा आपल्या निवडीमुळे आपण नक्की कसे आहोत, ते ठरते. - अल्बस डंबलडोर - *हॅरी पॉटर अँड द चेंबर ऑफ सिक्रेट्स.*

लक्ष्य: इराद्यांची निश्चिती

मानसोपचार तज्ज्ञ आपल्या पेशन्ट्सना कधीच विसरू शकत नाहीत. उपचारांच्या दरम्यान आम्ही आणि आमचे पेशन्ट्स यांच्यात एक समृद्ध नाते तयार झालेले असते. या संदर्भात शिवच्या बाबतीत आम्ही जे उपचार केले, त्याबद्दल तुम्हाला सांगायला मला नक्की आवडेल.

अनेक वर्षांपूर्वी मी शिवला भेटले. या तरुण मुलावर उपचार करण्याचा अनुभव माझ्यासाठी खरोखरच अनमोल होता. तो मला अनेक प्रश्न विचारत असे, प्रतिप्रश्न करीत असे. माझ्याच अनेक दृढ समजुतींना त्यामुळे धक्का बसला होता. शिव माझ्याकडे उपचार घेण्यासाठी आला होता - नाही- त्याला त्याचे आईवडील माझ्याकडे घेऊन आले होते. त्याच्या आईवडिलांच्या मते तो खूप विचार करत असे, सध्याची शिक्षणपद्धती त्याला झेपत नव्हती तो कवी, लेखक आणि कलाकार होता. शिव कॉलेजात गेला आणि त्याला डिप्रेशनने झपाटून टाकले. या डिप्रेशनमुळे होणाऱ्या यातनांवरचा उतारा म्हणून त्याने अफू घ्यायला सुरुवात केली. दुर्दैवाने या व्यसनामुळे त्याची बेपर्वाई आणि औदासीन्य आणखीच वाढले. पुढे त्याने अफू सोडून अधिकच घातक मादक पदार्थांकडे मोर्चा वळविला. कॉलेजच्या दुसऱ्या वर्षी तो नापास झाला आणि त्याने शिक्षणाला रामराम ठोकायचे ठरविले. तेव्हा त्याच्या आईवडिलांना जाग आली. काही तरी प्रचंड चुकते आहे, याची त्यांना पहिल्यांदा जाणीव झाली. त्यानंतर शिवला अनेक वेळा व्यसनमुक्ती केंद्राच्या वाऱ्या कराव्या लागल्या, पण सरतेशेवटी तो व्यसनमुक्त झाला. मात्र पूर्वीच्या जीवनाकडे परतून येणे त्याला कठीण होत होते. व्यसनाधीन मित्रांपासून तो दूर झाला होता, पण त्याची कॉलेजातील दोस्तमंडळी त्याच्या पुढे निघून गेली होती. हे मित्र आता नोकऱ्या करत होते आणि वेगळ्याच चाकोरीत जगत होते. शिव एकटा पडला होता. त्यामुळे बराचसा वेळ त्याच्या खोलीत तो एकटाच उदासपणे बसून असे, झोपलेला असे, सतत व्हिडियो गेम्स खेळत असे. कोणाबरोबर संपर्क ठेवण्याची संधी मिळाली, तरी ती संधी तो नाकारतच असे.

त्याच्याबरोबर काही काळ बोलल्यावर माझ्या लक्षात आले, की डिप्रेशनबरोबरच त्याला बालपणापासूनच ADHDने (चित्त थाऱ्यावर नसतानाही प्रचंड कार्यरत राहण्याचा विकार) ग्रासले आहे. अतिशय हुशार असूनही त्याला आवडत नसलेल्या गोष्टीत, अभ्यासात त्याचे मन लागत नसे. त्याला काळ, काम, वेगाचे भान ठेवता येत नसे. प्रतिभासंपन्नता आणि एडीएचडी एकत्र आल्याने किती प्रचंड उत्पात होऊ शकतात, याची प्रचिती आम्हाला आमच्या या व्यवसायात अनेक वेळा येते. एका बाजूला अशा व्यक्तींमध्ये काही विलक्षण कौशल्ये आढळतात, तर दुसऱ्या बाजूला

शैक्षणिक क्षेत्रातील ठराविक वेळेला आणि ठराविक वेळेत परीक्षा देण्यासारख्या बाबींवर अडखळल्याने प्रगती खुंटल्याचे दिसून येते. मग त्यांच्या या तथाकथित मंदपणामुळे घरातील माणसे नाराज होतात आणि त्यांच्यावर दबाव येतो. कॉलेजमध्ये गेल्यावर तर हा दबाव अधिकच वाढतो, कारण आता मुलांनी आपली जबाबदारी ओळखून वागावे, अशी त्यांच्या पालकांची अपेक्षा असते. या सगळ्याशी जमवून घेता घेता अनेक मुले व्यसनांकडे वळतात आणि त्याचमुळे शेलके शेरे आणि धिक्कारच त्यांच्या वाट्याला येतो. या चक्रात अडकून उतरंडीला लागल्यावर ही समस्या अधिकच अवघड होत जाते. त्यांच्या स्वत:वरील विश्वासाला तडा जातो आणि ते औदासीन्याला बळी पडतात. शिवला भेटण्यापूर्वी व्यसनाधीन मुलांविषयी माझाही असाच काहीसा पूर्वग्रहदूषित दृष्टीकोन होता. त्या वेळी माझ्या मते हा या वाया गेलेल्या मुलांचा औदासीन्यावर पटकन मात करण्याचा फालतू मार्ग होता. आता मला माझीच शरम वाटतेय, कारण शिवने माझे डोळे उघडले. व्यसनाधीन होणाऱ्या लोकांसंबंधी आपले जे ठाम मत असते, त्यावरच शिवने बोट ठेवले आणि मला माझ्याच मताविषयी शंका वाटायला लागली.

शिवला भेटल्यानंतर माझ्या लक्षात आले, की शिव डिप्रेशनशी झगडत होता त्या वेळी डिप्रेशनमुळे होणाऱ्या यातनांवर मात करण्याचा एक प्रयत्न म्हणून त्याने मादक पदार्थ घेऊन पाहिले होते. नकारात्मकतेवर मात करण्यासाठी तो 'रॅन्ट'मधल्यासारखा बेहोश होऊन दु:ख टाळण्याचा प्रयत्न करीत होता. 'मी कशाचीच पर्वा करीत नाही' या खोट्या उद्दाम मुखवट्यामागे डिप्रेशनमुळे एकाकीपणाला तोंड देणारा, जगापासून तुटलेला एक तरुण मुलगा होता. मादक पदार्थांच्या संगतीने तो व्यसने करणाऱ्या इतर मुलांशी तरी हातमिळवणी करू शकत होता आणि डिप्रेशनवर मात करू पाहत होता. मग ही चुकीच्या लोकांबरोबर केलेली हातमिळवणी असली तरी त्याची एकटेपणाची भावना त्याला बोचत नसे. तो स्वत:च म्हणाला होता, 'या मुलांबरोबर असताना माझ्यातील कमीपणा मला सलत नसे. मी आनंदात राहू शकत असे.' व्यसनमुक्तीसाठी धडपडणाऱ्या लोकांमध्ये एक समान त्रिसूत्री आढळते आणि ती म्हणजे प्रेम, जवळीक आणि त्यांचा कोणत्याही 'जर-तर'शिवाय केलेला स्वीकार. शिवला जेव्हा प्रचंड आपलेपणा आणि जवळिकीची अनुभूती मिळाली, तेव्हाच तो व्यसनमुक्तीकडे वळू शकला. पण प्रत्यक्षात बहुतेक सगळी व्यसनमुक्ती केंद्रे व्यसनांमधून सुटका मिळविण्यासाठी धडपडणाऱ्या मुलांशी अत्यंत अमानुषपणे कठोर वागताना दिसून येतात. हा मोठाच विराधाभास आहे.

अगदी पहिल्या भेटीपासूनच शिवच्या मतांमुळे मी भारून गेले होते. त्याचा स्वत:कडे बघण्याचा दृष्टीकोन, त्याची व्यक्त होण्याची पद्धत आणि स्वत:चे व्यक्तिमत्त्व सादर करण्याची खुबी अक्षरश: झपाटून टाकणारी होती. स्वत:च्या

अस्तित्वाबद्दल त्याच्या मनात खोल कुठेतरी भीती दडलेली होती व त्यामुळे एकूण आयुष्यच फोल असल्याचे त्याच्या बोलण्यात येत असे. शिव वादग्रस्त विधाने करण्यात पटाईत असलेला निपुण वक्ता होता. त्याच्या बोलण्याने भारावून जाऊन मलाही एका क्षणी वाटले होते, 'हे सगळेच निरर्थक आहे की काय?'- हा प्रश्न मी स्वत: पौगंडावस्थेत असताना स्वत:ला विचारत असे. कामूचे 'मिथ ऑफ सिसिफस्', सार्त्रचे 'एज ऑफ रीझन' आणि काफ्काचे 'मेटामॉर्फोसिस' या पुस्तकांबद्दल आमच्यात चर्चा झाली. 'ही सगळी जीवनातील विसंगती आहे' अशी टिपण्णी या पुस्तकांबद्दल त्याने केली होती. त्याला तो 'आधुनिक विनोदी प्रहसन' म्हणत असे. त्याच्याबरोबर धर्म, नीतिशास्त्र, राजकारण यांबद्दलही चर्चा होत असत.

या अशा चर्चा आम्ही कितीही दिवस करू शकलो असतो. या चर्चांमधून त्याच्या स्वत:च्या 'असण्याच्या अर्थाची' त्याला जाणीव करून देण्याचा मोह मला होत असे. पण मला या तत्त्वज्ञानाच्या चर्चा कितीही आवडत असल्या तरी 'प्रथम निर्णय घेऊन त्याप्रमाणे वागायला हवे, मग त्याचा अर्थही पाठोपाठ समजतोच.' यावर माझा विश्वास आहे.

'या उपचारांमध्ये खरोखरच काही अर्थ आहे, असे वाटण्यासाठी तुझ्या आयुष्यात काय बदल घडून यावेत, अशी तुझी अपेक्षा आहे? ह्या उपचारांमुळे तुझ्या अडचणींवर उतारा शोधला जाईल, अशी तुझी खात्री पटली आहे ना?' मी शिवला हे विचारले, तेव्हा त्याने माझ्याकडे एक नजर टाकली आणि म्हणाला, 'मी कोणत्याही बदलाच्या पलीकडे गेलो आहे. मी हा असाच राहणार आहे.' पण एक लहानसा प्रयत्न करून पाहायला काय हरकत आहे, यावर आम्ही बरीच चर्चा केली. या चर्चेच्या काळात माझ्याशी बोलणे हे भावनिकदृष्ट्या सुरक्षित आहे, असे शिवला वाटायला लागले असावे. मी त्याच्यावर कोणतीही शेरेबाजी न केल्याने तो जसा आहे, तसाच मला मान्य असल्याची त्याला खात्री वाटायला लागली असावी. 'पेशन्ट आणि डॉक्टर यांच्यामध्ये उपचारांच्या दरम्यान प्रस्थापित होणारे संबंध, कोणत्याही अटी नसलेला मजबूत सकारात्मक पाया, संवेदनशीलता आणि खरेपणा यांवर आधारित असायला हवेत', असे मत मानवतावादी मानसोपचार तज्ज्ञ कार्ल रॉजर्स यांनी मांडले आहे. माझ्या मते कोणत्याही परस्पर संबंधाची हीच गुरुकिल्ली असते. माझ्या या आधीच्या पुस्तकात मी या दुतर्फी संबंधाला 'कनेक्ट - दुवा' म्हटले आहे.

कोणत्याही नात्यात काही तरी दुवा जोडला जाणे, ही त्या नात्याची पहिली मागणी असते. असाच दुवा आमच्यात निर्माण झाल्याने शिवने माझ्यासाठी एक सवय बदलण्याचे मान्य केले: 'दिवसा झोपा काढणार नाही.' मग त्याऐवजी तू काय करशील, हा माझा पुढचा प्रश्न होता. काही वेळ विचारमग्न होत तो कुठेतरी नजर

लावून बसला आणि मग म्हणाला, 'मी पुन्हा लिहायला सुरुवात करीन. फोटोग्राफीही करू शकतो. कलेच्या प्रांतात बघीन काहीतरी.'

हाच- हाच शिवच्या उपचारातील मैलाचा दगड होता. स्वत:ला फक्त आणि फक्त व्यसनी, अपयशी मुलगा म्हणून पाहण्याऐवजी (त्याने मला एकदा तिरसटून सांगितले होते, की व्यसनाधीन माणूस जन्मभर व्यसनीच राहतो.) त्याला पुन्हा एकदा स्वत:ची परीक्षा घ्यायची होती. इतकेच काय, पण काय गमावले आहे याचा विचार न करता आयुष्यात त्याला काय करायचे आहे, याचाही विचार तो करायला लागला होता. मी एक त्याला साधा प्रश्न विचारला होता, *'या उपचारांमध्ये खरोखरच काही अर्थ आहे असे वाटण्यासाठी तुझ्या आयुष्यात काय बदल घडून यावेत, अशी तुझी अपेक्षा आहे?'* हा प्रश्न विचारला नसता तर त्याला नक्की काय करायचे आहे, याचे उत्तर आम्हाला कधीच मिळाले नसते.

> *'तुम्हाला कुठे जायचंय हेच माहीत नसेल, तर तुम्ही भलत्याच ठिकाणी जाऊन पोहचाल'* - योगी बेरा, अमेरिकन फुटबॉल प्रशिक्षक.

'आपले ध्येय नक्की काय?' याचा विचार करायला मी स्वत: जरा उशिराच सुरुवात केली. रुळलेल्या वाटांचे मला वावडे असल्याने ध्येयावर लक्ष ठेवणे मला जरा जड जाणारे होते. पण माझे प्रशिक्षण आणि नंतर मी करत असलेले हे उपचार यामुळे माझ्या लक्षात आले, की स्वच्छंदीपणा आणि ध्येयासक्ती ह्या दोन्हीही गोष्टी एकाच वेळी अशक्य नाहीत.

डिप्रेशन, चिंताग्रस्त होणे किंवा आयुष्यातील परीक्षा बघणारा काळ यांमुळे आपल्या स्वत:वरील विश्वासाला तडा जातो. आयुष्य आपल्यावर सूड उगवते आहे आणि नुसते बघत बसण्यापलीकडे आपल्या हातात काही नाही, असे आपल्याला वाटायला लागते.

शिवचा पिंडच कलाकाराचा आहे. बालपणापासूनच त्याला चित्रकला, लिखाण, अभिनय, नृत्य सहजपणे जमत असे. शाळेत तो एडीएच्‌डीमुळे चमकला नाही, कारण अभ्यासात त्याला गती नव्हती आणि त्याच्यावर अपयशी, आळशीपणाचा शिक्का बसला. हळूहळू त्याचेही स्वत:बद्दलचे मत तसेच होऊ लागले. अगदी लहान वयातच डिप्रेशनचे बी त्याच्या मनात रुजायला सुरुवात झाली आणि कॉलेजमध्ये गेल्यावर त्याने अक्राळविक्राळ रूप धारण केले. त्याच्या व्यक्तिमत्त्वाच्या या एकाच पैलूने त्याची अधोगती होऊ लागली, कारण 'काय उपयोग आहे प्रयत्न करण्याचा' ही भावना त्याला मागे खेचत असे. मग स्वत: तगून राहण्यासाठी तो आत्मकेंद्रित झाला यात काहीच नवल नाही.

म्हणूनच ध्येय निश्चित केल्यावर पहिला परिणाम असा होतो, की आपला विश्वास, मन मानेल ते करू शकण्याची जाणीव जागृत होते. आपल्याला जबाबदारीचे भान येते आणि ती जबाबदारी पेलण्यास समर्थ असल्याची खात्री वाटायला लागते. आपली ध्येये आपल्याला काम करण्याची प्रेरणा देतात आणि हताशपणे निष्क्रिय जगत राहणे बंद होते. ध्येयनिश्चितीमुळे आपल्या जगण्याचा गियर बदलायला मदत होते आणि आपल्या प्रतिक्रियाशील मेंदूकडून विचारी मेंदूकडे सूत्रे सोपविली जातात. दुसरी बाब म्हणजे आपल्या जगण्याची दिशा निश्चित होते. माझ्या बाबतीत मी काही तरी करायचे नुसते मनात आणले तरी माझे डोके काम करायला लागते आणि असंख्य कल्पनांची गर्दीच गर्दी होते. ध्येयनिश्चितीचा तिसरा परिणाम म्हणजे आपला दृष्टीकोन निकोप होतो, आपल्या विचारांना वळण मिळते आणि आपण प्राधान्यक्रम ठरवायला लागतो. चौथा परिणाम म्हणजे आपण आता नव्याने काहीतरी वेगळे करणार आहोत, या विचारानेच आपला आशावाद जागृत होतो. शेवटचा आणि पाचवा परिणाम म्हणजे आपण सतत पळपुटेपणा करणे, चिडचिड करणे, उडवाउडवीची उत्तरे देणे, सुन्न होणे असे अनेक प्रकारचे नकारात्मक वागणे सोडून देतो (स्वत:ची कीव करत राहणे, रडणे, भेकणे यांचीही एक प्रकारची धुंदी असते. ही धुंदी चढली की आपण कारुण्याची अनभिषिक्त महाराणी होतो.) आणि आपल्याला ध्येयपूर्तीसाठी बळ मिळते.

धैर्य, हिंमत या संबंधातील हे पुस्तक तुम्ही वाचता आहात म्हणून मी गृहीत धरते आहे की आपल्या आयुष्यात काहीतरी बदल व्हावा, यासाठी तुम्ही स्वत: सध्या प्रयत्नशील आहात.

म्हणूनच तुमची ध्येयनिश्चिती करण्यासाठी आपण RISE(राईज) ही पद्धत हाताळून पाहू. मला स्वत:ला आणि माझ्या पेशन्ट्सना ही पद्धत अत्यंत उपयुक्त वाटली आहे. खरेतर मला माझ्या एका पेशन्टबरोबर संवाद साधताना सुचलेली ही पद्धत आहे.

प्रकाशझोत

RISE

कोणते बदल तुमच्या आयुष्यात व्हायला हवेतए असे तुम्हाला वाटते? मी सुचवेन की तुम्ही कोणताही एक बदल मनात धरा. त्याला 'राईज' करा:

- R - रेलेवन्ट- प्रसंगोचित (तुमच्या दृष्टीने ते अर्थपूर्ण असायला हवे.)

- I - आय फोकस्ड - (इतरांकडे लक्ष देण्यापेक्षा स्वत:कडे तुमचे लक्ष हवे)
- S - स्पेसिफिक - विशिष्ट बदल (जे तुम्ही आता करणार आहात)आणि त्याची जाणीव
- E - एन्थुझिॲस्टिक किंवा एक्सायटेड - तुम्ही जो बदल करायचा ठरवला आहे, त्याची तुम्हाला आवड असायला हवी.

या सर्वांचा एकत्रित परिणाम म्हणजे - RISE - राईज - उंची गाठणे! उदाहरण देते. तुम्हाला पाककलेत आणि बेकिंगमध्ये रस आहे म्हणून तुम्ही त्याविषयी ब्लॉग सुरू केलात, तर ते योग्यच वाटेल ना?

तुमच्या प्रतिक्रियाशील मेंदूच्या तुमच्यावर असलेल्या भीतीच्या सावटातून तुम्ही बाहेर आलात आणि 'RISE - राईज' ची कास धरलीत, तर तुम्ही निश्चित केलेले ध्येय तुम्ही गाठू शकलात असे म्हणता येईल.

आता तुमच्या मनात विचार आला असेल की एखादे ध्येय निश्चित करणे चांगलेच आहे, पण त्या ध्येयपूर्तीसाठी मी नक्की काय करायला हवे? यावर माझे उत्तर आहे - 'अंदाज घ्या.'

अंदाज बांधणे: साहसपूर्ण प्रवास आणि ध्येयाकडे वाटचाल

समजा, की तुम्ही गिरीभ्रमणाला निघालेले आहात. तुम्ही अतिशय दमलेले आहात आणि सूर्यास्तापूर्वी उरलेली चढण चढून डोंगरमाथ्यावरील देवळात पोहोचाल की नाही, याची तुम्हाला चिंता वाटते आहे. त्या देवळातच तुम्ही रात्रीचा मुक्काम करणार आहात. पुढील पाच प्रश्नांची उत्तरे तुम्हाला तुमच्या या प्रवासाच्या अडचणीतून मार्ग दाखवतील.

१. *तुम्हाला कुठे जायचे आहे?* - सर्वांत उंच डोंगरमाथ्यावरील देवळात.

२. *आता सध्या तुम्ही कुठे पोहोचला आहात?* - डोंगराखालच्या नदीच्या काठावर.

३. *इथे येण्यासाठी कोणत्या गोष्टी उपयुक्त ठरल्या?* - तुमच्यातील चिवटपणा, गिर्यारोहणाची आवड, तुमच्यासारख्याच उत्साही सहयोग्यांचा गट, दिशादर्शक, नकाशा, चांगले जोडे, अनुकूल हवा, जवळ असलेले तहानलाडू, भूकलाडू.

४. *आता पुढे काय करायचे?* फक्त तीस मिनिटांची वाटचाल करून, जवळचा डोंगरमाथ्यावरील किल्ला गाठायचा.

५. *ते करण्यासाठी तुम्ही काय करायला हवे?* कदाचित झऱ्याजवळ बसून थोडी विश्रांती घ्यायला हवी, थोडे प्रथिनयुक्त पदार्थ खायला हवेत आणि भरपूर पाणी प्यायला हवे.

प्रवास कोणताही असला तरी हेच पाच प्रश्न अत्यंत महत्त्वाचे असतात. परिणामलक्ष्यी लघुउपचार पद्धतीत आम्ही या प्रश्नांना 'अंदाज घ्यायचे प्रश्न' असे म्हणतो.

प्रकाशझोत

'RISE - राईज'मध्ये चर्चा केलेल्या ध्येयाचा आता विचार करू आणि त्याविषयी अंदाज बांधू. आपल्या निश्चित केलेल्या ध्येयाच्या वाटचालीच्या मूल्यमापनाच्या फूटपट्टीवर ० ते १० असे मोजमाप योजले आहे. यापैकी ० म्हणजे पहिली पायरी आणि १० म्हणजे ध्येयपूर्ती (अविवेकी वृत्तीने या दहा पायऱ्या चढण्याचा अट्टाहास करणारी माणसे आपले लक्ष्य गाठताना दिसत नाहीत.):

- तुम्ही या क्षणी ध्येयपूर्तीच्या कोणत्या पायरीवर आहात?
- तुम्ही इथे कसे पोचलात? इथे पोचण्यासाठी तुम्हाला कशाची मदत झाली?(इथे तुमच्यातील 'अनेक भावनांच्या गाळातून तुमची 'बलस्थाने, योग्यता, ध्येयपूर्तीची साधने, अपेक्षा आणि परिस्थितीशी मिळते घेण्याची वृत्ती' हे सोने उपसून काढून 'आपण खचलो होतो' या 'सत्याचा स्वीकार' करायचा असतो.)
- तुम्हाला नक्की काय हवे आहे?
- तुम्ही यानंतर काय करायचे ठरवले आहे?
- तुम्ही काय केलेत तर हे साध्य होईल?

ध्येयपूर्तीचे मापन करणारी फूटपट्टी हे अत्यंत लवचीक साधन आहे. त्याचा वापर विविध प्रकारांनी करता येतो.

काही उदाहरणे पाहू या:

- वर्तनात बदल - चांगल्या सवयी, कार्यरत जीवनशैली.
- आशा- चांगल्या कॉलेजात प्रवेश, चांगले काम मिळणे, एखादा चांगला कार्यक्रम आयोजित करणे.
- योग्यता- स्वत:वर विश्वास असणे. तुमच्या स्वत:च्या पात्रतेविषयी, गरजेच्या साधनांच्या उपलब्धतेविषयी खात्री असणे, स्वत:ची मते ठामपणे मांडणे.

- स्वत:च्या जबाबदारीची जाणीव असणे: तुमच्या आयुष्यावर तुमचा ताबा असणे, तुमच्या नियंत्रणाची तुम्हाला जाणीव असणे, तुम्ही बदल घडवू शकता याचा तुम्हाला विश्वास वाटणे.
- नातेसंबंध - इतरांची काळजी करणे, नातेसंबंध दृढ व्हावेत यासाठी प्रयत्नशील राहणे, स्वच्छ मनाने दुवे जोडणे.
- कौशल्य आत्मसात करणे- वेळेचे भान ठेवणे, संस्थेचे कामकाज पाहणे, मुलांचे संगोपन करणे, अभ्यास, चारचौघांत भाषण देणे.
- भावनांवर काबू ठेवणे - रागाचा उद्रेक होऊ न देणे, भीतीवर मात करणे, स्वत:ची कीव न करणे.
- स्वत:ची काळजी घेणे - उत्तम, आरोग्यदायी आहार घेणे; भरपूर झोप, आरोग्याबद्दल जागरूक राहणे, व्यायाम करणे.
- आनंद - मन उल्हसित राहण्यासाठी काहीतरी करत राहणे, मनाला सुख देईल अशा पदार्थांचा आस्वाद घेणे, दिलखुलास हसणे.
- सहानुभूती - स्वत:ला व इतरांना सतत दोष देण्याऐवजी माफ करून टाकणे, आपल्या स्वत:बद्दल आणि इतरांबद्दल दयाबुद्धीने वागणे, सर्वांशीच सहानुभूतीने वागणे.
- स्थिरता - विचारीपणा, ध्यानधारणा, रोजनिशी ठेवणे.
- हिंमत - रोज थोडीशी प्रगती साधता यावी म्हणून मन लावून उचललेली पावले, नम्रतेने वागणे आणि स्वत:सकट सर्वांशीच आपुलकीने वागणे.

तुम्ही स्वत:साठी कोणताही मार्ग निवडा, पण सतत अंदाज घेत राहिल्याने तुमच्या प्रगतीच्या प्रत्येक पावलावर तुमचा ताबा राहतो.

तुमचे मत, तुमचे स्वप्न, तुमची महत्त्वाकांक्षा, आपण कसे असावे याबद्दलची तुमची मनोकामना, तुमच्या भावना, तुमचे इतरांशी असलेले संबंध आणि तुमचे प्रेम याचा अंदाज घेण्यानेच पुढचे धैर्यशील पाऊल टाकण्यास तुम्ही प्रवृत्त होता.

शिवसमोर मी जेव्हा त्याच्या 'स्वत:च्या आयुष्याबद्दल तो स्वत:च जबाबदार' असल्याचा विषय काढला, तेव्हा त्याने चमत्कारिक नजरेने माझ्याकडे पाहिले आणि मला एक लांबलचक अस्खलित भाषण दिले. त्याच्या म्हणण्याप्रमाणे ही जाणीव कपोलकल्पित असून आपण निव्वळ नियतीच्या हातची बाहुली असतो. त्याचे मन अगदीच मोडायला नको म्हणून मी त्याला एक 'जर-तर' प्रकारचा प्रश्न विचारला.

मी त्याला म्हणाले, 'जर तुला स्वत:च्या जबाबदारीची जाणीव झाली आणि ती किती झाली आहे याचे मोजमाप घ्यायचे ठरवलेस, तर शून्य ते दहाच्या मोजपट्टीवर तू स्वत:ला किती गुण देशील?' अर्थातच 'स्वत:च्या आयुष्याबद्दल तो स्वत:च

जबाबदार' हे गृहीतक सत्य नसतेच, असे आम्ही दोघांनीही तत्त्वत: मान्य केले होते. जबाबदारीच्या पूर्ण अभावाला शून्य गुण आणि जबाबदारीच्या पूर्ण जाणिवेला दहा गुण देण्याचे ठरविले. तुमच्या आयुष्यावर तुमचे जराही नियंत्रण नाही आणि तुम्ही अत्यंत अगतिक आणि असहाय असाल, तर तुम्हाला शून्य गुण मिळतील. पाच गुण मिळाले असतील, तर तुमचे नियंत्रण दखल घेण्याजोगे आहे आणि सात किंवा आठ गुण मिळाल्यास तुमच्यात जबाबदारीची जाणीव खूप असून तुम्ही तुमच्यासमोर असलेल्या पर्यायांमधून योग्य पर्यायाची निवड करू शकता आणि तुमच्या आयुष्याची पूर्ण जबाबदारी पेलू शकता.

या मोजपट्टीवर तू कुठे आहेस?

'शून्य.' एक क्षणही न गमावता तो म्हणाला.

तो हे खरे बोलत नसल्याची मला शंका येत असल्याचे मी त्याला सांगितले. कारणही उघड होते. त्याने माझ्याकडून उपचार घेण्याचे ठरवले होते. या निर्णयानंतर त्याने माझी एकही भेट चुकविली नव्हती. सुरुवातीला ठरवलेली काही कामे त्याने जवळजवळ रोजच्या रोज पारही पाडली होती.

या सगळ्याचा त्याने जराशा निर्लेपपणेच विचार केला आणि म्हणाला, 'ठीक आहे, मी कदाचित तीनवर असेन.'

मग मी त्याला माझा अतिशय आवडता प्रश्न विचारला, *'आधी शून्य म्हणालास आणि आता तू स्वत:ला तीनवर आणून ठेवलेस. का?'*

तो विचार करायला लागला आणि मी त्याला *'आणखी काय?'* असे सतत विचारत राहिले. काही अपवाद, जुळवून घेण्याचे कौशल्य, बदल, बलस्थाने आणि त्याने केलेले उपाय या बाबतीत आमची ही 'मातीतून सोने काढण्याची' प्रक्रिया सुरू झाली. तो हल्ली सकाळी लवकर उठून कुत्र्याला फिरायला नेत असे. त्याच्या शाळेपासूनच्या मित्रांपैकी काही मित्रांशी त्याने संपर्क केला होता. त्याच्याबरोबर पार्टीलाही गेला होता. इतकेच काय, पण त्या पार्टीत त्याने दारूला किंवा इतर कोणत्याही मादक पदार्थाला स्पर्शही केला नव्हता. बरेच दिवस त्याच्या मनात घोळत असलेली एक गोष्टही त्याने लिहायला घेतली होती.

या चर्चेनंतर त्याच्यात झालेला बदल लक्षात येऊन स्वत: शिवही चकित झाला होता. आमच्या या विचारमंथनातून या बदलाचे एक कारण त्याच्या लक्षात आले होते. काही दिवसांपूर्वी त्याने काढलेले काही फोटो त्याने इन्स्टाग्रामवर टाकले होते. त्यांपैकी एक फोटो एका प्रख्यात फोटोग्राफरला आवडला होता आणि त्याने त्यावर प्रोत्साहनपर भाष्यही केले होते. त्या वेळी शिवने त्याकडे दुर्लक्ष केले होते, पण आपल्याला आदर वाटत असलेल्या एखाद्या माणसाकडून पोचपावती मिळाल्याने शिवमध्ये बदल घडायला सुरुवात झाली होती. मी त्याला हेही विचारले, की हा

बदल म्हणजे नक्की काय होते? त्यावर तो म्हणाला, 'मला वाटले की आहे, इथे आशेला जागा आहे.' हे अगदी शबानाच्या 'अहा क्षण' किंवा त्रिशाच्या 'किक-बॉक्सिंग'ला जाणे किंवा माझ्याच 'डॅफोडिलच्या क्षणा'सारखे होते. तसे बघायला गेले तर काहीच बदलले नव्हते, पण प्रत्येक गोष्ट बदलायला लागली होती - आता आशेला जागा होती, आयुष्याला वेगळे वळण मिळायची शक्यता निर्माण झाली होती.

त्या भेटीत आम्ही त्याच्या शाळेतील जवळच्या मित्रांबाबत बोललो. त्यांच्यापासून तो बराच काळ दूर राहिला होता. या मित्रांचे शिवबद्दल आता काय मत होते आणि अशी कोणती बाब होती, ज्यामुळे हे जुने मित्र पुन्हा जवळ आले होते? आम्ही त्याचे कुटुंब, त्याचे पालक, त्याचा धाकटा भाऊ, त्याची विशेष आवडती आजी - ती काही वर्षांपूर्वी वारली होती- या सर्वांना आता त्याच्याबद्दल काय वाटत असेल, याबद्दलही चर्चा केली. त्याच्याबद्दल त्यानेच ठरवलेल्या काही मतांमधून आम्ही 'सोन्याचे कण' हुडकून काढले होते. त्यामुळेच त्याचा स्वत:बद्दलचा दृष्टीकोन बदलला होता.

मी ज्याला 'काळाची यात्रा घडवून आणणारा प्रश्न' असे म्हणते, तो प्रश्न मी त्याला विचारला,'अजून एका वर्षानंतर आपण भेटल्यावर तू मला सांगशील की माझं सगळं नीट चाललंय आणि मला हवं तसंच मी जगतो आहे; *तर त्या वेळी तू काय करत असशील, जे आज तू करत नाहीस?'*

या प्रश्नाचे उत्तर काय द्यावे, हे त्याला कळत नव्हते. मग मीही तो प्रश्न सोडून दिला. त्याऐवजी मी त्याला म्हणाले, की कदचित तुला हा विचार करायला, अजून वेळ मिळायला हवा आणि तुझी इच्छा असेल तर पुढच्या भेटीत यावर चर्चा करता येईल.

हा प्रश्न चक्क आव्हानात्मक होता, पण केवळ तो विचारण्यानेच त्याच्या मनात मी एका विचाराचे बी रुजवले होते - *' त्या वेळी तू काय करत असशील, जे आज तू करत नाहीस?'* ते बी तिथे हळुवारपणे रुजत जाणार होते आणि आपल्या भविष्यात काय घडू शकेल, या विचाराला चालना मिळत राहणार होती. पुढे ह्या प्रश्नाचा परिणाम खरोखरच दिसून आला आणि तो इतका छान होता की काय सांगू?

पुढच्या भेटीच्या वेळी तो आला, तेव्हा त्याला उमगले होते की त्याचे आयुष्य आता वेगळा आकार घेऊ शकत होते. त्याला पुन्हा फोटोग्राफीचा छंद जोपासता येणार होता. कठीण काळात सगळ्याच मित्रांनी त्याला झटकून टाकले नव्हते. त्यातील काही मित्रांबरोबर शिवला पुन्हा संबंध जोडता येणार होते. रोज सकाळी तो पळायला जाणार होता. प्रकाशन संस्था किंवा वृत्तपत्रात तो शिकाऊ फोटोग्राफर

म्हणून अनुभव मिळवू शकणार होता. त्याला एक पुस्तक लिहायचे होते. त्याबद्दल तो विचार करू शकत होता. त्याच्या कुटुंबीयांसमवेत जास्त वेळ राहू शकणार होता.

शिव माझ्यासमोर हे सगळे उलगडत असताना मला त्याच्यात एका नवीन ऊर्जेचा उगम झाल्याचे दिसत होते. त्याच्यात उत्साह संचारलेला होता, चेहऱ्यावर उल्हास होता. एका नवीन आशावादाने तो भारावलेला होता. मी पुन्हा मोजपट्टीचा विषय काढला आणि त्याने दरम्यानच्या काळात खूप काही नवीन बाबींचा विचार केल्यानंतर आता तो कोणत्या नंबरावर होता, याचा अंदाज विचारला. त्याने जरासा विचार केला आणि त्याचे उत्तर होते सात.

आपण कितीही वाईट परिस्थितीतून जात असलो, प्रचंड अगतिक झालो असलो; तरी आपल्याला आशेच्या किरणाचा शोध घ्यायलाच हवा. ह्याच किरणामुळे आपल्या आयुष्यात पुन्हा बहार आणणे शक्य होईल.

मी त्याला पुढचा प्रश्न विचारला, *'मग आता मोजपट्टीवर ३.५ वर पोचण्यासाठी तू काय करणार आहेस?'*

तुमच्या लक्षात आले का? त्याच्या सात या उत्तराकडे मी दुर्लक्ष केले, कारण मी त्याच्या आजूबाजूचे वातावरण, त्याच्या आयुष्यातील माणसे किंवा त्याची मन:स्थिती याचा विचार करत नव्हते. त्याच्या स्वत:बद्दल त्याने काय करणे गरजेचे होते, याबद्दल मी त्याला विचारत होते. त्याने जरासा विचार करून उत्तर दिले, 'मी व्हिडियो गेम्स खेळणे बंद करणार आहे.' हा खरोखरच मोठा बदल असणार होता. पण हे तो खरंच करू शकेल, याविषयी मला शंका होती. म्हणून मी त्याला विचारले, 'समज, *पुढच्या आठवड्यात येशील, तेव्हा तुझे हे गेम्स खेळणे बंद झालेले असेल. तेव्हा तू स्वत:ला मोजपट्टीवर कुठे ठेवशील?'* त्यावर तो पटकन म्हणाला, 'पाच'. हा विचार आकर्षक वाटत असला तरी ही फारच मोठी उडी असल्यासारखे वाटत होते. त्यापेक्षा छोट्या छोट्या बदलांचा विचार करणे जास्त परिणामकारक ठरले असते. मग मी त्याला म्हणाले, 'पण आज आपण फक्त ३.५चा विचार करतो आहोत.' त्याला कळले आणि तो म्हणाला, 'कदाचित मी फक्त संध्याकाळी व्हिडियो गेम्स खेळीन.'

पुढचा प्रश्न फारच कळीचा होता. कारण त्याला या व्हिडियो गेम्सच्या संबंधात यश मिळण्यासाठी हे आवश्यक होते. 'व्हिडियो *गेम्स खेळण्याची ऊर्मी आवरलीच नाही तर?'* या प्रश्नाने पुन्हा एकदा गाळ उपसला गेला आणि सोने मिळविण्याची प्रक्रिया सुरू झाली. मग त्याच्या मादक पदार्थांच्या व्यसनातून मुक्ती मिळविण्याच्या काळाविषयी आम्ही बोललो. त्याने व्यसनमुक्त होण्याचा निश्चय केल्यानंतर सुरुवातीला त्याने अक्षरश: फक्त आला क्षण जगण्याचे ठरवले होते. तो मनातल्या मनात एक

आकडा धरत असे आणि त्या पुढचे आकडे मोजायला लागत असे. थोड्या वेळाने नवा आकडा आणि पुन्हा मोजणी. यामुळे त्याचा दृढ निश्चय, हिंमत आणि पटकन बदल स्वीकारण्याची वृत्ती लक्षात आली. तो व्यसनाधीन झाल्यामुळे त्याच्या आईवडिलांना झालेले दु:ख त्याने बघितले होते. त्यांच्या या प्रेमामुळेच त्याने व्यसन सोडण्याचा निश्चय केला आणि तो आता पुन्हा व्यसनाकडे वळणार नव्हता.

सवयींची मीमांसा

माझ्या आयुष्यातील अडचणी सोडविण्यासाठी मी जे मार्ग निवडते, त्याचा अग्रक्रम ठरविताना माझ्या काही मुरलेल्या सवयी सोडून देण्यासाठी मला बराच आटापिटा करावा लागतो. हे असे माझ्याप्रमाणेच अनेकांच्या बाबतीत होते. उदाहरणच द्यायचे झाले, तर माझी उशिरा झोपायची सवय. मला रात्रीच्या शांत वेळी निवांतपणे वाचायला आवडते. त्यामुळे झोपायला उशीर होतो. मग सकाळी व्यायामाच्या वेळी मला तरतरीतपणा वाटत नाही आणि मी पुन्हा डुलकी काढते. नेटफ्लिक्सवरचे कार्यक्रमही मी चुकवत नाही. आपल्या आयुष्यातील हे आपले स्वत:बरोबरचे संघर्ष - कामात चालढकल करणे, आधुनिक उपकरणांत रमणे, धूम्रपान, अधाशीपणे खाणे किंवा मद्यपान - ही सगळी आपल्या सवयींमधून निर्माण झालेली व्यसनेच असतात. शिवच्या मते त्याने मादक पदार्थ घेणे बंद केले असले, तरी व्हिडियो गेम्स खेळणे हे त्याचे नवे व्यसनच होते.

या मुरलेल्या सवयींपासून किंवा व्यसनांपासून सुटका करून घेण्याच्या तीन युक्त्या मला सापडल्या आहेत. काही प्रमाणात संशोधन आणि बऱ्याच मोठ्या प्रमाणात माझ्या पेशन्ट्सकडून मला ठामपणे सांगितल्या गेलेल्या अनुभवांमधून मी हे आडाखे बांधले आहेत.

सूचनेचे स्वरूप बदला

माझी मुले लहान असताना माझी सगळी संध्याकाळ त्यांचे हवेनको बघण्यातच जायची. त्यांच्याबरोबर बागेत जाणे, त्यांचे गृहपाठ, त्यांच्या मित्रमैत्रिणींच्या गाठीभेटी, अंघोळी, जेवणं, झोपायच्या वेळी उरकायची कामं वगैरे वगैरे. पण मुले मोठी झाली आणि या रोजच्या जबाबदाऱ्यांमधून मी मुक्त झाले. मग घरी आल्यावर चहा पित पित माझ्या आवडत्या सोफ्यावर बस्तान बसवून फेसबुक पाहणे, नेटफ्लिक्स वरील कार्यक्रम बघणे, ई-मेल आणि नेटवर उगीचच कोणत्याही साईट्स पाहणे हे रोजचेच होऊन बसले. या अशा निरर्थक, मोकळ्या संध्याकाळींमुळे मी विनाकारण चिडचिडी होऊ लागले होते. हा शिरस्ता मोडून काढण्यासाठी मी बरेच प्रकार करून पाहिले, पण कशाचाच काहीच उपयोग होईना. त्या सुमारास माझ्या वाचनात

चार्ल्स डुहिग याचे *'द पॉवर ऑफ हॅबिट'* हे पुस्तक आले. मग माझ्या लक्षात आले की, *माझा सोफा माझ्यासाठीचा गळ होता, त्याच्यावर बसणे हे माझ्यासाठी त्या गळाला लावलेले आमिष होते आणि मग त्यातूनच पुढील सर्व गोष्टींची मालिका सुरू होत असे.* (याला इंग्रजीत 'डॉमिनो इफेक्ट' म्हणतात.) या माझ्या अनुभूतीच्या 'वा वा क्षणा'च्या जोरावर मी माझा तो संध्याकाळचा नित्यक्रम बदलून टाकायचे ठरवले.

मग घरी आल्या आल्या कोचावर अंग टाकून देण्याऐवजी मी आमच्या बेडरूमकडे जायला सुरुवात केली. तिथे पर्स ठेवून नंतर जेवणाच्या टेबलावर मी चहा प्यायला बसू लागले. या एवढ्याशा फरकामुळे माझ्या दिनचर्येला खूपच वेगळे वळण लागले. तिथे चहा पिताना मला तरतरी येत असे. तिथे माझा लॅपटॉप नसल्याने तो वेळ मी मुलांशी गप्पा मारण्यात घालवू लागले, संध्याकाळी काहीतरी करायचे ठरवू लागले, काही कलाकुसरीची कामे करू लागले, फिरायला जाऊ लागले, कधीतरी स्वयंपाकघरात जाऊन पटकन काहीतरी पदार्थ करू लागले. पूर्वी जी नकारात्मक, निरर्थक गोष्टींची मालिका (डॉमिनो इफेक्ट) सुरू होत असे, त्याऐवजी आता सकारात्मक गोष्टी घडू लागल्या होत्या.

मला माहीत असलेल्या कितीतरी लोकांना अशा प्रकारे छोटेसे बदल करणे फायदेशीर ठरते, याचा अनुभव आला आहे. माझ्याकडे उपचार घेणारी त्रिशा किक-बॉक्सिंग सुरू करण्यासाठी खूप उत्सुक होती, पण क्लासला न जाण्यासाठी तिला रोज सकाळी नवी नवी कारणे हमखास मिळत असत. अखेरीस तिने सकाळी उठल्यावर करण्याच्या कामांचा क्रमच बदलून टाकला. तिने उठल्याबरोबर बिछान्याशेजारी ठेवलेली तिच्या ट्रॅक पॅन्टस आणि बूट घालायला सुरुवात केली. जेव्हा तिच्या मनात नकारघंटा सुरू व्हायच्या, तेव्हा ती इतकेच म्हणायची, 'मी हे बूट फक्त घालणार आहे.' आणि त्यानंतर न चुकता सकारात्मक डॉमिनो इफेक्ट सुरू व्हायचा आणि तिची पावले जिमकडे वळायची. आणखी एक असाच पेशन्ट - त्याला त्याच्या फोनचेच व्यसन लागले होते. त्याने त्याचा फोन कपाटात ठेवायला सुरुवात केली आणि त्याच्या बिछान्याशेजारी तो रुबिक क्युब ठेवू लागला. त्याची बोटे फोन हाताळण्यासाठी अस्वस्थपणे वळवळू लागली की तो रुबिक क्युब उचलायचा. शिवने सकाळी उठून घराबाहेर पडण्याचा पायंडा पाडला. मग भलेही कधीतरी कुठल्यातरी हॉटेलात बसून फक्त चित्रे रेखाटली तरी हरकत नाही, पण घरातून बाहेर पडायचा नियम तो मोडत नसे.

कायझेन

'कायझेन' हे छोट्या छोट्या पण वाढत्या प्रमाणात सातत्याने केलेल्या बदलांच्या

संबंधातील जपानी तत्त्वज्ञान आहे. चालढकल, टाळाटाळ करण्याच्या वृत्तीवर जबरदस्त आघात करण्याची शक्ती या तत्त्वज्ञानात आहे. आपल्याला कोणत्याही बाबतीत एकदम मोठा बदल करण्यापेक्षा लहान लहान पावले उचलणे सोपे जाते. खाण्याच्या सवयी बदलणे असो की ब्लॉग लिहायला सुरुवात करणे असो, परीक्षेसाठी अभ्यासाला सुरुवात करणे असो की नियमितपणे व्यायाम करणे असो, तुम्ही या गोष्टी रोज करायचा पायंडा पाडलात की त्याची तुम्हाला सवय होते. समजा, तुम्ही तुमच्या आहारातील कर्बोदके कमी करण्याचे ठरवले असेल तर तुमच्या आहारातून सर्वच कर्बोदके पूर्णपणे वर्ज्य करण्याऐवजी तुम्ही संध्याकाळी सातनंतर हलकी कर्बोदके (मैद्याचे पदार्थ, पोळ्या, भात) न खाण्यापासून सुरुवात करू शकता. (सर्वच कर्बोदके पूर्णपणे वर्ज्य करण्याचा आततायी निर्णय घेतला, तर महिन्या दोन महिन्यांत काय होते, हे आपण सगळेच जाणतो.) तुम्हाला नियमितपणे व्यायाम करायचा असेल, तर तुम्ही रोज सकाळी फक्त पंधरा मिनिटे फिरायला जाण्यापासून सुरुवात करू शकता. कायझेन तत्त्वज्ञानानुसार कोणताही उपक्रम लहान प्रमाणात सुरू केला, तर तो आपल्या रोजच्या दिनक्रमात सहजपणे सामावला जाऊ शकतो, ज्यामुळे आपल्या सवयी आरोग्यदायी होऊ लागतात.

अनेक वेळा आपण बदल घडवून आणण्यासाठी धडपडत असतो. बदल घडवून आणण्यात आपल्याला अपयश येत असते, तेव्हा आपण स्वत:लाच इच्छाशक्ती कमी पडत असल्याबद्दल दूषणे देत राहतो. नोबेल पुरस्कारविजेते डॅनियल काह्नमेन यांनी त्याच्या 'थिंकिंग फास्ट अँड स्लो' या सुंदर पुस्तकात, एखादे अवघड काम करण्यासाठी मन:शक्ती किंवा इच्छाशक्ती कशी गरजेची असते, हे समजावून सांगण्यासाठी विजेचे रूपक वापरले आहे. छोटेसे बदल हे दिवा लावण्यासाठी बटण दाबण्यासारखे असतात. त्यासाठी फार वीज खर्चावी लागत नाही. याउलट मोठा बदल म्हणजे वातानुकूलन यंत्र सुरू करणे. यासाठी प्रचंड प्रमाणात वीज जाळली जाते आणि विजेच्या साठ्यात तत्काळ होणारी घट खूप असते. कायझेन तत्त्वज्ञानावर विश्वास बसण्याचेही हेच कारण आहे. व्यसनमुक्तीच्या काळात शिव कुठूनही, कसेही आकडे मोजायला सुरुवात करत असे. त्याच्या व्यसनाकडे झुकणाऱ्या मनोवृत्तीत बदल घडवून आणण्याच्या अवघड काळात केलेला हा लहानसा प्रयत्न होता, पण तो उपयुक्त ठरला होता.

आपण सातत्याने जे करत असतो, त्यामुळे आपण कसे आहोत हे ठरते. त्यामुळे श्रेष्ठत्व हे कर्म नव्हे, ती सवय असायला हवी. - ॲरिस्टॉटल, ग्रीक तत्त्वचिंतक.

५ सेकंदांचा मंत्र

मेल रॉबिन्स या लेखकाच्या 'टेड - TED' टॉकमध्ये त्याने 'स्वत:ला फसवत राहणे कसे बंद करावे' या विषयावर बोलताना एक जबरदस्त असा ५ सेकंदांचा मंत्र सांगितला होता. मी माझ्या बाबतीत याचा प्रयोग करून पाहिला आणि खरोखरच मला त्याचा उपयोग झाला! हा अतिशय साधा, सोपा ५ सेकंदांचा मंत्र असे सांगतो, की तुम्हाला काहीतरी करण्याची सुरुवात करायची असते, पण ती सुरुवातच तुम्हाला अशक्य वाटत असते; तेव्हा पाच आकडे उलट्या दिशेने मोजा आणि नियोजित कामावर धडक मारा. उदाहरणार्थ, तुम्ही सध्या करत असलेले काम पूर्ण करण्यासाठी किंवा पहाटे फिरायला जाण्यासाठी तुम्हाला लवकर उठायचे आहे, त्यासाठी तुम्ही गजर लावला आहे. गजर झाला तरीही तुम्हाला बिछान्यातून बाहेर यावेसेच वाटत नाहिये, तेव्हा एक ते पाच आकडे उलट्या क्रमाने म्हणा, स्वत:ला बिछान्यातून खेचून बाहेर काढा आणि कामाला लागा. ही अत्यंत अर्थशून्य आणि हास्यास्पद वाटावी अशी सोपी युक्ती नक्की सफल होते, कारण हे आकडे उलट्या क्रमाने म्हणण्याच्या नादात ठरवलेले काम त्रासदायक आणि आव्हानात्मक वाटण्याच्या सर्व विचारमंथनाला, टाळाटाळ करण्याला, उगाचच वाटणाऱ्या चिंतेला फाटा दिला जातो.

हा साधा सोपा मंत्र मला खूप गुणकारी वाटतो. या मंत्राने मी स्वत:ला बिछान्यातून बाहेर खेचून काढू शकते, गजराच्या स्नूझ (डुलकी) बटणावरचा हात मागे घेऊ शकते, फोन करू शकते (मला कुणालाही फोन करायला आवडत नाही.), वेळ पडली तर वाद घालू शकते, काळजीच्या गुंत्यातून मी माझी सुटका करून घेऊ शकते आणि घरात तुंबलेल्या कामांचा उरका पाडू शकते. माझ्या पेशन्ट्ससमोर माझे हे अनुभव मी मोकळेपणाने मांडते आणि जवळजवळ प्रत्येकाने हा साधा मंत्र अत्यंत परिणामकारक असल्याची कबुली माझ्याजवळ दिली आहे.

आणि लक्षात ठेवा, या मंत्राचा उलटा क्रमच परिणामकारक असतो, कारण सुलट्या गणतीने पाचाच्या पुढेही आकडे म्हणत राहण्याचा मोह होऊ शकतो आणि नियोजित कामाला सुरुवात करण्याचे राहूनच जाते. त्यामुळे 'उलटी गिनती' करा आणि कामाला सज्ज व्हा!

आपल्या मेंदूला ताब्यात घेऊन त्याच्यात चांगल्या सवयी घट्ट रुजवायच्या असतील, तर आपल्या मेंदूला शाबासकीही मिळायला हवी. काही वेळा हे बक्षीस मिळण्याची तरतूद मेंदूतच केलेली असते. बागेतील पळण्याचा व्यायाम मस्त झाला, किंवा परीक्षेत चांगले गुण मिळाले किंवा अगदी कपाटात कोंबलेल्या वस्तू नीट लावून कपाट आवरले की आपल्या मेंदूत 'एन्डॉर्फिन्स' नावाची संप्रेरके

स्त्रवतात. या एन्डॉर्फिन्समुळे शरीरातील वेदना, मरगळ यांची हकालपट्टी होते आणि तुम्हाला उत्साह वाटू लागतो. पण काही वेळा या नव्याने रुजलेल्या सवयीसाठी आपल्याला यापेक्षा थोडी अधिक दाद मिळण्याची आवश्यकता असते. उदाहरण देते - सोफ्यावर बस्तान बसविण्याऐवजी मी जेव्हा जेवणाच्या टेबलावर चहा पिऊ लागले, तेव्हा इतर कामे चालू असताना मी ब्लू टूथवर गाणी ऐकण्याची चैन करू लागले. माझ्या एका पेशन्टने कँडी क्रश खेळण्याचे बंद करण्यासाठी (हे ओळखीचं वाटतंय?) मोठ्यांसाठी असलेली चित्रे रंगविण्याची पुस्तके आणून त्यात जीव रमवायला सुरुवात केली. या उत्कृष्ट कलाकृतींसाठी इतरांकडून मिळणारी प्रशंसा हे त्याच्या बाबतीत मोठेच प्रोत्साहन ठरले. ज्यांना सकाळी बिछान्याची ऊब सोडून लवकर उठण्याचा प्रचंड कंटाळा आहे, त्यांनी तर नक्कीच लक्षात ठेवा की उठल्यानंतरच्या सगळ्या कार्यक्रमांत एक तरी गोष्ट तुमच्या नितांत आवडीची हवी. म्हणूनच तुम्ही खूप नाही पण अगदी अर्धा तासच आधी उठू शकलात तरी तुम्हाला बाल्कनीत बसून चहा पिता येईल, एखाद्या फिल्मी गाण्यावर थिरकता येईल किंवा सकाळच्या नाष्ट्याला आवडता पदार्थ करून खाता येईल.

***

आमच्या भेटी होऊ लागल्यानंतर शिवने लवकरच चित्रकलेच्या एका दुपारच्या अभ्यासवर्गात नाव नोंदवले. थोड्याच दिवसांत त्याचे काम नावाजले जाऊ लागले आणि त्याच्या कामाची एक जाडजूड फाईल तयार झाली. त्या पोर्टफोलियोच्या बळावर त्याला परदेशातील एका नावाजलेल्या डिझाईन स्कूलमध्ये प्रवेश मिळाला. त्यानंतर त्याने त्याच्या एका जवळच्या मित्राच्या सहकार्याने कलाक्षेत्राशी संबंधित एक महत्त्वाचा उपक्रम यशस्वीरीत्या सुरू केला. हा उपक्रम सामाजिक न्याय या संकल्पनेतून जन्माला आला होता. या माध्यमातून शिव आणि त्याच्या मित्राला आपल्या कलेचा आविष्कार रस्त्यारस्त्यांवर करता येऊ लागला होता. शिव म्हणतो, 'कोणताही बदल घडून येण्यासाठी रस्ता हे उत्तम माध्यम आहे.'

शिवच्या आयुष्याची दिशा बदलण्यासाठी खरोखरच कोणते उपाय लागू पडले, असे मला कुणी विचारले तर मी फक्त म्हणेन की 'त्याच्या आयुष्यातील कोणत्याही यशापयशासाठी तो स्वत:च जबाबदार आहे, याची त्याला जाणीव झाली आणि मग सगळे प्रश्न सुरळीतपणे सुटत गेले.' लहान वयात ADHD (चित्त थाऱ्यावर नसताना प्रचंड कार्यरत राहण्याचा विकार), त्यानंतर डिप्रेशन आणि मग व्यसने यांनी त्याच्या आयुष्याचे दोर आपल्या हातात घेतले होते. अपयश आल्यावर कुणी त्याला हटकू नये म्हणून तो स्वत:च जगाची हेटाळणी करू लागला, बंडखोरी करू लागला, 'गेलात सगळे गाढवाच्या—त' असा पवित्रा घेऊ लागला. पण त्याने स्वत:च आपले यशापयश स्वीकारण्याचे ठरविले, आपल्या समस्या बाजूला सारल्या

तेव्हाच त्याचे तुंबलेले आयुष्य मार्गी लागले.

या प्रवासाच्या संदर्भात आपल्याला काही बाबी जाणीवपूर्वक लक्षात घ्यायला हव्यात.

पहिली महत्त्वाची गोष्ट म्हणजे आपल्या इच्छा वास्तव असायला हव्यात. उदाहरण सांगायचे झाले, तर तुम्हाला 'लॉटरी' लागायला हवी आहे, तुमच्या अत्यंत जवळच्या पण स्वर्गवासी आजीला पुन्हा जिवंत झालेले पाहायचे आहे, तुम्हाला परीक्षेत पहिलेच यायचे आहे. या अशा इच्छा पूर्ण होणे अशक्यच आहे. स्वतःच्या आयुष्यातील यशापयशाबद्दल आपणच जबाबदार असतो, ही जाणीव होण्यासाठी या अशा इच्छांचा काहीच उपयोग नाही. उलट तुमचे जीवन बदलण्याची आशा मावळून जाण्याची शक्यताच तुम्ही खुंटा हलवून बळकट कराल. पण तुमचे लक्ष्य अवास्तव असेल तर तुम्ही स्वतःला प्रश्न विचारा, की हे लक्ष्य गाठणे माझ्यासाठी इतके महत्त्वाचे का आहे? त्या वेळी 'आर्थिकदृष्ट्या स्वतंत्र व्हायचे आहे', 'सुख अनुभवायचे आहे' किंवा 'मला स्वतःबद्दल मस्त वाटायला हवे आहे' अशा स्वरूपाची उत्तरेच मिळतील. त्यामुळे लक्ष्य अवास्तव असेल तर ध्येयाकडे वाटचाल करण्याच्या साहसपूर्ण प्रवासाचा अंदाज बांधण्याच्या पाच प्रश्नांकडे तुम्हाला मोहरा वळवावा लागेल.

दुसरी गोष्ट म्हणजे हा सतत पुढे नेणारा साधा, सोपा प्रवास नाही. तीन पावले पुढे तर दोन पावले मागे नेणारा हा तिरपागडा प्रवास आहे. एखाद्या माणसाने आपले आयुष्य बऱ्याच काळासाठी प्रतिक्रियाशील मेंदूकडे सोपवलेले असेल, तर त्या मेंदूला निष्क्रिय करून विचारी मेंदूकडे कार्यभार सोपविण्यासाठी मोठाच आटापिटा करावा लागेल. या प्रक्रियेत तो कधी गलितगात्र होईल, कधी ही प्रक्रियाच काही काळासाठी खुंटेल, तर कधी कल्पनातीत यशही मिळेल.

तिसरी गोष्ट म्हणजे शिवची गोष्ट मी तुम्हाला फार सोपी वाटेल अशा पद्धतीने सांगितली. पण प्रत्यक्षात आयुष्याची गाथा उलगडताना असे असत नाही. या गाथेची अनेक पारायणे करावी लागतात. त्यात नातेसंबंधांचे, विलक्षण अनुभवांचे अनेक स्तर पारखावे लागतात.

चौथी गोष्ट म्हणजे आपल्या आयुष्यात बदल होण्यासाठी आपण ठरवलेले ध्येयच महत्त्वाचे असते, असे नाही. या बाबतीत ध्येय ठरवायची इच्छा होणे, हाच कळीचा मुद्दा असतो. यातूनच स्वतःच्या आयुष्यातील यशापयशाबद्दल आपणच जबाबदार असतो ही जाणीव होते आणि मग आशा व ती पूर्ण होण्याची दिशा दृष्टिपथात येतात. अत्यंत कणखरपणे एखादे उद्दिष्ट ठरविणे आणि प्रचंड परिश्रमाने विचलित न होता ते पुरे करणे; यापेक्षा लक्ष्य ठरविणे आणि ते गाठण्यासाठी वाटचालीचा अंदाज घेणे, स्वतःलाच प्रश्न विचारणे, त्या प्रश्नांची उत्तरे मिळवणे

यातील प्रसंगोचित लवचीकपणा मला गोड वाटतो. आपल्या समस्यांमुळे आपण जखडले जातो आणि प्रगती खुंटते, तेव्हा या अशा लवचीक धोरणामुळे आपण त्या समस्यांवर मात करू शकतो, पुन्हा प्रगतीच्या मार्गावर वाटचाल करू लागतो.

उंच डोंगरमाथ्यावरच्या देवळात जाण्यासारखा हा आपला प्रवास नाही. आपले ध्येय गाठण्यासाठी पुढे जायचे आहे आणि कसे जायचे आहे याचे पर्याय सुचवू शकेल असा नकाशाही आपल्याजवळ असणार आहे. त्यामुळे डोंगर चढता चढता वाटले की आता देवळाकडे जाण्यापेक्षा खाली जाऊन नदीच्या पाण्यात डुबकी मारावी, तर तेही तुम्ही करायला हरकत नाही.

आपल्या प्रवासाचा हेतू आणि प्रवास सफल होण्यासाठी मार्ग शोधताना विचारावे लागणारे प्रश्न आपल्या प्रवासाचा माग ठेवतात, आपल्याला मार्गदर्शन करतात, आपल्यातील 'सोने'- ज्याची आपल्याला नितांत गरज असते - शोधून काढायला लावतात, आपल्या कामांचा प्राधान्यक्रम ठरवितात, आपल्या आयुष्यावरील आपली पकड अधोरेखित करतात आणि आपली सातत्याने प्रगती होत असल्याचे संकेत देतात.

'हजारो मैलांच्या पायपिटीची सुरुवात फक्त एका पावलाने होते - पहिले पाऊल!' -लाओ त्सू, प्राचीन चिनी तत्त्वज्ञ.

तर मुद्याची गोष्ट अशी आहे की 'एक दिवस मी असे काही करीन—' असा विचार करत जगत राहू नका. तुम्हाला जे जे करून पाहायचे आहे, त्यासाठी पहिले पाऊल आज, आत्ता, या क्षणी उचला; मग ते साल्सा डान्स असो, समुद्रकिनारी निवास करायचा असो, गिटार वाजवायला शिकणे असो, धोकटी पाठीवर टाकून सुट्टीवर जाणे असो, किकबॉक्सिंग शिकणे असो — काहीही असो.

फक्त ते कराच!

चौथा पथदर्शक

नव्याने आयुष्याची आखणी

दिलखुलास, कल्पक आणि रसरशीत ही विशेषणे रुक्मिणीसाठी अत्यंत चपखल आहेत. मी तिला शाळेत असल्यापासून ओळखते. वार्ताहर म्हणून काम करत असताना ती कबीरच्या प्रेमात पडली, तेव्हा ती बावीस वर्षांची होती. त्यांनी लगेचच लग्न केले. चोविसाव्या वर्षी बाळाची चाहूल लागली आणि त्यांचे घरटे गजबजणार म्हणून दोघेही खूश झाले. रुक्मिणी म्हणाली होती, 'यापेक्षा जास्त छान काय असू शकतं आयुष्यात!' दिवस भरत आले, तशी रुक्मिणी तिच्या माहेरी आईवडिलांकडे गेली. सिझेरियन झाले आणि गुटगुटीत, गोडगुलाबी मुलगी जन्माला आली. पण रुक्मिणी नंतर सांगत होती, 'अवघं पंधराच मिनिटांचं तिचं आयुष्य, माझी छोटी मला सोडून गेली.' नंतरचे तीन दिवस रुक्मिणीला वेदनाशामक औषधे दिली जात होती. सतत पेंगुळलेल्या रुक्मिणीला आपले बाळ आता जिवंत नाही, याची पुसटशीच कल्पना होती. कबीर त्या सुमारास कामाच्या निमित्ताने दौऱ्यावर होता. त्यालाही रुक्मिणीकडे पोहोचायला तीन दिवस लागले.

बाळाच्या आईबाबांच्या अनुपस्थितीत बाळाचे अंत्यसंस्कार झाले. आता बाळ नव्हते, माहेरी राहण्याचे कारणच संपून गेले होते, रुक्मिणी दिल्लीला परत आली. कामात बुडून गेल्यावर बाळ गेल्याचे दुःख हलके होईल आणि पुढचाही विचार करता येईल, या अपेक्षेने ती महिन्याभरानंतर पुन्हा कामावर रुजूही झाली. एक तिचे आईवडील सोडले, तर इतर कुणीच तिच्या गेलेल्या बाळाचा चुकूनही उल्लेख केला नव्हता. सगळ्या गोष्टी सुरळीत होतील, अशी अपेक्षा होती. पण प्रत्यक्षात तसे घडले नव्हते!

रुक्मिणी आणि कबीर हळूहळू दुरावायला लागले. रुक्मिणीच्या म्हणण्याप्रमाणे 'ते दुःख नव्हते, तो राग होता.' तिची मनःस्थिती अत्यंत वाईट होती. ती हवालदिल झाली होती, उदास होती. त्यांच्यातील दुरावा वाढायला लागल्यानंतर त्याचे दुसऱ्या

मुलीबरोबर सूत जमू नये, त्याच्या प्रेमावर तिचाच अधिकार राहावा म्हणून त्याचे लक्ष वेधून घेण्यासाठी ती निकराचे प्रयत्न करीत होती. त्यांचे बाळ गेल्यानंतर आठ महिन्यांनी तिच्या नवऱ्याने नोकरीसाठी दिल्ली सोडण्याचा निर्णय घेतला. मात्र त्या निर्णयाचे कारण 'मला सुखात राहायचंय' हे काही तिच्या पचनी पडले नव्हते. तिच्याबरोबर जमवून घेणे त्याला आता शक्य नव्हते, हे त्याने तिला स्पष्टपणे सांगितले आणि त्यांच्यातील नाते लवकरच संपुष्टात आले. तिच्या गमावलेल्या बाळाचे दु:ख आता मनाच्या कुठल्यातरी अंधाऱ्या कोपऱ्यात ढकलले गेले.

यानंतर खूप वर्षांनी, अनेक प्रसंगांना तोंड दिल्यावर, 'न्यू यॉर्क फिल्म अकॅडमी' (NYFA)मध्ये चित्रपट तयार करण्याच्या एका अभ्यासक्रमासाठी तिने प्रवेश घेतला आणि ती न्यू यॉर्कला गेली. तिथे तिला 'विमेन विदाउट बॉर्डर्स' या संस्थेची माहिती कळली. (www.woman-without-borders.org) ही संस्था स्त्रियांना 'परिवर्तनाचे पाईक' मानून त्यांचे सबलीकरण करण्याच्या बाबतीत सल्लागार म्हणून काम करते. विमेन विदाउट बॉर्डर्सने रुक्मिणीला एक व्हिडियो तयार करण्याची विनंती केली आणि त्या वेळी पहिल्यांदा तिला तिचे दु:ख जाहिररीत्या मांडण्याची संधी मिळाली. रुक्मिणीने तो व्हिडियो मला पाठविला. त्या नितांत सुंदर व्हिडियोतील हळुवार अभिव्यक्तीमुळे मी भारावून गेले.

बाळ गमावल्यामुळे रुक्मिणीचे विश्व मुळापासून हादरले होते, पण त्या काळात त्या बाळाचा साधा उल्लेखही कुठे केला जात नव्हता. ते दिवस आठवल्यावर रुक्मिणी म्हणाली होती, 'तो संघर्ष होता, सगळ्यांमध्ये सामावून जाण्याचा, सगळे काही ठीकठाकच आहे आणि आपले जग अजून शाबूत आहे, असे समजत राहण्याचा!' मृत झालेल्या बाळाच्या आईवडिलांपैकी कुणीही बाळाचे तोंडही पाहिले नव्हते. या बाबतीत काही चर्चा होईल, अशी प्रत्येक बाब लपवून ठेवली जात होती आणि चुकून उल्लेख झालाच, तर तो दुर्लक्षित केला जात होता. बाळ गेल्यामुळे काही तरी गमावल्याचे दु:ख वाटताच कामा नये, अशीच अपेक्षा केली जात होती. अगदी रुक्मिणीला सोडून कबीर गेल्यावरही बाळाच्या शोकांतिकेचाच हा परिणाम आहे, हेही कुणालाच मान्य नव्हते. जर काहीच हिरावले गेले नव्हते, मग कसले दु:ख? कसला आघात? आयुष्यातील ते पर्व आठवणींतून पुसून टाकणेच अपेक्षित होते.

अतिशय अलंकारिक भाषेत रुक्मिणीने आपल्या भावना बोलून दाखविल्या, 'इथे आपण अगदी मजेत आहोत, असे दाखविण्याचा खेळ खेळायचा असतो. त्यामुळे समोरच्याने त्रास देण्याची परिसीमा गाठल्याशिवाय दु:खाला वाचा फोडून स्पष्टपणे बोलणे अशक्य असते. एखादा वयस्क माणूस वारला तर त्याच्या आठवणी असतात, पण एखादे मूल देवाघरी गेले तर त्या मुलाच्या आगमनाच्या

आधी पाहिलेली स्वप्नं फक्त आपल्या मनातच उरतात.' स्वप्नांचे सामर्थ्य आणि स्वप्नभंग या दोन्ही गोष्टींना कमी लेखून चालत नाही.

आपण प्रसंग घडवून आणतो आणि प्रसंगांमुळेच आपण घडत जातो.

लोकांच्या वागण्यातून आयुष्याचा अर्थ उलगडत जातो. आपण आपले अनुभव स्पष्ट, समर्थनीय, व्यवहार्य असावेत असे मानतो. त्यांचे अर्थ जाणून आयुष्य हेतूपूर्ण होईल, याची दक्षता घेतो. हे जग जाणून घेण्यासाठी आपण ठिपके जोडून आकृती तयार करण्याचा खेळ खेळून प्रसंग घडवून आणतो. हे असे प्रसंगच आयुष्याचा अर्थ उलगडण्यासाठी एखाद्या भिंगासारखे किंवा चित्राच्या चौकटीसारखे उपयोगी पडतात. प्रसंग, घटनाविरहित आयुष्य हे अगदीच सपक आणि अर्थविहीन असते. प्रत्येकाच्या आयुष्याच्या गोष्टीत अनेक विलक्षण प्रसंग असतात. ह्या प्रसंगांमुळेच आपल्या व्यक्तिमत्त्वाचा गाभा तयार होत असतो. आयुष्यातील दडपून टाकलेल्या घटनांमुळे आयुष्यावर कसा परिणाम होतो, हे स्पष्ट करण्यासाठीच मी रुक्मिणीची केस तुमच्यासमोर उलगडते आहे. काही घटना अशा असतात, की ज्या सतत आवर्जून सांगाव्या इतक्या महत्त्वाच्या न वाटल्याने बाजूला पडतात. अशा दडपलेल्या, न सांगितलेल्या घटना मनात कुठेतरी सडत राहतात आणि मग स्वत:विषयी कमीपणाची भावना निर्माण होते. आपण आपल्या आयुष्यातील घटनांची आखणी करायला सुरुवात करतो आणि अशा दडपशाहीविरुद्ध बंड पुकारतो, तेव्हाच आपण आयुष्यातील अस्सलपणाचे धनी होतो.

पण कोणत्या घटना सतत आवर्जून सांगाव्या अथवा सांगू नयेत, हे कोण ठरवणार? ते जाणून घेण्यासाठी दडपल्या गेलेल्या घटनांबद्दल बाळगलेले मौन, त्याला वेढून टाकणारा जबरदस्त आकृतिबंध, एखादाच प्रसंग आणि **अपमान** यांविषयी अधिक माहिती घेऊ.

मौन आणि लज्जा

मध्यमवर्गीय, प्रतिष्ठित घराण्यात जन्मलेली रुक्मिणी हुशार, सुंदर आणि सुशिक्षित होती. यशस्वी आयुष्यासाठी आवश्यक असलेले सर्वच घटक तिच्याजवळ होते. पण तिचे मूल गेले आणि ते दु:ख व्यक्त करण्याचा अधिकारही तिच्याकडून हिरावला गेला. अर्थात तिचा आवाज दडपून टाकण्याची ही पहिलीच घटना नव्हती. तिच्या लहानपणी तिच्या काकांनी तिच्याशी वारंवार अतिप्रसंग केले होते. त्या वेळी अत्यंत शरम वाटल्याने ती गप्प बसली होती. या शरमेमुळेच ती हतबल झाली होती, गोंधळली होती. माझ्याशी बोलताना ती म्हणाली होती, 'या अतिप्रसंगांमुळेच मी संशयी झाले होते. कोणत्याही नात्याबद्दल मला विश्वास वाटेनासा झालेला होता.'

नंतर आई होताना बाळ गमावल्याने तिने समाजाने बायकांना सांस्कृतिकदृष्ट्या घालून दिलेली - सुदृढ मूल जन्माला घालण्याची - चौकट मोडली होती. तिच्या दुःखाला मौनाची वेसण घालून काहीच न घडल्याची बतावणी करण्याची अपेक्षा केली गेली होती. रिबेका सोलनिट ही सामाजिक कार्यकर्ती आणि लेखिका तिच्या *'मेन एक्सप्लेनिंग थिंग्ज टू मी'* या पुस्तकात स्त्रियांना दिल्या जाणाऱ्या याच वागणुकीचा 'स्त्रियांना अनुल्लेखाने हतबल करून टाकण्याची वृत्ती' असा उल्लेख करते. प्रत्यक्ष रिबेका सोलनिटच्या बाबतीतच तिचा राग स्वीकारार्ह नाही आणि म्हणूनच दखलपात्र नाही, असा शिक्का मारून दुर्लक्षिला गेला. पण तिने प्रतिष्ठित समाजाने अशा बोलभांड स्त्रियांसाठी घालून दिलेला आणखी एक नियम मोडला - तिने तिचे लग्न यामुळे मोडले जाऊ दिले नव्हते.

आपल्या मनाच्या जाळीजळमटांमध्ये अशा लज्जास्पद गोष्टी मूकपणाने लपविल्या जातात आणि विसरल्याही जातात. मध्ये अनेक वर्षे गेल्यानंतर रुक्मिणीला दुखावणाऱ्या अनेक घटनांना वाचा फुटली - तिचा बालपणातील निरागस गोडवा नासवला गेला होता, तिचे बाळ गेले होते, तिचे लग्न टिकले नव्हते, तिला 'चौकटबद्ध' आयुष्य जगता आले नव्हते. रुक्मिणी ज्यांच्याशी जवळीक राखून होती आणि ज्यांना तिच्याबद्दल आपलेपणा वाटत होता, असे काही लोक आणि तिचे आईवडील यांच्याशी मोकळेपणाने बोलून आमच्या या उपचारपद्धतीने तिचे दुःख बाहेर पडले होते. मग तिने आपल्या आयुष्याची पुढील रूपरेषा स्वतःच ठरवली आणि चैतन्यमय आयुष्य जगण्याची किमया साधली. न्यू यॉर्कला जाऊन तिने 'विमेन विदाउट बॉर्डर्स'साठी व्हिडियो फिल्म करण्यासाठी स्वतःच्या आयुष्यातील घटना रंगविली आणि NYFA च्या शेवटच्या परीक्षेसाठी 'लहान मुलांवरील लैंगिक अत्याचार' या विषयावर फिल्म बनवली. जणू काही तिची दडपून टाकलेली वाचाच या माध्यमातून तिचे अनुभव सांगण्यासाठी तिला सापडली होती.

मी तिला विचारले, की शेवटी अशा रीतीने व्यक्त होण्याचा निर्णय तू का घेतला? ती म्हणाली, 'खरे तर घरापासून दूर न्यू यॉर्कमध्ये तिच्या कलाकार मित्रमंडळींबरोबर राहायला लागल्यावर बोलावेसे वाटू लागले. माझी भीती, माझी असुरक्षितता इतरांसमोर उघड करताना मी जराशी मोकळी होऊ लागले. मला स्वतःला मी सजीव, मोकळा श्वास घेणारी पांथस्थ समजू लागले. तेच खरेतर सर्वांत महत्त्वाचे होते. आपल्या उपचारांच्या दरम्यान तुम्ही माझ्या मनातील गुंता सोडविलात, भारतातील माझ्या जवळच्या मंडळींशी माझे बोलणे झाले, माझ्या न्यू यॉर्कमधील मित्रपरिवाराशी हितगुज झाले - ही फिल्म म्हणजे त्याचेच मूर्त स्वरूप आहे. चित्रपट बनविणे, ही मानसोपचारासारखीच सर्वांना बरोबर घेऊन जात पूर्णत्वाला जाण्याची कसोटी आहे. मला न्यू यॉर्कमध्ये असे संपूर्ण सहकार्य करणारे सहकारी लाभले.'

आयुष्याची नव्याने आखणी म्हणजेच आपल्या पूर्वायुष्याची कहाणी उघडपणे सांगण्याचा हक्क.

रुक्मिणीने आपल्या पूर्वायुष्यातील सगळ्या आठवणींचा पुनरुच्चार केला, तेव्हा तिला त्या जोखडातून मुक्तता मिळाल्यसारखे वाटले. तिच्या आयुष्यातील त्या घटनांबद्दल बाळगलेल्या 'चमत्कारिक मौनाविरूद्ध' ती उभी राहिली म्हणूनच तिला तिचे म्हणणे मांडण्याची संधी मिळाली. आमची उपचारपद्धत अशा प्रकारेच लागू पडताना दिसते. आमच्या उपचारपद्धतीत आम्ही आपल्या अनुभवांना वाचा फोडतो, अत्यंत योग्य ठिकाणी हे अनुभव प्रकटपणे मांडतो आणि लाज, भीती, बोच, संताप, तिरस्कार यांची पर्वा न करता आपले अनुभव सांगण्याचा हक्क मिळवून देतो.

एकाच विशेषणाने डागाळलेली आयुष्ये

काही आयुष्यांच्या कथा लिहिण्यासाठी भाषेच्या फक्त काही शब्दांचे आधार मिळाले तरी पुरेसे होतात. एखाद्याचा दोष हेरून त्यांच्यावर हरणारी, अपयशी, बाजारबसवी, व्यसनी, मतिमंद असे शिक्के मारणे अतिशय सोपे असते. त्यांच्या आयुष्यात घडणाऱ्या इतर अनेक गोष्टी नेहमीच अनुल्लेखाने टाळल्या जातात. म्हणूनच एखाद्या माणसाची एखादी गोष्ट लक्षात ठेवून त्यानुसार त्याच्याबरोबर वागत राहिले, तर त्या माणसाचे त्यामुळे सर्वांत मोठे नुकसान होते. कारण त्या माणसालाही मग तेवढी एकच गोष्ट स्वत:बद्दल खरी वाटायला लागते, त्याच्या अंतरंगात ती मुरू लागते. त्या माणसाचा तो एकच दोष वारंवार उगाळून सांगितला जातो. हळूहळू तो दोष म्हणजेच त्या माणसाची ठळक प्रतिमा असे जनमानसात प्रस्थापित होते.

एकाच विशेषणाने डागाळली गेलेली सर्व कलंकित आयुष्ये एकसारखीच मानली जातात.

माणसात एखादाच दोष असेल तरी तो वारंवार उगाळला जातो, कारण तसे करणे सोईचे असते. सांस्कृतिकदृष्ट्या तयार केलेल्या चौकटींमध्ये सामावला न जाणारा कुणीही माणूस, त्याच्यावर एकाच दोषाचे शिक्कामोर्तब करून वाळीत टाकला जातो. लेखिका चिमामंदा निगोजी अदिचे त्यांच्या 'टेडटॉक'मध्ये 'एकाच दोषाने डागाळल्या गेलेल्या माणसांना ज्या धोक्यांना तोंड द्यावे लागते' आणि अशा

'डागाळलेल्या आयुष्यांवर होणारा अधिकारांचा प्रभाव' याविषयी बोलताना म्हणतात,

एकाच विशेषणाने वर्णन केली जाणारी सर्व माणसे एकाच प्रकारची आहेत, असे मानले जाते. यातील चूक ते एक प्रकारचे नसतात, ही नसून त्यांची ती व्याख्याच अपूर्ण म्हणून चुकीची असते. त्यांचा दोष, अवगुण एका प्रकारचा असतो म्हणून त्यांची कहाणीही एकच आहे, असे मानले जाते. अशा प्रकारे दोषांकित केल्याचा परिणाम असतो: 'त्यांच्या प्रतिष्ठेला लागलेला डाग!'

लज्जास्पद

समाजातील प्रत्येक वर्गात काही ठरावीक लोकांना आणि त्यांच्याबद्दलच्या आख्यायिकांना इतरांपेक्षा वरचा दर्जा दिला जातो. तुम्ही समाजात किती उच्च स्तरावर आहात आणि तुम्हाला किती मानसन्मान मिळतो, यावर तुमच्या आख्यायिका समाजावर किती प्रभाव पाडू शकतील, हे ठरते. त्यामुळे आपल्या संदर्भातील किस्से आणि आपली समाजातील प्रतिमा सामाजिक, सांस्कृतिक आणि राजकीय मोजपट्टीवर जोखली जाते. या मोजपट्टीच्या मूळ आराखड्यानुसार आपली किंमत ठरते.

पंगुत्व, बुद्धिमत्ता, लैंगिकता, लिंग, कूळ/धर्म, वय, संस्कृती, शिक्षण, पैसा, उपयुक्त संबंध (मध्यंतरी मला सांगण्यात आले होते, की तुमचे 'वरपर्यंत' संबंध नसतील, तर तुम्हाला काहीच किंमत नसते) - हो म्हणूनच उपयुक्त संबंध, रंगरूप आणि सरतेशेवटी तुमची भाषा हे सगळे मिळून जे होते, ते 'लज्जास्पद'!.

***D* - डी** - *डिसॅबिलिटी - पंगुत्व*
***I* - आय** - *इंटलेक्ट - बुद्धिमत्ता*
***S* - एस्** - *सेक्शुअलिटी - लैंगिकता*
***G* - जी** - *जेन्डर - लिंग*
***R* - आर्** - *रेस/रिलिजन - कूळ/धर्म*
***A* - ए** - *एज - वय*
***C* - सी** - *कल्चर - संस्कृती*
***E* - इ** - *एजुकेशन*
***F* - एफ्** - *फायनान्सेस - पैसा*
***U* - यू** - *युजफुल कॉन्टॅक्ट्स - उपयुक्त संबंध*
***L* - एल्** - *लुक्स - रंगरूप*
***L* - एल्** - *लॅंग्वेज - भाषा*

***DISGRACEFULL* - डिसग्रेसफुल!**

या संक्षेपाने अधोरेखित केलेले हे प्रभावशाली अभिवचन जणू आजची जातिव्यवस्थाच झाले आहे. त्यानुसारच सामाजिक प्रभावक्षेत्रातील आपले स्थान ठरत असते.

आपण एक उदाहरण बघू. एक उच्चवर्गीय गोरागोमटा, चिकणा, उत्तम इंग्लिश बोलणारा, मुलींना आकर्षक वाटणारा मुलगा आहे. दुसऱ्या बाजूला गरीब घरातील, काही व्यंग असलेली एक मुलगी आहे. या दोघांपैकी कुणाला जास्तीत जास्त संधी मिळण्याची शक्यता आहे आणि कुणाला सतत झिडकारले जाऊन हळूहळू अस्तित्वही जाणवेनासे होणार आहे? - याचा अंदाज बांधणे अगदी सोपे आहे.

'डिसग्रेसफुल - लज्जास्पद' या प्रकाराला लहान मुले फार पटकन बळी पडतात. रुक्मिणीला ज्या अतिप्रसंगांना तोंड द्यावे लागले, त्याबद्दल काय सांगावे हाच प्रश्न तिला पडला होता कारण ती स्वत:च फार गोंधळून गेली होती आणि त्याहीपेक्षा जास्त महत्त्वाचा प्रश्न तिला पडला होता, 'लोक माझ्यावर विश्वास ठेवतील की माझ्याचबद्दल त्यांना शंका वाटेल?'

लक्षात ठेवा, की या समस्या बाहेरच कुठेतरी आहेत आणि त्याचा दोषही बाहेरच्याच कुणावर तरी ढकलता येणार आहे, असे होऊ शकत नाही. आपण सगळेच यात सामील आहोत. पण आपल्यालाही याबद्दल काहीच वाच्यता करायची नसते. 'डिसग्रेसफुल - लज्जास्पद' हे अक्राळविक्राळ श्वापद आहे आणि आपणच त्याचे दात आणि नख्या आहोत. पिढ्या मागून पिढ्या आपणच आपल्या मानवजातीचा अध:पात करत आलो आहोत. स्त्रिया, मुले, वयस्क मंडळी, समलिंगी व्यक्ती, तृतीयपंथी व्यक्ती किंवा व्यंग असलेल्या व्यक्ती, वेगळ्या जाती, धर्म आणि संस्कृतीचे लोक, आर्थिकदृष्ट्या दुर्बळ स्तरातील लोक, समाजमान्यता असणारे शिक्षण न घेतलेले लोक, जनमताप्रमाणे सौंदर्याच्या व्याख्येत न बसणारे लोक हे समाजाकडून दुर्लक्षिले जाण्याची शक्यता फार मोठी असते आणि त्यामुळे ते कुणाच्याच खिजगणतीत राहत नाहीत. त्यांचा आवाज समाजापर्यंत पोचतच नाही. आपण कोण आहोत आणि या जगात आपले स्थान काय, हे ठरविण्याचे काम 'डिसग्रेसफुल - लज्जास्पद' करत असते.

आयुष्यातील घटनाच आयुष्याची शिदोरी असतात.

आपल्यातील प्रत्येकाच्या स्वतंत्र कथेने वैयक्तिक जीवनाची जडणघडण होत असते. त्यामुळे आपल्या या जीवनप्रवासात आपले सर्वांत मोठे काम आपले आयुष्य चैतन्यमय करण्याचे आणि आपल्या आयुष्यातील घटनाक्रम आपणच ठरविण्याचे

असायला हवे. आपल्या मुलांसमोर आपण काय आदर्श ठेवतो आहोत, याचे भान पालकांना असायला हवे. शाळेतील शिक्षकांनी आपल्या वर्गातील विद्यार्थ्यांना आपण किती सकस ज्ञान देतो आहोत, याबद्दल जागरूक असायला हवे.

आपण आपल्या मुलांशी ज्या प्रकारे बोलतो, तो त्यांच्या अंतर्मनाचा आवाज म्हणून आकाराला येतो, आणि आपण त्यांच्याबद्दल जे काही बोलतो, त्याने त्यांचे व्यक्तिमत्त्व तयार होते.

कोणत्याही उपचारकर्त्यांने आपल्या पेशन्टबद्दल सांगितल्या गेलेल्या एकाच गुण किंवा अवगुणविशेषापासून अलिप्त राहायला हवे आणि त्यांच्या मनात दडून राहिलेल्या इतर अनुभवांना उजेडात आणून त्यातील संपन्न अनुभवांचा पुन:प्रत्यय घ्यायला मदत करायला हवी. खरे तर प्रत्येक माणसाने आपल्या आणि आपल्याशी संबंध येणाऱ्या प्रत्येक माणसाच्या आयुष्यातील एखाद्याच चुकीमुळे, अवगुणामुळे, वाईट अनुभवामुळे आलेले अपयश सोईस्कररीत्या कवटाळून बसण्यापेक्षा इतर गुणांमुळे आलेल्या समृद्ध अनुभवांचा धांडोळा घेण्याचे काम अविरतपणे करत राहायला हवे, कारण आपण आपल्याबद्दल आणि इतरांबद्दल जे काही अनुभव देतो आणि घेतो, त्यानेच आपली प्रतिमा तयार होत असते आणि आपल्या आयुष्याला आकारही येत असतो.

हो, पण हे सगळे करायचे कसे? यासाठी माझ्याकडे एक साधा मंत्र आहे - एकच गुण किंवा अवगुण आणि 'डिसग्रेसफुल' यांच्या संबंधात सजग रहा. भूतकाळातील ज्या घटनांबद्दल तुम्हाला लाज वाटते म्हणून तुम्ही त्या लपविल्या आहेत, त्यांचा विचार करा. त्या घटना सांगता येतील, आपल्या आशा-निराशा, मते आणि आपले स्वमान्य व्यक्तिमत्त्व पुढ्यात ठेवता येईल अशा समविचारी मित्रांची निवड करा. ही निवड सतत करायला हवी, ज्यायोगे आपला हा समविचारी मित्रांचा गट मोठा होत जाईल. यातील चार मुद्द्यांवर मी आता भर देईन आणि उरलेला सातव्या पथदर्शकासाठी (संकटे झेलण्याचे बळ आणि स्वत:च्या ध्रुवताऱ्याचा शोध.) राखून ठेवीन.

एकच गुण किंवा अवगुण आणि 'डिसग्रेसफुल' यांच्या संबंधात सजग रहा.

'डिसग्रेसफुल' या श्वापदाबद्दल आपण सजग असायला हवे, कारण हे श्वापद आपल्यावर चोरपावलाने हल्ला करते. कोणत्याही समाजात 'प्रदान केलेले', 'गृहीत धरलेले' आणि 'सर्वसाधारण समज' यांविषयी ठाम मते मांडली जातात. त्यातूनच

अत्यंत प्रभावशाली चालीरीतींचा उगम होतो. मग सांस्कृतिकदृष्ट्या जीवन जगण्याची पद्धत ठरून जाते. त्या चालीरीती आपल्याला पाळाव्याच लागतात, कारण त्यांचा उगम सत्तेच्या बळातून, अधिकारांमधून झालेला असतो आणि अनेकदा त्या न पाळल्यास अत्यंत त्रासदायक होऊ शकतात. ही ठाम मते कशाहीबद्दल असू शकतात - 'चांगली मुलगी ठरण्याचे निकष काय, आपण कसे कपडे वापरावेत, आपण कुठे राहावे, आपल्या मुलांना कोणत्या शाळेत घालावे, चांगली कॉलेजेस कोणती, सुयश म्हणजे काय वगैरे वगैरे. त्रिशा एकदा मला म्हणाली होती, की चांगली मुलगी असल्याचा शिक्का पुसून टाकून कुलक्षणी कार्टी किंवा किकॲस ट्रिश म्हणून वावरायला लागल्यावर तिला एकदम मुक्त झाल्यासारखे वाटले होते. तुम्ही वापरत असलेल्या भाषेने काय फरक पडतो, त्याचे हे उदाहरण!

मला या नव्या पिढीतील तरुण मुलांचे खूप कौतुक वाटते. आपल्या आधीच्या पिढीने आपल्यातील एखादाच अवगुण हेरून त्यावर ताशोरे ओढले, तर ते त्याविरुद्ध ठामपणे उभे राहतात. काव्य, नाटक, सिनेमा, नृत्य अशा कलांमधून ते याविरुद्ध व्यक्त होत राहतात. अठरा वर्षांच्या एका मुलीने तिची लैंगिकतेबद्दलची मते अत्यंत शैलीदार पद्धतीने माझ्यासमोर व्यक्त केली होती, 'मी विचार करते. मी लिहिते, मी खेळाडू आहे, मी नृत्य करते, मी कविताही करते. पण मला फक्त 'लिंगपिसाट' म्हणून ओळखले जाते. का? कारण मी लैंगिकतेबद्दल मोकळेपणाने व्यक्त होते. अर्थातच एक सद्‌गुणी मुलगी आणि लिंगपिसाट यांतून निवड करायची झाली तर मी लिंगपिसाट म्हणूनच ठीक आहे!'

वैचारिक सिद्धान्तांची फ्रेंच इतिहासकार आणि आधुनिक विचारप्रणालीची पुरस्कर्ती मिशेल फुको आपल्यात या आपोआप रुजत जाणाऱ्या आधुनिक तत्त्वांच्या परिणामाला, गेझ (**Gaze**) हे नाव देते. आपण सतत इतरांबरोबर आपली तुलना करून आपले मूल्यमापन करीत असतो. त्यासाठी सतत इतरांवर पाळत ठेवून त्यांची चिकित्सा करत असतो. पाळत, छाननी, तुलना आणि मूल्यमापन करण्याला मिशेल 'गेझ' हा शब्द वापरते. या गेझचे उदाहरण द्यायचे झाले, तर आपण इतर लोक काय म्हणतील या विचाराने चिंताग्रस्त झालो असलो, तर आपल्याभोवती 'गेझ'ने जाळे विणले आहे, असे नक्की समजावे.

आपल्या समाजातील वर्तणुकीचे अलिखित नियम या 'गेझ' मुळे नियंत्रित होत असतात. त्यामुळे आपले सामाजिक जीवन मर्यादांच्या परिघातच राहते. तुम्ही कुणाजवळही डिप्रेशनचा विषय काढलात तर ते तुम्हाला हमखास सांगतील, की ते स्वत: इतरांशी सतत तुलना करून स्वत:ला अगदीच कुचकामी समजतात आणि त्यामुळे त्यांना स्वत:बद्दल तिरस्कार वाटतो.

'डिसग्रेसफुल'मुळे आपल्या प्रतिक्रियाशील मेंदूला खाद्य मिळते आणि आपला

मेंदू 'रेडियो शरम आणि कलंक' या प्रसारण केंद्राला शक्तीमान करत राहतो.

कोणताही शरम वाटण्याजोगा, नालायकपणा सिद्ध करणारा किंवा आपली योग्यताच नसल्याचे अधोरेखित करणारा प्रसंग आठवा. तुम्हाला त्यात 'डिसग्रेसफुल'चे कारस्थानच प्रकर्षाने दिसून येईल.

आपल्या जीवनाची सूत्रे आपल्याच हातात परत मिळण्यासाठी या 'डिसग्रेसफुल'मुळे आपल्या माथी मारला गेलेला एखादाच दोष आपण जाणून घ्यायला हवा. केवळ याच दोषामुळे आपल्यातील विस्मरणात गेलेल्या, वाईट ठरवून नाकारल्या गेलेल्या गुणांना बोलते करायला हवे.

प्रकाशझोत

- एकाच मुद्यावरून एखाद्या माणसाला जाणून घेण्यासाठी तुम्ही कोणत्या मार्गांचा अवलंब कराल?
- एखाद्याच मुद्यावरून तुम्हाला बळीचा बकरा बनविण्यासाठी कोणते पवित्रे घेतले गेले?
- असे प्रकार आपल्या समाजात मुरून गेलेले दिसून येतात का? आणि असे एखाद्याच मुद्यावरून मूल्यांकन होऊ नये म्हणून तुम्ही कोणता उपाय कराल?

आपल्याला कमीपणा वाटायला लावणाऱ्या आणि मूकपणे दाबून टाकलेल्या घटनांना वाचा फोडा.

आपण आपल्या अंतर्मनात आपल्याला कमीपणा वाटायला लावणाऱ्या घटना गाडून टाकलेल्या असतात. काही जणांना या घटनांचा दाह सहन होत नाही, त्यामुळे त्यांच्या मनात दु:खाचा डोंब उसळलेला असतो. तर काही जणांच्या मनात या घटना सतत सलत असतात आणि मी किती नालायक आहेत, असे त्या त्यांच्या कानात कुजबुजत राहतात.

लाज वाटणे, कमीपणा वाटणे ही अत्यंत जालीम आणि कुरतडत राहणारी भावना आहे. आपण ज्या घटना सगळ्यांपासून लपविण्याचा आटोकाट प्रयत्न करतो, त्याच्यावर कुठेतरी एक कमीपणाची छटा असतेच.

रुक्मिणी जेव्हा तिचे बाळ गेल्याच्या काळ्याकुट्ट घटनेचा विचार करते, तेव्हा तिच्या लक्षात येते की बाळ गेल्याने तिला स्वत:बद्दल काहीच कमीपणा वाटला नव्हता; पण तिच्या परिघातील लोकांना मात्र तो तिला लागलेला कलंक वाटला

होता. त्यामुळे त्याबद्दल कायम मौन, गुप्तताच पाळली गेली आणि तिच्यातच काहीतरी कमतरता असल्याचा शिक्का बसला होता. तिच्यावर जे उपचार केले, त्या दरम्यान, तिने मनाच्या खोल कप्प्यात दडवून ठेवलेल्या, लहानपणी तिच्यावर झालेल्या अतिप्रसंगाच्या लज्जास्पद आठवणी उफाळून वर आल्या.

तुम्हाला असे वाटेल, की लोक राग किंवा भीतीपोटी अशा घटना नाकारतात, त्यांच्याकडे दुर्लक्ष करतात किंवा विसरून जातात. त्या घटनांची शरम वाटते, कमीपणा वाटतो म्हणून नाही. पण ही घटना हळुवारपणे उलगडून बघा, त्यात दडलेला राग किंवा भीतीचा अंदाज घ्या. मग तुमच्या लक्षात येईल, त्या अंतर्मनाच्या खोल डबक्यात कमीपणाची, लाजिरवाणेपणाची भावना दबा धरून बसलेली असते.

मग आता तुम्ही विचार करायला लागला असाल की ही लाजिरवाणेपणाची, कमीपणाची भावना चुकीची असते का? आपल्या हातून काही चूक घडली असेल; तर त्याबद्दल कमीपणा, लाज वाटली तर ते योग्यच नाही का? आपल्याला लाजिरवाणे वाटणे नैसर्गिक आहे. सर्व मानवजातीलाच जाणवणारी ती नैसर्गिक भावना आहे. पण मूकपणे ही भावना चिघळत ठेवली आणि त्यावरून आपली पात्रता/अपात्रता ठरवली, तर माणूस म्हणून आपली निकोप वाढ होणे अशक्य होते. आपल्या आनंद उपभोगण्याच्या क्षमतेवर, विकास होण्याच्या लायकीवरच हल्ला होतो.

लाजिरवाणेपणाच्या भावनेवर संशोधन करणाऱ्या ब्रिनी ब्राऊनच्या म्हणण्याप्रमाणे अपराधीपणाची भावना आणि लाजिरवाणेपणा ह्या दोन वेगळ्या भावना आहेत. अपराधीपणाच्या भावनेत 'मी काहीतरी चूक केली आहे' किंवा 'माझ्या बाबतीत काही वावगे घडले आहे' असे वाटत असते, तर 'चूक माझीच आहे' किंवा 'मीच वाईट आहे' यात लाजिरवाणेपणाची भावना असते. अपराधीपणाच्या भावनेत समस्या आणि आपण या दोन वेगळ्या बाबी आहेत अशी धारणा असते, तर लाजिरवाणेपणा वाटतो तेव्हा समस्येचे मूळच आपण स्वत: असल्याची भावना असते.

अपराधीपणाच्या भावनेचा विकासाशी थेट संबंध असतो: 'ही समस्या आहे - ही समस्या म्हणजे मी नव्हे. मला हे स्वत:वर ओढवून घेण्याची गरज नाही आणि या समस्येचा माझ्या आयुष्यावर होणारा परिणाम कमी करण्यासाठी मी काही तरी करू शकते.' पण 'मी स्वत:च एक समस्या आहे. यात माझ्याकडून होण्यासारखे काही नाही.' असे वाटत असल्याने लाजिरवाणेपणाची भावना विकासाचे सर्व प्रयत्न खुंटवते.

याच कारणासाठी या लपवून नजरेआड केलेल्या समस्या उघड करायला हव्यात, त्या समस्यांमुळे वाटलेला लाजिरवाणेपणा बाजूला सारून त्यांचे परिणाम

स्वीकारायला हवेत. या समस्या पंगुत्व, मानसिक संतुलन ढळणे, शिक्षण, घटस्फोट, लैंगिकता, नकार, पैसा, व्यसन, गैरवर्तन, लैंगिक कल, जातीयता, शरीरावर केलेली टीका, लैंगिक छळ, नपुंसक असणे यांपैकी कशाशीही संबंधित असू शकतात. पण या समस्या अतिशय कठोरपणे दाबून टाकल्या जातात, कारण समाज त्या समस्यांकडे सहानुभूतीने पाहत नाही.

अशा लाजिरवाणेपणाच्या घटनांच्या दडपणाखाली जगणाऱ्या लोकांना मी एकच गोष्ट सांगू इच्छिते. या घटनांचा दृढपणे स्वीकार करा, त्या इतरांसमोर मांडा आणि मोकळे व्हा. पण हे करताना तुमच्या मनाची पूर्ण तयारी झालेली असायला हवी आणि ज्या लोकांसमोर तुम्ही मन मोकळे कराल, ते विश्वासू असायला हवेत. तुमच्या मनातील ही रहस्ये तुम्ही फेसबुकवर टाकून चव्हाट्यावर आणू नका. त्यामुळे पुढे आणखी काही समस्यांना निमंत्रण मिळू शकते. पण तुम्ही तुमच्या जवळच्या मित्राबरोबर किंवा एखाद्या नातेवाइकाबरोबर याबद्दल चर्चा करू शकता. जर तुमची पूर्ण तयारी झाली असेल; तर तुम्ही त्याबद्दल लिहू शकता, ब्लॉग करू शकता, रुक्मिणीप्रमाणे व्हिडियो किंवा फिल्मही करू शकता. पण हे करण्यापूर्वी या बाबतीत तुमची मते ठाम झालेली असायला हवीत. या बाबतीत तुम्हालाच खात्री नसेल तर नंतरच्या परिणामांमुळे तुम्ही आणखीच ढेपाळू शकता.

पण हे सगळे योग्य वेळ साधून केले, तर रुक्मिणीप्रमाणेच हा तुमच्या माणूसपणाचा विजय ठरेल. तुम्हाला लाजिरवाणेपणाच्या दडपणाखाली लोटणाऱ्या प्रसंगांना आणि साऱ्या जगाला तुम्ही हिमतीने, मान ताठ करून, थोड्याशा आगाऊपणे बजावून सांगणार आहात, 'ही मी अशीच आहे आणि या सगळ्यातच माझे मीपण सामावलेले आहे.' या घटना महत्त्वाच्या असतात, कारण तुम्ही क्षुद्र नसता.

म्हणूनच हे उपचार अत्यंत प्रभावी आणि परिणामकारक असतात. एक चांगला डॉक्टर तुमच्या आयुष्यातील सर्व घटना ऐकल्यावरही तुमच्याबद्दल स्वत:चे असे मत न बनविता तुमचा स्वीकार करतो. तुम्ही जसे आहात, तसेच स्वीकारल्यामुळे तुमच्यात बदल व्हायला सुरुवात होते. तुम्हाला बळ देणाऱ्या घटना लक्षवेधक होण्यासाठी त्यांचे वारंवार पारायण व्हावे लागते. मग त्या सतत सांगितल्या गेल्याने प्रभावी होत जातात.

I'm a bitch, I'm a lover
I'm a child, I'm a mother
I'm a sinner, I'm a saint
I do not feel ashamed

I'm your hell, I'm your dream

I'm nothing in between

You know you wouldn't want it any other way

- Meredith Brooks, American singer and songwriter

कुणी मला विचारलं, की 'कोणतं गाणं तुला तुझं स्वत:चं गाणं आहे' असं वाटतं, तर मी अलेनिस मोरिसेटने गायलेल्या ह्याच अत्यंत लोकप्रिय गाण्याचे नाव घेईन. तुम्ही हे गाणे अजून ऐकले नसेल, तर ते लवकरात लवकर ऐका. मला हे गाणे इतके का आवडते? कारण असे आहे की हे गाणे मला सांगते, की कोणत्याही एका गोष्टीमुळे तू ओळखली जाणार नाहीस, तुझ्या व्यक्तिमत्त्वाला अनेक पैलू आहेत. या गाण्यातून मला माझ्याकडे पाहण्याची नवी दृष्टी मिळते - शक्ती, उमेद, कुवत, आनंद, प्रेम, झेन (शांती आणि अंतर्ज्ञान), सफलता, सर्जनशीलता, दया, चारित्र्य याचबरोबर दु:ख, भीती, हानी, असफलता, तुच्छपणा आणि अपूर्णतेचेही भान येते.

हेच सगळ्याचे सार आहे. आपल्या सगळ्यांच्या आयुष्यात असे गोंधळ झालेले असतात. या गोंधळामुळेच आज आपण जे आहोत, तसे झालेलो असतो. मी माझ्या आयुष्यातील फक्त दिमाखदार सुंदर घटनांवर माझे लक्ष केंद्रित करते आणि माझ्या व्यक्तिमत्त्वाचा अत्यंत महत्त्वाचा भाग मी नाकारत असते. शैक्षणिक क्षेत्रातील उज्ज्वल यशाची मानकरी, मस्त आई, संवेदनशील बहीण, नवऱ्यावरून जीव ओवाळून टाकणारी बायको, सर्जनशील डॉक्टर, सखोल अभ्यासू लेखक, जबरदस्त वक्ता म्हणून मी जेव्हा नावाजून घेत असते, तेव्हा माझ्यातच एक नापास झालेली, डिप्रेशनला बळी पडलेली मुलगी, तापट आई, बेपर्वा बायको, चढेल तरुणी, झपाटून लिहिणारी लेखिका (जर तुम्ही अशा लेखिका असाल, तर प्रसंगी तुमच्या कुटुंबाला काय सोसावे लागते ते तुम्हाला माहीत असेलच.) अशी मी असतेच. ही सगळी माझीच रूपे असतात. मी रोज नम्रपणाचा आव आणून माझ्यातील गुणविशेष उजळतील असा प्रयत्न करते, पण अधूनमधून माझ्यातील वाईटपणा डोके वर काढतोच. या माझ्यातील उणिवांना मी नाकारले, तर मी मलाच नाकारल्यासारखे होईल. मी आता माझ्या उणिवा मान्य करायचा प्रयत्न करते आहे.

तुम्ही विचाराल: आपल्या आयुष्यातील अनुभवांना न्याय दिल्याने आपल्या आयुष्याच्या कथेचा चेहरामोहरा कसा काय बदलतो?

निश्चित बदलतो, कारण त्या वेळी आपण आपल्या आयुष्यातील वाईट, वेडेवाकडे, भग्न करणारे, परिपूर्णतेला नाट लावणारे अनुभव कोणतीही लाज न बाळगता पचनी पाडायला शिकलेले असतो. हे नीट समजावून सांगण्यासाठी मला एका रूपकाचा आधार घ्यावासा वाटतो आहे: आपले घर आपल्या आयुष्याच्या कथेसारखे असते. आपल्या घरात स्वच्छ, नीटनेटक्या, उत्तम रीतीने सजविलेल्या आरामशीर खोल्या असतात. त्या आपल्याकडे आलेल्या पाहुण्यांना दाखवायला आपल्याला आवडतात. पण त्याच घरात काही काळोखे, धूळ साठलेले, गचाळ कोपरे असतातच की! ते बाहेरच्यांच्या नजरेला पडू नयेत, याची आपण काळजी घेतोच. अशा जागा फारशा चांगल्या दिसत नाहीत, तिथे अस्ताव्यस्त पसारा असतो, त्या ओंगळ दिसतात. काही जणांसाठी असे घाणेरडे कोपरे अजिबात दखलपात्र नसतात पण काही जणांसाठी मात्र हा कळकटपणा सर्वव्यापी वाटायला लागतो आणि घराचा सर्वांना आनंदाने दाखवावा असा भाग संकुचित होत जातो.

जेव्हा आपण पाच 'P'च्या पंचकोनात अडकतो (प्रिटेंडिंग-बतावणी करणे, प्रुव्हिंग-सिद्ध करणे, परफेक्टिंग-उत्कृष्टतेचा ध्यास धरणे, परफॉर्मिंग-कर्म करत राहणे, प्लिझिंग-संतुष्ट करणे), तेव्हा आपण चारचौघांत जे उघड करतो आणि अंधाऱ्या, कुबट खोल्यांमध्ये जे दडवून ठेवतो, त्यातील फरक अधिकाधिक नेमका होत जातो.

आपले घर सर्वार्थाने पुन्हा आपल्या ताब्यात घेण्यासाठी या पंचकोनाच्या तावडीतून आपली सुटका करून घेणे गरजेचे आहे. त्या अंधाऱ्या, कुबट खोल्या तशाच सोडून न देता त्यात वास्तव्य करायला हवे. आपले त्या खोल्यांमध्ये प्रवेश करणेच खोलीच्या खिडक्या उघडून खोलीत ताजी हवा आणि सूर्यप्रकाश खेळविण्यासारखे आहे.

प्रकाशझोत

हे करून बघा म्हणजे मी काय सांगते आहे, त्याचे प्रत्यंतर येईल.

- तुम्हाला कशामुळे लाज वाटायला लागते, याचा विचार करा. त्याचा संबंध कदाचित तुमच्या लहानपणाशी असू शकतो, नजिकच्या भूतकाळाशी असू शकतो किंवा वर्तमानकाळाशीही असू शकतो. गुप्तता, मौन आणि मतासंबंधी निवाडा या त्रिसूत्रीचा या बाबीशी संबंध असेल, तर ही बाब तुम्हाला निश्चित लाज वाटायला लावणारी असते.
- या तुम्हाला लज्जास्पद वाटणाऱ्या बाबींना तुमच्या हृदयाशी कवटाळून

ठेवा आणि त्यांचा सहानुभूतीने, हळुवारपणे विचार करा. एखाद्या लहान मुलाला छातीशी कवटाळावे, त्याप्रमाणे स्वत:च्या हृदयावर हात ठेवा आणि या लज्जास्पद वाटणाऱ्या बाबींना त्याज्य वाटू न देता आपलेसे करा.

- एका रोजनिशीत या बाबींची नोंद करायला लागा.
- या बाबी खुलेपणाने सांगता येण्यासाठी एखादा डॉक्टर, जवळचा मित्र किंवा मित्रांचा ग्रूप यांचा शोध घ्या.
- तुमचे म्हणणे ऐकण्यासाठी तुम्हाला श्रोते मिळायला हवेत. तुमची कहाणी तुमच्या मित्राला किंवा तुम्हाला सर्वांत विश्वासार्ह वाटणाऱ्या तुमच्या नातेवाइकाला सांगा. याबद्दल ब्लॉग करा. पुस्तक लिहा. व्हिडियो तयार करा. इंटरनेटवर या विषयासाठी व्यासपीठ तयार करा.

आपल्या बाबतीत घडून गेलेल्या घटनांबाबत बोलायचे टाळले, तर त्या घटनांमुळेच आपण ओळखले जाऊ लागतो. या घटनांबद्दल आपण मोकळेपणाने बोललो; तर आपल्या आयुष्याच्या कथेचा एक नवा, आव्हानाला टक्कर देणारा शेवट आपण घडवून आणू शकतो. - ब्रिनी ब्राऊन, सामाजिक संशोधक.

आपल्या बाबतीत घडून गेलेल्या आपल्याला लाजीरवाण्या, त्याज्य, किळसवाण्या वाटणाऱ्या बाबी आपण खुलेपणाने मान्य केल्या, तर आपण ताठ मानेने जगू शकतो. आपली लायकी आपल्याला जाणवते आणि आपण कुणी वेगळे नसून सभोवतालच्या इतरेजनांपैकीच एक आहोत, हे जगाला सांगू शकतो. किंवा आपण स्वत:चीच पाठ थोपटू शकतो - 'WOW - वाव्, वाह वाह क्या बात है।'

'WOW - वाव्, वाह वाह क्या बात है।'

मनाच्या खोल गाभ्यात जेव्हा शरमेची भावना ठाण मांडून बसलेली असते तेव्हा आपण स्वत:लाच वारंवार 'WOW-वाव् , वाह वाह क्या बात है।' अशी दाद देत राहायला हवे. 'WOW' या प्रत्येक इंग्रजी अक्षरातून लेखिकेने एक एक घोषवाक्य तयार केलेले आहे.

ही घोषवाक्ये तुम्ही मोठ्याने वाचून पाहावी, अशी मी तुम्हाला विनंती करते.

W- Worthy - लायक - आज मी जी आहे, ती अत्यंत लायक व्यक्ती आहे - माझ्यावर कुणीतरी प्रेम करावे, मला आनंद व्हावा, आदराने वागविले जावे,

माझ्या कर्तृत्वाची मला पावती मिळावी, अशीच मी आहे. माझ्या भूतकाळात मी काय केले, काय कमावले याच्याशी यातील कशाचाही संबंध नाही. मी 'मी' आहे, म्हणूनच हे सगळे आहे. मी दहा किलो वजन कमी करू शकले, मी उत्तम कॉलेजात प्रवेश मिळवला, जगाचे डोळे दिपवता येतील इतका पैसा कमवला म्हणून माझी दखल घेतली जाऊ नये. मी आत्ता फक्त 'मी' आहे!

O- Original and Unique - अस्सल - मी अस्सल आणि एकमेवाद्वितीय आहे. माझ्यासारखे या जगात कुणीच नाही - या जगात आपण इतरांपेक्षा वेगळे वाटू नये अशी गरज प्रत्येकाला वाटत असते, पण माझे तसे नाही. माझ्या वेगळेपणालाच मी किंमत देते. मी जशी आहे, त्याचा मला अभिमान वाटतो आणि मला दुसऱ्या कुणासारखे व्हावेसे वाटत नाही.

W- Welcomed- स्वीकारली जाणे - या समाजाचा मी एक घटक आहे आणि मी समाजात सामावली गेले आहे - मी जशी आहे, तशीच समाजात स्वीकारली जावे ही माझी गरज आहे. जिथे मला स्वीकारले जाईल, असे स्थान मी स्वत: निर्माण करीन. समाजाने मला स्वीकारावे म्हणून मी बदलत राहणार नाही.

WOW- वाव् , वाह वाह क्या बात है।' याचे मूळ 'काहीही झाले तरी' यात आहे - तुझा भूतकाळ कितीही लाजिरवाणा असला, तुला कितीही अपयश आलेले असले, तू कितीही वेळा नाकारली गेली असलीस; तरी तुझी लायकी कमी होत नाही. काहीही झाले तरी तू अस्सल आहेस. काहीही झाले तरी तू हवीशी आहेस.

श्रोताच मिळाला नाही, तर कथनाला काहीच मोल नसते.

साधारण वीस वर्षांपूर्वी मायकल व्हाइट यांच्या लिखाणातून बार्बरा मायरहॉफ यांच्याविषयी मला माहिती मिळाली. ही माहिती इतकी स्फूर्तिदायक होती, की माझ्या विचारांची दिशाच बदलून गेली आणि आपल्या आयुष्याची कथा आपण पुन्हा लिहिण्याच्या धडपडीत ती ऐकून घेणारे श्रोते असणे किती गरजेचे आहे, याचे महत्त्व मला कळले. माझ्यासाठी तो माझा 'वा वा क्षण' होता.

मानववंशाचा सांस्कृतिक अंगाने अभ्यास करणाऱ्या मायरहॉफ ह्या शास्त्रज्ञ होत्या. त्यांनी १९७० मध्ये कॅलिफोर्नियातील व्हेनिसमधल्या ज्यू वंशाच्या जुन्या वसाहतीचा अभ्यास केला होता. या वसाहतीतील सदस्यांनी आपल्या आयुष्यातील घटना वारंवार सांगण्याची आणि त्यावर आधारित नाटुकली सर्वांसमोर सादर करण्याची प्रथा होती. ज्यूंच्या जुन्या वसाहतीतील ह्या प्रथेमुळे तिच्या लक्षात आले,

की आपल्या आयुष्यातील घटना सांगण्यासाठी, वेगवेगळ्या संस्कृतींची सरमिसळ झालेला समाज आणि स्वत:च अत्यंत घायाळ मन:स्थितीत असलेले श्रोते उपयोगाचे नाहीत. त्यामुळे आपल्याला हवे असलेले श्रोते निवडावे लागतात. 'लक्षणाधिष्ठित निवडप्रक्रिया' ही चपखल संज्ञा यासाठी त्यांनी वापरली होती.

त्यांच्या म्हणण्याप्रमाणे ह्या निवडप्रक्रियेत अनुल्लेखाने मारले गेल्यामुळे आणि बहिष्कृत झाल्यामुळे निर्माण झालेल्या समस्यांचा विचार केला जातो. लक्षणाधिष्ठित निवडप्रक्रियेतील निवडीच्या निकषांमुळे तुमच्या मर्जीनुसार लोकांसमोर येण्याची संधी मिळते, तुमची लायकी जाणून घेणाऱ्यांची संख्या वाढते, तुम्ही चेतनामय होता.

आपले इतरांशी संबंध प्रस्थापित व्हावेत, टिकावेत, आयुष्यातील घडामोडींची देवाणघेवाण करता यावी, या गरजेपोटीच सध्याच्या काळात बोकाळलेली संपर्क माध्यमे पोसली जात आहेत. फेसबुक, इन्स्टाग्राम, ट्विटर किंवा हे पुस्तक तुम्ही वाचताय, त्या वेळी नव्यानेच उदयाला आलेल्या एखाद्या नवीन ॲपवर मिळणाऱ्या प्रत्येक 'लाईक'गणिक आपण लोकांसमोर येतो आहोत, यावर शिक्कामोर्तब होत जाते. ज्या वेळी असे 'लाईक्स' मिळत जातात, तेव्हा आपल्या मेंदूत एन्डॉर्फिन जास्त प्रमाणात स्त्रवते, असा शोध मज्जासंस्थेचे संशोधन करणाऱ्या शास्त्रज्ञांनी लावला आहे. ते प्रमाण एखाद्या कोकेन घेणाऱ्या नशाबाजाच्या मेंदूत स्त्रवणाऱ्या एन्डॉर्फिनइतके जास्त प्रमाणात असते. माफ करा, मी जरा अतिशयोक्ती करतेय.

आयुष्यातील घडामोडी उत्तम प्रकारे मांडता याव्यात म्हणून मायकेल व्हाइटने श्रोत्यांचे 'बहिस्थ प्रामाण्य गट' तयार केले. या गटांमधील श्रोते त्यांच्यासमोर आपली कहाणी घेऊन येणाऱ्या माणसाची लायकी, चैतन्य आणि अस्तित्व यांना न्याय देण्यासाठी भावनिकदृष्ट्या एक सुरक्षित व्यासपीठ पुरवितात. आपल्याला अभिप्रेत असलेल्या आपल्या व्यक्तिमत्त्वाची प्रतिमा उभारण्याच्या प्रवासात यामुळे अस्सलपणाचा खराखुरा रंग भरतो. ज्यांना एकटेपणा, अनुल्लेख आणि लाजिरवाणेपणाला सामोरे जावे लागलेले असते, त्यांच्यासाठी ह्या प्रामाण्य गटांचा अनुभव प्रभावशाली ठरतो.

रुक्मिणीच्या आयुष्यात वेदना, भय, लाजिरवाणेपणाच्या जशा अनेक घटना होत्या; तशाच हिमतीच्या, धैर्यशीलतेच्या भावपूर्ण घटनाही घडल्या होत्या. यापैकी काहींचे धागेदोरे मी उसवले, कारण माझ्या लक्षात आले की रुक्मिणीमध्ये त्या अत्यंत त्रासदायक घटना मनाच्या तळातून ओढून काढून त्यांचे अस्तित्व मान्य करण्याची ताकद निश्चितच होती. लैंगिक अतिप्रसंग, बाळाचा मृत्यू, मोडलेले लग्न यापलीकडे जाऊन अजूनही अनेक प्रसंगांना तिला तोंड द्यावे लागले होते. तिच्या मेंदूवर एक शस्त्रक्रिया करण्यात आली होती. तिच्या आईचे मानसिक स्वास्थ्य

बिघडलेले होते, पुढे आईवडील वारले आणि प्रचंड प्रमाणात आर्थिक नुकसानही सहन करावे लागले. तिचा स्वत:चाही रूढीबाह्य वर्तनाकडे ओढा होता, समाजातील 'डिसग्रेसफुल' च्या संकेतांना आव्हान देण्याची विध्वंसक वृत्ती होती - आंतरजातीय विवाह, उभयलिंगी शरीरसंबंध, स्त्रियांच्या समस्यांबाबत लेखन, वंचितांचे समर्थन, प्रस्थापित मतप्रवाहाविरुद्ध सुरू केलेला ब्लॉग आणि अनुल्लेखाने टाळल्या जाणाऱ्यांसाठी सुरक्षित व्यासपीठ - ही सर्व रूढीबाह्य वर्तनाचीच उदाहरणे आहेत. तिने अनेक शहरांमध्ये वास्तव्य केले, वेगवेगळ्या प्रकारच्या नोकऱ्या केल्या, तिच्याबद्दल जिव्हाळा वाटणारी मित्रमंडळी गोळा केली आणि तिला अतिशय मोलाच्या वाटणारा छंद - पटकथा लिहिणे आणि चित्रपट बनविणे - जोपासत राहिली. रुक्मिणीबद्दल एक बाब मला प्रकर्षाने भिडते - तिच्या पुढ्यात येणाऱ्या प्रत्येक बालकात तिला काही ना काही गुण आढळतोच आणि ती त्याच्याकडे ओढली जाते. तिच्या सान्निध्यात येणाऱ्या लहानातल्या लहान मुलाशीही आदराने वागण्याची एक नैसर्गिक प्रवृत्ती तिच्यात आहे. ती प्रत्येकाशी सारख्याच प्रेमाने आणि खेळकरपणे वागत असते. एक काळ असा होता, की तिच्या आजूबाजूला राहणारी गरीब मुले शाळा सुटल्यावर तिच्या घरी येत असत, खातपीत असत, तिच्याकडून लाड करून घेत असत आणि तिच्याकडून खूप गोष्टी शिकतही असत. तिचे बाळ देवाघरी गेल्याने तिचे विश्व आक्रसले नव्हते, तर ते अधिकच विशाल झाले होते. त्या विश्वात अनेक लहान जिवांना मानाचे स्थान मिळत होते.

स्वत:च्या बाळाच्या मृत्यूवर आणि बालकांच्या लैंगिक शोषणावर निवडक प्रेक्षकांसाठी फिल्म्स करून तिने स्वत:बद्दलच्या आणि इतरांच्याही सहानुभूतीला, सत्याच्या स्वीकाराला आणि क्षमाशीलतेला वास्तव रूप दिले. तिने तिच्या आयुष्यातील एका घटनेला पूर्णविराम दिला आणि अनेक वाटांचा अनुभव घेऊन एक सर्जनशील, मनमिळाऊ, खेळकर, आशावादी, धैर्यशील, खंबीर व्यक्ती म्हणून ती समृद्ध झाली. या सगळ्यापेक्षाही दुसऱ्याला समजून घेण्याच्या वृत्तीमुळे तिच्या जगण्याला अर्थ प्राप्त झाला - तिने गरीब मुलांना प्रेम दिले, चांगले आयुष्य जगण्याची संधी मिळवून दिली, तिच्यातील पत्रकाराचे कौशल्य वापरून तिला भिडणाऱ्या राजकीय आणि सामाजिक प्रश्नांना वाचा फोडली आणि नंतर लैंगिक आणि सामाजिक प्रश्नांवर स्वत: कथा लिहून फिल्म्स तयार केल्या.

मी हे पुस्तक लिहीत असताना सध्या रुक्मिणी, यान आर्थस बरट्रँड या प्रतिभावंत फ्रेंच दिग्दर्शकाबरोबर 'Woman' हा चित्रपट करण्यासाठी काम करते आहे. यात जगभरातील अनेक स्त्रियांच्या विविध प्रकारच्या, प्रेरणादायी, अंगावर काटा आणणाऱ्या तरीही हळुवार आणि व्यक्तीगत स्वरूपाच्या कहाण्या मांडण्यात येणार आहेत.

आपल्या आयुष्याचा प्रवास माझ्यासमोर उलगडताना रुक्मिणीने तिचे नाव गुप्त ठेवण्याचा आग्रह धरला नव्हता की काही बाबी लपवून ठेवल्या नव्हत्या. तिच्या याच बिनधास्तपणामुळे तिची कैफियत ऐकून घेण्यासाठी श्रोते किंवा 'बहिस्थ प्रामाण्य गट' मिळाला, त्यामुळे तिचे आयुष्य यापुढेही ती आणखी उत्तमरीतीने जगू शकते. आपले मन मोकळे करणारा वक्ता आणि तितक्याच ताकदीचा श्रोतृवर्ग एकत्र आले, तर सहज संवादाचा इतका सोपा प्रयत्न किती प्रभावी ठरू शकतो, ते तुमच्या लक्षात येईल.

प्रकाशझोत

कल्पना करा, की तुम्ही सहलीला गेलेले आहात आणि रात्रीच्या वेळी शेकोटीभोवती जमून तुम्ही सगळे रुक्मिणीशी गप्पा मारता आहात. तिच्या आयुष्याची 'चित्तरकथा' ती तुम्हाला सांगते आहे. कोणताही व्यत्यय नाही. तिने भोगलेले प्रसंग तिच्या आवाजात ऐकत असताना तुम्ही गुंग होऊन गेला आहात. आता खालील बाबींवर विचार करा:

- तिच्या कथनातील कोणत्या बारकाव्याकडे तुमचे लक्ष वेधले गेले? कोणता तपशील तुमच्या मनाला स्पर्शून गेला? तिच्या अनुभवांपैकी कोणता अनुभव तुम्हाला स्वतःच्या अनुभवाशी मिळताजुळता वाटला? कोणती बाब तुम्हाला सर्वांत जास्त भिडून गेली?
- तुम्ही तिचे बोलणे ऐकत होतात, तेव्हा तुमच्या डोळ्यांसमोर कोणते दृश्य उभे राहिले? तिच्या मतांविषयी, मूल्यांविषयी, आशाआकांक्षांविषयी, स्वप्नांविषयी आणि तिच्या बांधिलकीविषयी तुमचे काय मत झाले?
- तिच्या आयुष्याची गोष्ट ऐकताना कोणत्या रूपकाची तुम्हाला आठवण झाली?
- तिच्या कहाणीमुळे तुमच्या आयुष्यावर, स्वप्नांवर, मतांवर, आशाआकांक्षांवर आणि बांधिलकीवर काही परिणाम झाला आहे, असे वाटते का?
- शेकोटीतील आग रसरसत असताना तुमच्या आयुष्यातील काही गोष्टी तुम्ही तिला सांगाव्या, असे वाटले का? तुम्ही तिची कहाणी ऐकलीत, तशी कदाचित तिनेही कोणतीही अडवणूक न करता ऐकणाऱ्याच्या भूमिकेतून तुमचे म्हणणे ऐकून घेतले असते.
- दुसऱ्याचे म्हणणे ऐकून घेण्याचा हा अनुभव, तिचे स्वतःला अभिप्रेत असलेले व्यक्तिमत्त्व लोकांसमोर येण्यासाठी, भविष्यातील आशाआकांक्षा

आणि स्वप्नांसाठी किती उपयुक्त ठरेल असे वाटते?

- तिच्या आशाआकांक्षा, स्वप्ने आणि आयुष्याशी असलेली तिची बांधिलकी यावर त्याचा काय परिणाम होईल?
- या सगळ्याचा तुमच्या विचारसरणीवर आणि आयुष्याकडे बघण्याच्या दृष्टीकोनावर प्रभाव पडेल, असे तुम्हाला वाटते का?

समजा, तुम्हाला तुमचे म्हणणे ऐकून घेण्यासाठी श्रोते हवे असतील तर तुम्ही कुणाची निवड कराल? त्यांना सांगण्यासाठी तुम्ही तुमच्या आयुष्यातील कोणत्या घटनेची निवड कराल? अशा वेळी तुम्ही वक्ते आहात आणि श्रोत्यांनी ऐकणाऱ्याची भूमिका घेतली आहे, याची खात्री करून घ्या. वक्त्याच्या बोलण्यात व्यत्यय येणार नाही, याची दक्षता घ्या. या तुमच्या श्रोतृवर्गात डॉक्टर असतील, जिवाभावाचे मित्र असतील, तुमचा नवरा/बायको असेल - कुणीही असेल, जे भावनिकदृष्ट्या तुमची काळजी घेणारे वातावरण निर्माण करतील. तुमच्या श्रोत्यांना जाणीव करून द्या, की *तुम्ही त्यांच्यासमोर तुमचे मन उलगडत असताना त्यांनी तुम्हाला दाद देणे, तुम्हाला पाठिंबा दर्शविणे योग्य असले तरी त्यांनी टाळ्या वाजवून तुमचे कौतुक करू नये, तुमच्याबद्दल अतिशयोक्ती करणारे भाष्य करू नये, तुमच्याबद्दल समज/गैरसमज करून घेऊ नये, सल्ला देऊ नये, नैतिकतेचे धडे देऊ नयेत. हे असे व्यक्त होणे शाबासकीसाठी नसते, तुमच्यातील सकारात्मकतेला नावाजण्यासाठी नसते, तुमची बलस्थाने आणि कर्तृत्व शोधण्यासाठी नसते, तुमच्या समस्या सोडविण्यासाठी नसते किंवा तुमच्या समस्या तुम्ही कशा सोडविल्या हे सांगण्यासाठी नसते, तुमची स्वतःची मते आणि स्पष्टीकरणे देण्यासाठी नसते, तुमच्या काळज्या सांगण्यासाठी नसते किंवा तुमच्या भावना उलगडून सांगण्यासाठीही नसते. हे सगळे सहवेदना आणि संवेदनांच्या पलीकडचे असते.*

समोरच्या वक्त्याचे कथन ऐकत असताना त्या वक्त्याला 'मी ऐकतोय' एवढीच अनुभूती देणे अपेक्षित असते. त्यामुळे ह्या 'ऐकणे, ऐकविणे' या प्रक्रियेत वक्ता आणि श्रोते यांना समृद्ध अनुभव मिळतो. आपण लोकांना कळायला लागतो, तेव्हाच खरोखरच आपण त्यांच्यासमोर आल्यासारखे होते. अन्यथा आपण असून नसल्यासारखेच असतो. लोक आपल्याबद्दल काय बोलतात आणि आपण त्यांना आपल्याबद्दल काय सांगतो, यातूनच आपले व्यक्तिमत्त्व आकाराला येते.

आपल्या आशाआकांक्षांना खतपाणी मिळावे, आपली मूल्ये जपली जावीत आणि आपल्याला अभिप्रेत असलेले आपले व्यक्तिमत्त्व समाजात मान्य व्हावे, हाच मुख्य हेतू आपल्या आयुष्याचा मार्ग पुन्हा आखण्यामागे असतो.

आपल्या भूत आणि वर्तमानकाळाच्या पुनर्रचनेइतकीच आपल्या भविष्यकाळाची आखणी आपल्याला हवी तशी करण्याची जबाबदारी घेणे महत्त्वाचे आहे. आपल्या आयुष्यातील घटना या जिगसॉ पझलच्या तुकड्यांसारख्या असतात. हे तुकडे जुळवून त्यांना चांगला आकार देण्याची नैसर्गिक प्रवृत्ती माणसात असते. या घटनांपैकी एखादी मुख्य घटना आपल्या जीवनाच्या रंगमंचावरील प्रमुख भूमिका असते आणि बाकीच्या घटनांना दुय्यम सहायक भूमिका मिळतात. याशिवाय अशा अनेक घटना असतात, ज्यांना रंगमंचावर येऊच दिले जात नाही.

जेव्हा मी मूल्यांचा उल्लेख करते, तेव्हा आपण जी सर्वसामान्य मूल्ये - प्रामाणिकपणा, सभ्यपणा, ईमानदारी - मानतो, त्याबद्दल मी बोलत नसते. आपल्या आयुष्यात आपल्याला जे मोलाचे वाटते, त्यांना मी मूल्ये असे म्हणते. आपण अतिशय संपन्न आणि अर्थपूर्ण आयुष्य जगतो आहोत असे ज्यामुळे वाटते, ती आपली मूल्ये असतात. त्यामुळे प्रत्येकाची मूल्ये वेगवेगळी आणि अनोखी असणारच. शबानाची प्रवासाची आवड आणि तिने तयार केलेला 'वाँडरिंग वॉरियर (Wandering Warrior)' हा ग्रूप, त्रिशाचे किकबॉक्सिंग यांना त्यांच्या आयुष्यात मूल्य जपण्याचे महत्त्व प्राप्त झाले. शिवने फोटोग्राफी, कला आणि लेखन करण्याचे जे स्वप्न कायमच पाहिले होते, त्याचा पाठलाग करणे त्याच्या मदतीला धावून आले. रुक्मिणीच्या बाबतीत चित्रपट करणे, हे मूल्य तिने जपले.

आपल्या आयुष्यातील घटना आपल्या जगण्याला कारण आणि अर्थ दोन्हीही प्रदान करतात. आपल्या आयुष्याची कथा आपण स्वत:च लिहितो. आपल्या आयुष्यात घडणाऱ्या कोणत्या घटनांना मानाचे स्थान द्यायचे आणि कुणाला बाहेरचा रस्ता दाखवायचा, हे आपणच ठरवायचे असते. असा विचार करा, की आपले आयुष्य म्हणजे एक खजिना असतो. या खजिन्यात कमीजास्त चमकदार आणि वेगवेगळ्या छटांची रत्ने म्हणजे आपल्या आयुष्यातील विविध प्रकारच्या घटना असतात. यांतील आपल्याला आवडणारी रत्ने म्हणजेच घटना आपण ओंजळीत घेऊन त्यांच्या अद्‌भूत सौंदर्याचा आस्वाद घेऊ शकतो. संवादोपचाराच्या भाषेत आम्ही याला 'आयुष्याच्या कथेचे पुनर्लेखन करणे' असा वाक्‌प्रचार वापरतो. हे काम संवादाच्या माध्यमातून परस्पर सहकार्याने केले जाते. याला आम्ही 'आधारभूत

संभाषण' असे म्हणतो.

या पथदर्शकाचा समारोप करताना तुमच्यासाठी आणखी काही सकस उदाहरणांचा ऊहापोह करू. या उदाहरणांमुळे तुमच्या संपन्न आणि अर्थपूर्ण आयुष्याची मूल्ये जोखण्यासाठी मदत होईल.

प्रकाशझोत

अनुभवांचे तटस्थ राहून परीक्षण

तुमच्यावर ओढवलेल्या विपरीत परिस्थितीतून तुम्ही बाहेर येण्यासाठी शोधलेला मार्ग आठवा किंवा अशाच एखाद्या अडचणीच्या प्रसंगात आत्ता सापडला आहात का? उदाहरणार्थ, कामावर असताना लैंगिक बळजबरीच्या प्रसंगाला तोंड द्यावे लागत असेल, वयोवृद्धांची सेवा करावी लागत असेल, अपंग मुलाचा सांभाळ करावा लागत असेल - अशासारख्या परिस्थितीचा विचार करा.

ह्या प्रसंगात माणूस म्हणून तुम्ही कशा वागता?

- असा प्रसंग तुम्ही ज्या हिमतीने आणि क्षमतेने निभावून नेता, ते जाणणारी व्यक्ती आठवा. ही व्यक्ती तुमच्याबद्दल काय बोलेल?
- तुम्ही माणूस म्हणून कशा आहात, असे तुम्हाला वाटते? तुम्हाला सगळ्यात जास्त महत्त्व कशाचे वाटते? तुम्हाला काय घडावे, असे वाटते? तुमच्या आयुष्याला कशामुळे अर्थ प्राप्त झाला आहे, असे वाटते?
- तुम्हाला अभिप्रेत असलेले तुमचे भविष्य कसे असेल? एखाद्याने तुमचे चरित्र लिहायचे ठरवले, तर तुमच्या आयुष्याचे वर्णन त्याने कसे करावे, असे तुम्हाला वाटते?

अशा प्रकारे आपले आजपर्यंतचे अनुभव आठवून पाहताना कसे वाटते? तुम्ही आधी कधीच अपेक्षा केली नव्हती अशा कोणत्या गोष्टी तुम्ही करू शकता, असे तुम्हाला जाणवायला लागले आहे? ह्या प्रश्नांचा विचार केल्यानंतर काही समृद्ध अनुभव घेता येतील, असा विचार करण्यासाठी तुम्ही प्रवृत्त झाला आहात का?

रुक्मिणीच्या तिच्या संबंधातील 'हरवलेला आवाज गवसण्याच्या' रूपकाची या

ठिकाणी मला आठवण होते. ज्या वेळी रुक्मिणीचा आवाज दडपून टाकला जात होता, तेव्हा तिच्या आयुष्यात असंख्य घडामोडी झाल्या; पण तिच्या मनात कुठेतरी उभारी धरण्याची सुप्त ठिणगी तेवत होती. त्यामुळेच त्रास, वेदना आणि मूल गमावूनही ती तग धरून राहू शकली. तिने फक्त तिचा व्यक्त होण्याचा हक्क परत मिळवला असे नाही, तर इतर अनेकांनाही व्यक्त होता यावे यासाठी हक्काचे व्यासपीठ मिळवून दिले.

संवादोपचार करणारी डॉक्टर म्हणून मला अनेक विलक्षण अनुभव ऐकायला आणि समजून घ्यायला मिळाले. यातूनच मानवी मन किती धैर्यशील आणि लवचीक असते, याची मला जाण आली. या जाणिवेमुळे माझ्या स्वत:च्या मनातही मला खोल उतरता आले; माझी स्वत:ची उन्नती झाली आणि अतिशय समृद्ध आयुष्याचा मला लाभ झाला.

आपल्या आयुष्यातील निराशेचा काळ आपले आशावादी मन झाकोळून टाकतो आणि आयुष्यातील समृद्ध अनुभवांना आपण पारखे होतो. मात्र आपली मूल्ये, आपल्या जगण्याचे ध्येय आणि आयुष्याशी असलेली आपली बांधिलकी यांचा हात पकडून आपल्या आयुष्याची 'चित्तरकथा' आपण नव्याने लिहू शकतो.

आपला निराशेचा काळ आपल्याला आपल्या ध्रुवताऱ्याचा शोध घेण्यासाठी कसा प्रवृत्त करतो, याचा सखोल विचार आपण सातव्या पथदर्शकात करणार आहोत.

पाचवा पथदर्शक

फक्त आजचा दिवस

आपण प्रत्येक दिवस कसा जगतो, यावरच आपले आयुष्य कसे जाईल, हे अवलंबून असते. - ॲनी डिलर्ड -अमेरिकन लेखिका

माझी पुस्तके तुम्ही वाचली असतील किंवा माझ्या कार्यशाळांमध्ये तुम्ही भाग घेतला असेल, तर 'प्रत्येक दिवशी फक्त आजचाच विचार' किंवा 'जीवन म्हणजे दैनंदिन साधना' ह्या विचारांवर माझी किती नितांत श्रद्धा आहे, हे तुम्हाला माहीत झालेले असेल. या विचारसरणीमुळे माझ्या आयुष्यातील काही अत्यंत त्रासदायक प्रसंग निभावून नेणे मला शक्य झाले.

माझ्या या संदर्भातील भावना इतक्या ठाम का आहेत, ते मी तुम्हाला विस्ताराने उलगडून सांगण्याचा प्रयत्न करणार आहे.

तालबद्ध : सूर्याभोवती नेमकेपणाने फिरत राहणाऱ्या पृथ्वीतलावरचे जीवन कधी कधी मला निरर्थक वाटते; गोंधळात टाकत असते. आयुष्य मर्यादित असले तरी आपल्याकडे असलेला वेळ कधी संपणारच नाही, अशा रीतीने आपण जगत असतो. 'आपले आयुष्य आपल्याला पुरत नाही' असे मी म्हटले आणि ते तुम्हाला 'यात काय नवे?' अशा थाटाचे वाटले तर मला माफ करा, पण मला तेच म्हणायचे आहे. मी या आठवड्यात किंवा महिन्यात किंवा पुढच्या वर्षात काय करणार आहे, अशा तऱ्हेचा विचार मला जरा संदिग्ध वाटतो; नेमका वाटत नाही. आपल्यावर त्रासदायक परिस्थिती ओढवली की भविष्यकाळ नकोसा वाटायला लागतो; त्याची भीती वाटू लागते. मग मी याच्यावर तोडगा काढून फक्त आजच्या दिवसाचा विचार करायचा ठरवते. त्या वेळी मला यात एक सुंदर लयबद्धता दिसायला लागते. मला महत्त्वाच्या वाटत असणाऱ्या सगळ्या बाबींचा विचार

करून आजचा दिवस कसा कारणी लावता येईल, याचीच आखणी करण्याची मला गरज वाटते.

जागरूकता : काय करायचे, याबद्दल आपण जागरूक असलो की आयुष्याची अनुभूती 'आत्ता आणि इथेच' मिळायला लागते. अनेक वेळेला आपण आपल्या विचारांच्या गुंत्यात अडकून पडतो. भविष्याच्या योजना आखत राहतो. भूतकाळात केलेल्या चुकांबद्दल पश्चात्ताप करत बसतो आणि अपेक्षांच्या धबडग्यात जीवन जगायचेच राहून जाते. 'फक्त आजचा दिवस' उपभोगायचे ठरवल्याने या दुष्टचक्राला आळा बसतो. वर्तमानातील प्रत्येक क्षण अर्थपूर्ण आणि लज्जतदार होतो आणि आपल्याला समृद्ध अनुभव देतो. सोप्या शब्दात सांगायचे झाले, तर आपला आत्मविश्वास वाढतो आणि आपल्या प्रतिक्रियाशील मेंदूला काबूत ठेवून आपल्या विचारी मेंदूला आपण कामाला लावतो.

व्यवहार्य : दुसऱ्या पथदर्शकात मी त्रिशाची गोष्ट सांगितली होती. ती म्हणाली होती, की तिचे आयुष्य आशेचा किरणही नसलेल्या बोगद्यात अडकून पडले होते. ज्या वेळी आपणही अशा बोगद्याच्या शेवटाला जाऊन पोचलो आहोत अशा विचाराने निराश होतो, तेव्हा आपल्या आयुष्याला खीळ बसते. हताशपणाच्या रेट्यामुळे जीवनेच्छाच मरून जाते आणि उरलेले आयुष्य कसे काढायचे, या विचाराने जीव घाबरा होतो. त्या अंधाऱ्या बोगद्यातून बाहेर पडण्याच्या जीवघेण्या धडपडीपेक्षा फक्त एकच पाऊल पुढे टाकायचे ठरवले; तर त्यासाठी धाडस करण्याची, बळ मिळण्याची शक्यता कितीतरी पटींनी वाढते. आजचा दिवस अर्थपूर्ण कसा करायचा असा विचार डोक्यात घेऊन मी सकाळी उठते, तेव्हा मला ते ओझे वाटत नाही आणि त्या दिवसाचे ते चिमुकले ध्येय व्यवहार्य वाटायला लागते.

प्रतिकात्मक : आपल्या आयुष्यात आपल्याला जे करायचे आहे, त्या दिशेने आपली वाटचाल होते आहे अथवा नाही, याचे संकेत 'फक्त आजचा दिवस' जगण्याने आपल्याला रोजच्या रोज मिळत राहतात आणि हीच 'फक्त आजचा दिवस' या कल्पनेतील मजा आहे. जे केल्याने तुम्हाला आनंद वाटतो, जगणे अर्थपूर्ण वाटते आणि माणूस म्हणून तुम्ही उन्नत झाला आहात असे वाटते, अशा पाच गोष्टींची यादी करा. रोजच्या रोज यातील प्रत्येक गोष्टीची पूर्तता तुम्ही थोड्याफार प्रमाणात तरी करत रहा. मला माझे आयुष्य प्रेमात, सुखात विचारीपणाने घालवायचे आहे. मला धीर न सोडता खंबीरपणाने, सर्जनशीलतेने जगायचे आहे.

काही वेळा यातील प्रत्येक बाबीपर्यंत मी थोडीतरी पोचू शकते, पण कधी कधी ते शक्य होत नाही. हे असे होणारच. हरकत नाही. माझ्या आयुष्याचे हे पाच आधारस्तंभ माझ्यातील होकायंत्रासारखे मला मार्गदर्शन करत असतात. मी मार्गावरून भरकटले, तर पुन्हा मार्गावर येण्यासाठी मला मदत करतात.

दिशादर्शक : मला खात्री आहे, की आता तुमच्या मनात प्रश्न उभा राहिला असणार - 'फक्त आजचा दिवस' जगायचे, तर भविष्यकाळात गाठायच्या ध्येयांचे, आशाआकांक्षांचे, स्वप्नांचे काय? तुम्हाला चांगल्या कॉलेजात जायचे असते, अधिक चांगली नोकरी मिळवायची असते, खूप पैसे कमवायचे असतात, जिवाचा जिवलग शोधायचा असतो, घर घ्यायचे असते, जगप्रवास करायचा असतो, पुस्तक लिहायचे असते, स्वतंत्र व्यवसाय करायचा असतो आणि एकुणातच तुमच्या भोवतालच्या जगात बदल घडवून आणायचा असतो. 'फक्त आजचा दिवस' या कल्पनेला चिकटून राहून हे सगळे जमायचे कसे? जमवू शकता! 'फक्त आजचा दिवस' जगूनही तुमची ही स्वप्ने तुम्ही पूर्ण करू शकता - त्यासाठी फक्त अत्यंत सकारात्मक पद्धतीने तुम्ही तुमच्या प्रत्येक दिवसाची तुमच्या ध्येयाशी सांगड घालायला हवी.

मी कित्येक वर्षांपूर्वी स्टीव्हन कव्ही यांचे 'सेवन हॅबिट्स ऑफ हायली इफेक्टीव पीपल' हे पुस्तक वाचले होते. मला अजूनही त्याच्या त्या पुस्तकातील वेळेच्या समायोजनेचा तक्ता आठवतो आहे (मी त्यात थोडासा बदल केला आहे):

	तातडीचे मुद्दे	**सर्वसामान्य मुद्दे**
महत्त्वाचे मुद्दे	१ मुदतीची शेवटची तारीख परीक्षा, पेचप्रसंग, आणीबाणी, अग्निशमन	२ नात्यांची जपणूक, शारीरिक स्वास्थ्य, आनंदाचे क्षण, खेळकरपणा, सहानुभूती, कृतज्ञता, आठवणी, हेतूपूर्ण जीवन, सर्जनशीलता
बिन महत्त्वाचे मुद्दे	३ निरुद्देश ई-मेल किंवा संपर्क माध्यमे, उगीचच केलेले काही फोन, भेटीगाठी,	४ सामाजिक संपर्क माध्यमांच्या आहारी जाणे, इंटरनेटवर उगीचच माहिती पाहत बसणे,

	फालतू मागण्या, अपराधीपणाच्या भावनेतून अथवा जबरदस्तीने केलेली कृत्ये,	नेटफ्लिक्सवरचे टीव्हीवरचे कार्यक्रम पाहणे, भविष्यकाळाची चिंता करत राहणे, कारण नसताना भूतकाळात रमणे, क्षुल्लक कारणांसाठी भेटीगाठी घेणे, उगीचच खरेदी करत सुटणे, गावगप्पांमध्ये भाग घेणे.

आपले आयुष्य या तक्त्यापैकी नंबर एकच्या चौकोनातील तातडीच्या मुद्यांचे सतत व्यवस्थापन करणारे असायला हवे. तीन आणि चार नंबरच्या चौकोनातील बाबी टाळायला हव्यात, निदान त्यांचे प्रमाण कमी करायला हवे. सर्वांत महत्त्वाचे म्हणजे दोन नंबरच्या चौकोनावर लक्ष केंद्रित करून त्यातील बाबी सातत्याने करत राहणे गरजेचे आहे. दोन नंबरच्या चौकोनावर लक्ष केंद्रित केले नाही, तर तिसऱ्या आणि चौथ्या चौकोनातील बाबी दुसऱ्या चौकोनावर आक्रमण करून तो आक्रसून टाकतात.

फक्त एका दिवसाचा विचार करून मी जे तालबद्ध आयुष्य जगते, त्यामुळे मला शांती मिळते. मी माझ्या कामांची अत्यंत काटेकोरपणे आखणी करत नाही, पण मला माझ्या जगण्यात ज्या गोष्टींचे महत्त्व वाटते त्यांच्यासाठी मी जरूर वेळ काढते - माझे कुटुंब, काम, आरोग्य, घर, लेखन, विचार करणे, वाचन, गाणी या बाबी माझ्यासाठी फार महत्त्वाच्या आहेत. आयुष्याची विशिष्ट लय साधली की जगण्याचा आस्वाद घेणे आणि जगण्यासाठी काम करणे, यांचा ताळमेळ छान साधला जातो.

या नंतरच्या पथदर्शकात मी 'नात्यांचे संवर्धन' या विषयावर लक्ष केंद्रित करणार आहे. या नात्यांच्या संवर्धनाला मी आपल्या 'जमातीची' लोकसंख्या वाढविणे असे म्हणते. मात्र या पथदर्शकात आपण स्वतःचे संवर्धन कसे करायचे, ते पाहणार आहोत.

माझे स्वतःचे भले व्हायलाच हवे अशी आपली स्वतःशी बांधिलकी असेल, तरच आपले इतरांबरोबरचे नातेसंबंध खऱ्या अर्थाने जोपासले जाऊ शकतात, असे मला ठामपणे वाटते.

मला प्रवचन द्यायला किंवा कोणत्याही समस्येवर 'अक्सीर इलाज' सुचवायला आवडत नाही. या प्रकरणात तुमच्या समोर मी जे मांडणार आहे, ते माझ्याबरोबर काम केलेल्या हजारो लोकांकडून मला मिळाले आहे. या प्रकरणात ज्या कल्पना तुमच्यासमोर येणार आहेत, त्या माझ्या आयुष्याच्या प्रवासात मला आलेले अनुभव,

मिळालेले ज्ञान, भेटलेले आबालवृद्ध, त्यांची कुटुंबे आणि त्यांच्याकडून मिळालेले विलक्षण शहाणपण यांचे सार आहे. माझ्या कार्यक्षेत्रातील माझे विशिष्ट स्थान किंवा 'सगळे काही मलाच कळते' या अहंभावातून या कल्पना स्फुरलेल्या नाहीत. यात सर्वांत लक्ष वेधून घेणारी गोष्ट म्हणजे प्रत्यक्ष प्रयोगांमधून मिळालेल्या पुराव्यांवर आधारित संशोधनात असे सिद्ध झाले आहे, की या प्रकारची समस्यांची हाताळणी, त्या सोडविण्यासाठी केलेले उपाय आणि जगण्याच्या पद्धतीत केलेले बदल अत्यंत परिणामकारक असतात.

यासाठी मी आता राधाला तुमच्यासमोर आणणार आहे. काही वर्षांपूर्वी राधा तिच्या धाकट्या मुलाच्या संदर्भात मला भेटायला आली होती. त्या वेळी ती चाळिशीत होती. मला येऊन भेटण्याआधी काही महिन्यांपूर्वी तिच्या घरातील सर्व मंडळींना एक अपघात झाला होता. त्या अपघाताने त्यांना धक्का तर बसला होताच, पण ते त्यातून 'सहीसलामत' बचावले होते असे त्यांना वाटत होते. मला त्या सगळ्या कुटुंबावर उपचार करायला लागणार होते. राधा, राधाचा नवरा अर्जुन आणि त्यांची दोन मुले - केशव आणि कार्तिक, वय वर्षे सतरा आणि पंधरा. त्यांना सर्वांत जास्त काळजी कार्तिकची वाटत होती. अपघातानंतर अलीकडे त्याला गाडीने प्रवास करताना भीती वाटायला लागली होती. रात्री त्याला वाईट स्वप्ने पडायला लागली होती. घामाने डबडबून, अत्यंत घाबराघुबरा होऊन, श्वास लागून तो झोपेतून जागा होत असे. घरातील सगळ्यांचेच म्हणणे होते, की अपघात खरोखरच भयानक होता, पण आता सगळेजण सावरले होते. कार्तिक या भयगंडापासून मुक्त व्हावा, अशी सर्वांचीच मनापासून इच्छा होती. मी सर्वांशीच विचारविनिमय केला आणि सगळ्यांनी मिळून कार्तिकची या भयगंडापासून मुक्तता केली. त्याला रात्री पडणारी दुःस्वप्नेही आता थांबली होती. फार थोड्या काळात आम्ही हे साध्य करू शकलो होतो.

साधारण वर्षभरानंतर राधा मला पुन्हा भेटायला आली. या वेळी समस्या तिची स्वतःची होती. तिचे सर्वांग दुखत असे. बऱ्याच तपासण्या करून झाल्या होत्या, वेदनाशामक औषधे घेऊन झाली होती; पण कशाचाच परिणाम होत नव्हता. अंगदुखीची तिची ही समस्या खूप जुनाट असल्याने त्यावर मानसोपचार उपयोगी पडू शकतील, असे सांगून डॉक्टरांनी त्यांच्या दृष्टीने या समस्येचा समारोप केला होता. राधा एका मोठ्या कंपनीत जबाबदारीच्या पदावर काम करीत होती. तिला कामानिमित्त सतत प्रवास करावा लागे, गाठीभेटी घ्याव्या लागत आणि तिचे काम सादर करावे लागे.

सगळेच जण तिला तिच्या आरोग्याबद्दल ती उगाचच अवास्तव काळजी करते, असे मानून तिला 'हायपोकॉन्ड्रियक'(Hypochondriac) म्हणत असत

आणि कामचुकारही म्हणायला कमी करत नसत. राधाशी चर्चा करून आम्ही प्रथम तिची ही अंगदुखी तिच्यापासून वेगळी करून अलिप्त भावाने बघायचा प्रयत्न केला. ह्या अंगदुखीचा इतिहास काय, ती केव्हापासून तिच्या मागे लागली आहे; याचा धांडोळा घेताना आमच्या लक्षात आले की ही समस्या अलीकडे उद्भवलेली नव्हती. राधा लहानपणापासून व्यवस्थित, सशक्त मुलगी होती. असे असले तरी लहानपणापासूनच ती पटकन गळून जात असे, कण्हत-कुथत असे आणि एकुणातच सुस्त असे. आम्ही तिच्या बालपणाच्या आठवणी तपासून पाहिल्या, तेव्हा लक्षात आले की तिचे वडील मद्यपी होते आणि दारू पिऊन तर्र झालेले असताना ते तिच्या आईला आणि कधी कधी तिलाही मारहाण करीत असत. (ती त्यांची एकुलती एक मुलगी होती). दारूच्या प्रभावाखाली असलेल्या वडिलांच्या रागापासून स्वतःला वाचविण्यासाठी प्रत्येक वेळी ती बेडरूमच्या कोपऱ्यात दडून बसत असे. राधा शाळेत असतानाच तिचे वडील वारले, पण राधाच्या म्हणण्याप्रमाणे त्या रात्री-बेरात्री केलेल्या मारहाणीच्या काळ्याकुट्ट आठवणी अजूनही तिच्या मनात घर करून बसलेल्या आहेत. राधाला आरडाओरड्याची, बाटल्या खळकन फुटून चक्काचूर झाल्याची आणि पोलिसांना बोलावल्याची स्वप्ने अजूनही पडत असतात. इतक्या वर्षांनंतरही राधा त्या भयानक आठवणींच्या धक्क्यातून सावरली नव्हती. वर्षापूर्वी झालेल्या गाडीच्या अपघातानंतर त्या आठवणी नव्याने जागृत झाल्या होत्या.

वेदना, तणाव आणि मानसिक आघात यांवर उपचार करणाऱ्या पीटर लिविन यांच्या उपचार पद्धतीतील 'शारीरिक अनुभूतीच्या' दृष्टीकोनाने मी अत्यंत प्रभावित झालेली आहे. मानसोपचारातील मानसिक तणावाशी हिमतीने लढण्याच्या कल्पनेशी या दृष्टीकोनाचे मला साधर्म्य आढळते. आपला मेंदू विचारपूर्वक वागण्याच्या तंत्राशी कसे जुळवून घेतो, याविषयीच्या आकलनाचा उपयोग या 'शारीरिक अनुभूतीच्या' उपचारात केला जातो. या उपचाराच्या काही पैलूंचा मी माझ्या उपचारांमध्ये समावेश करत असते. त्या पैलूंविषयी मी तुम्हाला काही माहिती देणार आहे.

निसर्गातील प्राणी जे त्यांच्या नैसर्गिक अधिवासात राहत असतात (पाळीव प्राण्यांविषयी फार काही सांगता येणार नाही), ते फार काळपर्यंत तणावाला किंवा 'संकटग्रस्त झाल्यानंतरच्या उद्वेगाला'(पोस्ट ट्रॉमॅटिक स्ट्रेस डिसऑर्डर-PTSD) तोंड देताना दिसून येत नाहीत. त्यांचे आयुष्यच मुळी बोलूनचालून शिकार करणे, त्यांच्या हद्दीत इतरांचा प्रवेश होऊ न देणे, सत्ता स्थापन करणे आणि आपलीच शिकार होऊ नये म्हणून काळजी घेत राहणे या चौकटीत बांधलेले असते. हाच तर मानसिक आघात आणि तणाव यांना नियंत्रित करण्याचा रामबाण उपाय आहे! हे जंगली प्राणी 'सुशेगात' कसे राहू शकतात?, याच्यातून आपण काय शिकू शकतो? हे पाहायला हवे.

याचे अगदी साधे आणि सोपे उत्तर आहे, ते हा तणाव घेऊन वावरतच नाहीत.

गोंधळात पडलात? थोडेसे उलगडून सांगते. तुम्ही कधी एखाद्या प्राण्याला प्राणपणाने एखाद्या दिव्यातून जाताना पाहिले आहे? वन्यजीवनाला वाहून घेतलेल्या एखाद्या वाहिनीवर तुम्ही शिकारीसाठी वाघाने केलेला हरिणीचा पाठलाग आणि त्यातून हरिणीने स्वत:चा बचाव केलेला पाहिला असेल. पण हा पाठलाग संपल्यावर हरिणी सामान्यत: काय करते, हे तुम्हाला माहीत आहे का? ती झडझडून अंग मोकळे करते, जणू काही तिच्यातील नकारात्मकताच ती झटकून टाकत असते. यानंतर तिच्यावर त्या पाठलागाचा काहीही प्रभाव उरलेला आढळून येत नाही. ती सहजपणे वावरायला लागते. अशा प्रकारे आपणही आपले ताणतणाव झटकून टाकू शकलो, तर किती वेगळ्या प्रकाराने आपण आपल्या आयुष्याचा आस्वाद घेऊ शकू याची कल्पना तर करून पहा.

ताणतणाव, यातना, मनस्ताप झटकून टाकून पुन्हा आयुष्याचा आस्वाद घेणे आपल्याला शक्य होत नाही, कारण प्राण्यांच्या प्रतिक्रियाशील मेंदूपेक्षा आपला प्रतिक्रियाशील मेंदू वेगळ्या प्रकारचा असतो. प्राण्यांच्या प्रतिक्रियाशील मेंदूला संकटाची चाहूल लागली की ते प्रतिकार करतात किंवा पळून जातात. (या ठिकाणी ते एका जागी थिजून उभे राहिले, तर त्यांची शंभर टक्के गच्छंतीच होते). संकट टळले की ते तो उरलासुरला तणाव झटकून टाकतात आणि मार्गी लागतात. या उलट आपण संकट आले की त्याला प्रतिकार करणे किंवा तिथून पळून जाणे याऐवजी गळाठून जातो. ज्या संकटात आपल्याला जास्त धोका असतो, तिथे तर हेच हमखास घडताना दिसते. अशा वेळी संकट आणखी उग्र होण्याच्या शंकेने आपले स्नायू ताठरतात. त्यामुळे आणखी भय उत्पन्न होते आणि मग आपण या भयाच्या, वेदनेच्या अविरत चक्रात भरडून निघायला लागतो. आपल्या विचारी मनाला टाळे लागते आणि अविचारी, प्रतिक्रियाशील मन आपला ताबा घेते.

लहानपणी राधाला वडिलांचे भय वाटत असे, तेव्हा ती तिच्या बेडरूमच्या कोपऱ्यात 'हूं की चूं' न करता दडून बसत असे. त्यांच्या गाडीला अपघात झाला, त्या वेळी समोर वाढून आलेल्या संकटाने ती अशीच गळाठून गेली होती. संकटासमोर गलितगात्र होऊन आक्रसून जाण्याची सवय तिला लहानपणापासून जडली होती. या अपघाताच्या वेळीही पुन्हा एकदा सगळा ताणतणाव, वेदना नाकारून त्या मनाच्या तळाशी दडपून टाकण्याच्या दुष्टचक्रात ती अडकली होती.

शारीरिक अनुभूतीचा समावेश असलेल्या मानसोपचार पद्धतीनुसार असे मानले जाते, की संकटकाळात आपल्या मज्जासंस्थेत आणि आपल्या शरीरात वेदनांचा उगम होत असतो. या वेदना त्या आघात करणाऱ्या प्रसंगाच्या तपशिलात नसतात. बऱ्याच वेळा या वेदना आपल्या मेंदूच्या शाब्दिक पातळीवर नोंदल्या न जाता त्या

अन्यत्र कुठेतरी नोंदल्या गेलेल्या असतात. त्यामुळे भाषेच्या माध्यमातून म्हणजेच संवाद साधून त्यांच्यापर्यंत पोचता येत नाही. कासवाला संकटकाळात उडून जाणे किंवा लढा देणे शक्य नसते. त्यामुळे ते आपल्या पाठीवरच्या कवचाच्या आत दडून बसते. त्याचप्रमाणे माणसांच्या शरीरातील स्नायू आवळून धरले जातात आणि नव्याने येऊ घातलेल्या वेदनांचा प्रतिकार करायचा प्रयत्न केला जातो. अशा प्रकारे शरीर आखडून घेतल्याने शरीरातील काही अवयव कायमचे आवळलेले राहतात आणि शरीरात वेदना जाणवायला सुरुवात होते. त्या अपघातात अर्जुन आणि राधाचा मोठा मुलगा गाडीतून पटकन बाहेर येऊ शकले, पण राधा आणि कार्तिक बराच वेळ गाडीत अडकून पडले होते, त्यामुळे आपोआपच ते 'थिजून जाण्याच्या' अवस्थेला पोचले होते. बराच काळ अपघातग्रस्त गाडीत राहावे लागल्याने ते मानसिक तणावाला बळी पडले होते. त्या तणावातून मुक्त होण्याऐवजी त्यांच्या प्रतिक्रियाशील मेंदूने त्यांना सतत भीतीने घेरलेल्या अवस्थेत बंदिस्त करून टाकले होते.

आता तुम्ही विचारात पडला असाल, की मी हा विषय पुन्हा का उकरून काढला असेल?

सर्वप्रथम लक्षात घ्यायला हवे, की भावनिक आघाताच्या वेदना फक्त मनापुरत्या मर्यादित राहत नाहीत. त्या वेदनांचा शरीरावरही परिणाम होत असतो. ज्यांना डिप्रेशन, भयगंड, खाण्यापिण्याच्या समस्या, एखादी कृती सातत्याने करत राहण्याची विकृती, लहानपणात आलेले वाईट अनुभव यांना तोंड द्यावे लागलेले असते, त्यांना मलावरोध, पोटाचे विकार, निद्रानाश, अतिझोप, मळमळणे, लैंगिक समस्या यांचाही त्रास होत असतो. या सगळ्यांमुळे अशा लोकांना सतत कोणत्या ना कोणत्या रोगाच्या लक्षणांनी पछाडल्याची शंका येत राहून ते निरुत्साही होतात आणि त्यांच्यावर कामचुकारपणा शिक्का बसतो. त्यांना आयुष्यभर लाजिरवाणेपणाला तोंड द्यावे लागते आणि त्याबद्दल ते स्वत:ला सतत दोष देत असतात. त्यांना कुणीही समजून घेत नाही, सहानुभूतीही मिळत नाही. काही वेळा मानसिक दु:खाचा उच्चार करणे, हे दुबळेपणाचे लक्षण समजले जाते. त्यामुळे आपल्याही नकळत ते शारीरिक वेदनांच्या स्वरूपात बाहेर पडते आणि या शारीरिक वेदना मात्र समाजात सहानुभूतीने स्वीकारल्या जातात.

दुसरी एक बाजू अशी की एका विशिष्ट पातळीवर आपण सगळेच आपले भावनिक संघर्ष शारीरिक पातळीवर सहन करत असतो. त्यामुळे आपले अंग दुखते, शरीर अवघडते, हुडहुडी भरते किंवा अंगाचा दाह होतो, गरमी सहन होत नाही. अंगाला मुंग्या येतात, चमका मारतात, कळा येतात. शारीरिक दु:खाचे हे अनुभव येण्यासाठी आपल्या वाट्याला फार मोठे दु:ख यावे लागते असे नाही. कधी कधी

नात्यातील बेबनाव, कामाचे दडपण किंवा रोजचा रामरगाडाही आपल्याला धकाधकीचा होऊ शकतो. त्यामुळेही आपल्याभोवती शारीरिक वेदनेची मगरमिठी घट्ट होऊ लागते.

तिसरा मुद्दा असा, की आपल्याला आपली लहानमोठी दु:खे आणि तणाव बाजूला सारून मोकळे होण्याची गरज असते. जंगली प्राण्यांमध्ये रोजचे तणाव तत्काळ विसरून जाण्याची यंत्रणा नैसर्गिकरीत्या कार्यरत असते, पण मानवाला ही विद्या सरावानेच शिकावी लागते आणि तेही रोजच्या रोज!

ही तणावातून आणि शारीरिक वेदनेतून मुक्त होण्याची कला राधाने अंगी कशी बाणवली, हे आपण या पथदर्शकात यानंतर जाणून घेणार आहोत.

वेदना अपरिहार्य असली तरी तिचा त्रास करून घेणे ऐच्छिक आहे. -
हारुकी मुराकामी, जपानी लेखक

आपण परत 'फक्त आजचा दिवस' या संकल्पनेकडे वळू या. आपण दिवसभरात काय करतो? आपल्या तक्त्यातील दुसऱ्या चौकोनातील बाबींवर आपले लक्ष केंद्रित करण्यासाठी आपल्याला काय करण्याची गरज आहे? आपला प्रत्येक दिवस अर्थपूर्ण करण्यासाठी, रोजच्या जगण्यात ताणतणाव कमी करण्यासाठी, छोट्या छोट्या दु:खांकडे दुर्लक्ष करण्यासाठी काय करायला हवे?

या अशा अनेक प्रश्नांचा विचार करून मी प्रत्येक दिवसासाठी सहा अशी कामे एकत्र केली आहेत की ज्यामुळे खरोखरच आपला प्रत्येक दिवस 'लज्जतदार-सेवर-SAVOUR' होतो. (स्टिलनेस-स्थिरता, अलाइन - योग्य आखणी करा, व्हिजुअलाइज-कल्पनेतून चित्र पहा, ओन युअर डे-तुमचा दिवस तुमच्या मर्जीनुसार व्यतीत करा, उबुन्टू- एकात्मता आणि रिव्ह्यू- आढावा). बघताय ना? संक्षेप तयार करताना मला किती मजा येत्येय! संक्षेपामुळे सर्व मुद्दे लक्षात ठेवणे सोपे जाते आणि मला जे सांगायचे असते, त्याचे सार यात सामावलेले असते.

आयुष्य परिपूर्णतेने जगण्यासाठी रोजचा दिवस उत्साहाने जगता आले पाहिजे. आणि म्हणूनच तो 'लज्जतदार' कसा होईल, यासाठी प्रयत्न करायला हवेत.

स्थिरता

प्रत्येक दिवसाच्या लयीत एक स्थिरता असायला हवी. त्यामुळे आजूबाजूच्या जगात मिसळण्यापूर्वी आपण स्वत:ला ओळखायला लागतो. स्थिरचित्ताने विचार करता यावा म्हणून मी दिवसाच्या सुरुवातीलाच प्रयत्नपूर्वक एकदोन तास फक्त स्वत:साठी राखून ठेवायचा प्रयत्न करते. लवकर प्रवासाला निघायचे असेल किंवा काही

पूर्वनियोजित काम असेल म्हणून एखाद्या दिवशी हे जमलेच नाही तर मला माझा दिवस भरकटल्यासारखा वाटतो, काहीतरी हरवून गेल्यासारखे वाटत राहते. माझा आजचा दिवस शांततेत, सरळसोट जाणार आहे की घाईगडबडीचा, त्रासदायक आणि आव्हानात्मक जाणार आहे, हे सकाळी सकाळी थोडा वेळ मिळणाऱ्या स्थिरतेवर अवलंबून असते. हा वेळच माझ्या संपूर्ण दिवसाची गुणवत्ता ठरण्यास कारणीभूत होतो. मी माझा *'शेन्पा'* दाबला जाऊ देणार नाही की दिवसभरात केव्हातरी बसलेल्या बारीकशा धक्क्यानेही तो दाबला जाईल, हे याच वेळेवर अवलंबून असते. माझी सकाळची ही वेळ मला स्वत:ला जोपासण्यासाठी अत्यंत महत्त्वाची असते. हातात चहाचा कप घेऊन सकाळच्या कोवळ्या उन्हात, पक्ष्यांची किलबिल ऐकत, निसर्गाच्या सान्निध्यात मी माझा दिवस सुरू करते. त्यानंतर ध्यानधारणा, लेखन आणि मग योगा!

अशा या दिनक्रमाबद्दल मला फार आस्था आहे. त्यामुळे माझ्या घरातील मंडळींना, मित्रमैत्रिणींना, सहकाऱ्यांना, पेशन्ट्सना मी त्यांची सकाळ कशी सुरू होते, याबद्दल विचारणा करीत असते. माझ्यासारखा स्वत:साठी काही वेळ राखून ठेवणारी माणसे मला कमी सापडतात. त्यांची सकाळ घड्याळाच्या गजराने सुरू होते. पटकन अंघोळ उरकून, नाष्ट्याचे दोनचार घास पोटात ढकलून ते घाईघाईत घराबाहेर पडतात. खरं सांगायचं झालं तर सकाळच्या 'सुशेगात' सुरुवातीची जादू लक्षात येईपर्यंत मीही कित्येक वर्षे हेच करत होते. इतकेच काय, पण 'मला नाही असली थेरं आवडत' असे म्हणून मी चक्क सकाळच्या या अशा सुरुवातीचा धिक्कारही करत असे.

या शांत, स्थिर राहण्याचा वेळ कमीजास्त होऊ शकतो. काहींना कशीबशी पंधरा मिनिटे मिळू शकतात, तर काही जण स्वत:साठी तासभरही काढू शकतात. मुले उठायच्या आधी अर्धा तास उठण्याचा परिपाठ ठेवला, तर तरुण आईबापांना असा स्वत:चा वेळ नक्की मिळू शकतो.

आपण डिप्रेशन किंवा तत्सम काही व्याधीशी लढत असलो, तर प्रत्येक सकाळ अत्यंत वाईट जाऊ शकते. झोपेतून जागे झाल्यावर अंथरुणातून बाहेर पडणेही प्रचंड कष्टकारक असते. पण सकाळी अनुभवायला हवे असलेले स्थैर्य म्हणजे सकाळी लवकर उठणे आणि काही ठरावीक पद्धतीने कामे करणे नव्हेच. हे दिवसाच्या कुठल्याही वेळेला साधता येते. तुम्ही कितीही उशिरा उठलात तरी त्या दिवसाला सामोरे जाण्याच्या आधी तुम्ही शांतपणे दिवस सुरू करू शकता. जेव्हा आपण अशी शांतपणे दिवसाची सुरुवात करतो, तेव्हा आपल्या विचारी मनाला आपल्या मनाचे सारथ्य करण्यासाठी आपण पाचारण करतो.

मनाचे स्थैर्य आणि शांतपणा मिळविण्यासाठी सकाळी केलेली ध्यानधारणा हा

अत्यंत सुंदर मार्ग आहे. यापूर्वी तुम्ही असे ध्यान लावून बसला नसाल तर ती किती अवघड गोष्ट आहे, याची मला जाणीव आहे. 'तासन्तास मांडी घालून बसायचं आणि मनातील विचारांना पळवून लावायचं? छे, मला कधीच जमणार नाही!' अनेक लोकांच्या तोंडून मी हे उद्गार ऐकले आहेत. पण असा विचार करून तुम्ही माझा हा परिच्छेद गाळू नका. नक्की वाचून पहा. ध्यानधारणा करण्यासाठी मांडी ठोकून तासन्तास बसावे लागत नाही आणि तुमच्या मनातील विचारांची हकालपट्टीही करावी लागत नाही. मी फक्त आरामशीर आसनावर बसण्याची शिफारस करते. (तुम्हाला पाठीला आधार लागत असेल, तर कुठेतरी टेकून बसा) डोळे बंद करा - कमीत कमी पाच मिनिटे तरी स्वतःला द्या. मग या पाच मिनिटांच्या ध्यानधारणेत तुम्ही काय कराल? ध्यानधारणेचे वेगवेगळे मार्ग मी तुम्हाला सुचविते. त्यांपैकी तुम्हाला काय जमेल, याची निवड तुमची.

- श्वासोच्छ्वासावर लक्ष केंद्रित करा. खोल आणि सावकाश श्वास घेतलाच पाहिजे असे नाही. सहजपणे श्वासोच्छ्वास करा. थोड्याच वेळात तुमच्या लक्षात येईल की तुमच्या श्वासाची गती मंदावली आहे. तुमच्या पोटाच्या हालचालींवर, घशातील हवेच्या प्रवाहावर किंवा नाकाला होणाऱ्या हलक्याशा जाणिवेकडे लक्ष केंद्रित करा. चित्त भरकटू नये म्हणून एक ते शंभर आकडे मोजायला सुरुवात करा. चित्त भरकटले आणि आकडे मोजण्यात चूक झाली असे वाटले, तर पुन्हा पहिल्यापासून सुरू करा. चित्त एकाग्र झाले की तुमच्या लक्षात येईल, की नाकातून आत जाणारी हवा गार असते आणि बाहेर येणारी हवा तुलनेने काहीशी गरम असते.
- एखहार्ट टोल (आध्यात्मिक गुरू आणि *'द पॉवर ऑफ नाऊ अँड अ न्यू अर्थ'* या ग्रंथाचे लेखक) म्हणतात, की ध्यानधारणा म्हणजे 'शरीराला अंतर्बाह्य जाणून घेणे'. ध्यानधारणा करताना मला टोल यांच्या या व्याख्येची खूप मदत होते. डोळे बंद करा आणि तुमच्या उजव्या पावलावर लक्ष केंद्रित करा. डोळे बंद असतानाही तुमच्या पायात संवेदना जाणवतात? शरीरातील इतर अवयवांवरचे तुमचे लक्ष काढून घेऊन त्या संवेदनांचा अनुभव घ्या. नंतर हळूहळू तुमच्या शरीरातील इतर अवयवांमधील संवेदना, एका वेळी एकाच अवयवावर लक्ष केंद्रित करून अशाच तऱ्हेने अनुभवा. *शरीरातील एखादा अवयव दुखतखुपत असेल त्या संवेदनेला वेदना म्हणू नका* - जडपणा म्हणा, मुंग्या येणे म्हणा, टोचणे म्हणा, जळजळणे म्हणा किंवा गारठलेला म्हटले तरीही चालेल.
- बौद्धधर्मातील 'मेत्ता' म्हणजे दयार्द्र प्रेम, माझ्या ध्यानधारणेतील ही माझी

सर्वांत आवडती साधना आहे. ही साधना मला अत्यंत प्रभावी वाटते. या साधनेत प्रथम स्वत:च्या सुखासाठी आणि मग इतरांसाठी तन्मयतेने इच्छा करायची असते. (आपण स्वत: सुखी नसलो, तर दुसऱ्याला सुख देण्यातही तोकडे पडतो). चला, आता ध्यानासाठी बसायची तयारी करा आणि आपल्या श्वासोच्छ्वासावर लक्ष केंद्रित करा.

- स्वत:- हळुवारपणे श्वसन करीत असताना दयार्द्र प्रेमाने तुमचे शरीर भारून टाका. प्रेम आणि आपलेपणाची उबदार भावना तुमच्या नसानसांतून वाहू द्या. हृदयाची कवाडे उघडा आणि तुमच्या शरीरातील प्रत्येक पेशीला ही अनुभूती मिळू द्या. हळुवार स्वरात स्वत:शी हितगुज करा, 'मला सुख मिळू दे, मला सुखरूप ठेव, मला शांती मिळू दे'. (स्वत:ला प्रेम आणि आपलेपणाची सुखकर संवेदना मिळेल, अशी कोणतीही प्रार्थना तुम्ही करू शकता.)
- प्रियजन - ज्यांच्या नुसत्या असण्याने तुम्हाला सुख मिळते, अशा तुमच्या जवळच्या व्यक्तीचे अथवा व्यक्तीचे स्मरण करा. पुन्हा एकदा हृदयाची कवाडे उघडा आणि तुमच्या प्रार्थनेचा ओघ त्यांच्याकडे वळवा, 'तुम्हाला सुख लाभू दे, तुम्ही सुखरूप रहा, तुम्हाला शांती मिळू दे'.
- सामान्यजन - अशी एखादी व्यक्ती डोळ्यांसमोर आणा, जी तुम्हाला फक्त माहीत आहे. त्यांच्या दिशेने तुमच्या दयार्द्र प्रार्थनेचा ओघ वाहू द्या.
- तुमच्याशी सख्य नसलेली व्यक्ती - या टप्प्यावर तुमचे ज्यांच्याशी पटत नाही, अशी व्यक्ती आठवा. तुमच्या हृदयात त्यांना स्थान नसेलही, पण त्यांच्यापर्यंतही तुमच्या हृदयातील प्रेम पोहोचू द्या. प्रथम हे असे विचार करणे तुम्हाला अवघड वाटले तरी चालेल, जेवढी जमेल तेवढीच प्रार्थना करा - 'तुम्हाला सुख लाभू दे, तुम्ही सुखरूप रहा, तुम्हाला शांती मिळू दे'.
- समस्त प्राणिमात्र - या शेवटच्या टप्प्यावर मनाची दारे सताड उघडी टाका. तुमच्या मनातील दयार्द्र प्रेम अवघ्या जगात पसरू द्या. थोडीशी ध्यानधारणा झाली, की या टप्प्यात तुम्ही स्वत: आणि तुमचे हृदय प्रेम, शांती आणि आपलेपणाने संपृक्त झालेले असेल, तुम्ही जगाशी तादात्म्य पावलेले असाल.

आता ह्या दयार्द्र प्रेमाच्या भावनेने तुमचा संपूर्ण दिवसही भारून टाका.

आता या वेळी तुम्हाला जर कुणी 'नुसती भंगार वटवट आहे ही. एक दिवस हे करणं जिकिरीचं जातंय आणि ही तर मला भगवान बुद्धांसारखं वागायला सांगतेय'

असे म्हणून हिणवतंय असे वाटले, तर तो तुमचा प्रतिक्रियाशील मेंदूच असणार याची खात्री बाळगा. तो आवाज ऐका. त्या आवाजाची हसून खिल्ली उडवा आणि त्याच्याकडे दुर्लक्ष करा.

प्रत्येक माणसाला ही ध्यानधारणा करणे सहज शक्य आहे. मात्र ज्याने त्याने आपापली पातळी ओळखून त्या प्रमाणात ही साधना करावी.

या दयार्द्र प्रेमाची साधना साऱ्या जगाने केली तर आपले अवघे जग कसे असेल, याची आपल्याला कल्पना तरी करता येते का? असे जग आतापेक्षा कितीतरी चांगले आणि सहृदय असणार हे नक्की! या साधनेत एक गंमत आहे. तुम्ही जितक्या जास्त प्रमाणात जगावर प्रेम कराल; तितका जास्त आनंद, शांती आणि प्रेम तुम्हाला अनुभवायला मिळेल. इतकेच नाही, तर ध्यानधारणा आणि विचारी आचरणामुळे तुमची समज वाढेल, तुमचे परस्परसंबंधही समृद्ध होत जातील.

तुम्ही शारीरिक वेदनेने हैराण झालेले असाल, तर मी शारीरिक संवेदनांच्या संदर्भातील ध्यानधारणेचे काही उपाय सुचवू शकते. हे उपाय राधाच्या बाबतीत उत्तम ठरले आणि तिची अंगदुखी कायमची बंद झाली. काही वेळा तुम्ही केवळ गोड गोड बोलून वेदना आणि यातनांपासून मुक्त होऊ शकत नाही. त्यासाठी शारीरिक संवेदनांच्या संदर्भात उपचार करावे लागतात.

- *स्थिरता :* सरळ उभे रहा. तुमच्या पायांच्या तळव्यांवर, बेडकाच्या पायांवर असते तसे जमिनीला चिकटून राहणारे आवरण आहे, असे समजा. सावकाश श्वास घ्या. नि:श्वास सोडा आणि आणि तुमच्या पायांची जमिनीवरची पकड सैल झाली आहे, अशी कल्पना करा. श्वास घ्या आणि पुन्हा पायांचे तळवे जमिनीवर घट्ट रोवले गेले आहेत, असे समजा. आता तुमची मुळे पृथ्वीच्या गाभ्याशी जोडली गेल्याची अनुभूती घ्या. ही साधना श्वासाची पाच ते दहा आवर्तने होईपर्यंत सुरू ठेवा.
- *चक्राकार श्वासोच्छ्वास :* ह्या साधनेसाठी तुम्ही खुर्चीवर बसून जमिनीवर पाय ठेवू शकता. कल्पना करा, की तुमच्या एका पायातून तुम्ही श्वास घेता आहात. हवा पायातून वर चढते आहे. हृदयापर्यंत पोचली आहे आणि आता ती दुसऱ्या पायातून जमिनीत उच्छ्वासित होते आहे. तीच हवा पहिल्या पायातून हृदयाच्या मार्गाने दुसऱ्या पायातून पुन्हा जमिनीकडे परतण्याची आवर्तने वारंवार घडू द्या. या आवर्तनांत एक बदल आपण करू शकता. पायातून शरीरात प्रवेश करणारी हवा हृदयाच्या मार्गे दुसऱ्या पायाकडे न जाता तुमच्या मस्तकापर्यंत जाऊ द्या आणि दोन्ही हातांवाटे

नि:श्वास सोडा. आवर्तनांच्या कोणत्याही प्रकाराचा तुम्ही अवलंब केलात तरी श्वास थंड आणि तणावमुक्त करणारा असणार आहे आणि नि:श्वासावाटे तुमच्या शरीरातील सर्व वेदना बाहेर पडणार आहेत. तुमचा श्वास धवल आणि प्रकाशमय असून तुमच्या शरीराला तो हळुवारपणे कुरवाळतो आहे, अशी कल्पना करा. ही आवर्तने कमीत कमी दहा वेळा तरी करा. शरीरातील ताण ओसरेपर्यंत करू शकलात तर फारच छान!

- *लंबकासारखे हेलकावे :* या ध्यानधारणेच्या प्रकारात तुमचा जो अवयव वेदनामुक्त आहे, त्या अवयवातून श्वास घेण्याची कल्पना करा. शरीराच्या ज्या भागाला वेदनांनी ग्रासले आहे, त्या भागातून नि:श्वास सोडा. लंबकाप्रमाणे लयबद्ध हालचालींतून श्वास आणि नि:श्वासाच्या अवयवांत बदल करा. दहा आवर्तने करून बघा. तुमच्या शरीरातून वेदनेचा निचरा होत असल्याचे तुम्हाला जाणवू लागेल. एक दुसरा पर्याय म्हणून शरीराच्या ज्या भागात वेदना जाणवत असेल, त्याच भागातून श्वास घेत असल्याची कल्पना करा. तुमचा श्वास एखाद्या चुंबकाप्रमाणे तुमच्या वेदना खेचून घेईल आणि तुम्ही वेदनामुक्त व्हाल.
- *सहानुभूतिपूर्वक श्वासोच्छ्वास :* तुमच्या मनातील दयाळूपणा, सहानुभूती आणि कृतज्ञतेच्या भावनांवर लक्ष केंद्रित करा आणि त्यांचा ओघ तुमच्या वेदनाग्रस्त अवयवाकडे वळवा. हे जरा विचित्र वाटेल, पण आपल्या दुखऱ्या अवयवाशी बोलूनही पहा. 'माझी प्रिय पाठ, इतकी वर्षे तू मला आधार दिला आहेस. तुझे मनापासून आभार!'
- *विचारपूर्वक वागा :* सगळा दिवस निरनिराळ्या कामांत व्यतीत करत असताना तुमच्या शरीराच्या संवेदनांकडे दुर्लक्ष करू नका. कदाचित तुम्ही स्वत:ला इशारा देऊ शकाल - दर वेळेला तुमचा फोन वाजला किंवा तुम्ही सिग्नलला थांबला असाल, तेव्हा तुम्हाला कुठे दुखतखुपत असेल तर त्या अवयवाच्या बाबतीत सहानुभूतिपूर्वक श्वासोच्छ्वासाचा प्रयोग करून पहा. दुसरा एक उपाय म्हणजे दु:खाला हमखास पळवून लावणाऱ्या तुमच्या हातांनी त्या दुखऱ्या भागावर जरासे मालिश करा आणि हलकेच हात बाजूला घ्या. हे असे साधेसुधे उपाय वापरून तुम्ही तुमच्या शरीराला कोणतीही वेदना कवटाळून बसण्याच्या दुष्टचक्रापासून दूर ठेवू शकता.

मला नेहमी वाटते, की लोक ध्यानधारणा करीत नाहीत, कारण ती त्यांना क्लिष्ट वाटते. शिवाय ध्यानधारणेसाठी स्वत:वर फार ताबा असण्याची गरज असते, असाही गैरसमज असतो. मी आधी सांगितल्याप्रमाणे इतर सगळ्या गोष्टींप्रमाणे

ध्यानधारणा हीसुद्धा दैनंदिन बाब आहे. फक्त पाच मिनिटांपासून सुरुवात करून तुम्ही हा कालावधी पुढे वाढवू शकता. आपल्या मनाची सतत चालू असलेली चर्पटपंजिरी थांबवून आपल्या अंतरात्म्याशी संवाद साधण्याची प्रक्रिया म्हणजे 'ध्यानधारणा.' तुम्ही चालता चालता ही साधना करून पाहू शकता. तुम्ही सहज तुमच्या बागेत किंवा जवळच्या उद्यानात फिरायला निघालेल्या आहात. तुम्हाला कोणतीही घाई नाही. अशा वेळी सभोवतालचे जग शांतपणे न्याहाळत रहा. मग तुमच्या प्रत्येक पावलाबरोबर सभोवतालचे जग आणि पायाखालच्या जमिनीबरोबर तुमचे लागेबांधे जुळत जातील. अगदी लहान प्रमाणात ध्यानधारणेची आवर्तने करण्याचे मार्गदर्शन करणारी 'काम'(Calm), 'हेडस्पेस', आणि 'इनसाईट टायमर' अशी ॲप्स आजकाल फोनवरही उपलब्ध आहेत. मी स्वत: या ॲप्सचा वापर करते आणि मला ती अत्यंत उपयुक्त वाटतात.

पण कोणत्याही कारणाने ध्यानधारणा करण्यासाठी अजून तुमच्या मनाची तयारी झालेली नाही असे तुम्हाला वाटत असले, तरीही थोडासा वेळ काढा. अगदी झोपेतून उठल्यावर बिछान्यातून बाहेर येऊन थोडा वेळ शांत बसा. तुमचा चहा प्या. आजूबाजूच्या निसर्गात डोकवा. थोडेसे चालून या किंवा झाडांना पाणी घाला.

'सतत धावपळ करण्याच्या या काळात नि:स्तब्ध राहण्याइतकी महत्त्वाची गोष्ट कोणतीच नाही.'- पिको अय्यर या प्रवासवर्णने लिहिणाऱ्या लेखकाच्या 'आर्ट ऑफ स्टीलनेस' या पुस्तकातील विधान.

योग्य आखणी करा

'आपण आपला वेळ कसा व्यतीत करतो, यावर आपल्या आयुष्याची गुणवत्ता अवलंबून असते' या वचनावर माझी गाढ श्रद्धा आहे. या पृथ्वीवर जन्म मिळाल्यानंतर आपण येथे काय करतो, याबद्दल आपण प्रत्येकाने विचार करायला हवा. येथील प्रत्येक दिवस कारणी लावायला हवा.

प्राधान्यक्रम : आपण आपल्या वेळेच्या समायोजनेच्या तक्त्यातील दोन नंबरच्या चौकटीतील ज्या गोष्टींना प्राधान्य देऊन आपल्या आयुष्याला अर्थ प्राप्त होईल असे आपले आचरण होते अथवा नाही याकडे कटाक्षाने लक्ष देणे म्हणजे योग्य आखणी करणे. माझ्या बाबतीत प्राधान्यक्रमातील मुख्य पाच बाबी अशा आहेत - मी, माझे कुटुंब, माझे घर, माझी संस्था 'चिल्ड्रन फर्स्ट' आणि माझे लेखन. मला स्वत:ला माझ्या प्राधान्यक्रमात प्रथम स्थानावर ठेवण्यात मला जराही लाजिरवाणे वाटत नाही. माझा स्वत:चा विकास झाल्याशिवाय मी कुणाचीही आणि कशाचीही काळजी घेऊ शकणार नाही. म्हणूनच सकाळी उठल्यावर सर्वांत आधी मी 'केव्हा, काय,

किती वेळ' या प्रश्नांच्या बिया रुजवते. सकाळी एक तास मी लेखनाला देते. सगळा दिवस 'चिल्ड्रन फर्स्ट'च्या कामासाठी असतो आणि संध्याकाळ माझे घर आणि कुटुंबीय यांच्यासाठी असते. या सगळ्यातून 'फक्त माझ्यासाठी असलेला वेळ' मी मिळवतेच - मला विचार करायचा असतो, लिखाणासाठी माझी रोजची टिपणे काढणे, वाचन आणि व्यायाम करायचा असतो.

हेतू ठरविणे: दिवसाची योग्य आखणी करणे म्हणजे त्या त्या दिवशी करण्याच्या कामांचे लक्ष्य निश्चित करणे. यामुळे आजचा दिवस कसा जाणार आहे, हे आपल्याला घरातून पाऊल बाहेर पडण्यापूर्वीच (किंवा ज्यांना अजूनही घराबाहेर पडावेसे वाटत नाही, त्यांच्यासाठी खोलीच्या बाहेर पडण्यापूर्वी) माहीत असते. माझ्या काही पेशन्ट्सनी याला दुजोरा देणारे भाष्य माझ्याशी बोलताना केले आहे.

आजचा दिवस मोठ्या घडामोडींचा असणार आहे आणि मी त्यासाठी तयार आहे.
आज माझ्या वाट्याला जे अनुभव येणार आहेत आणि जो आनंद मिळणार आहे, तो मी खुल्या दिलाने स्वीकारणार आहे.
मन घट्ट करून मी आल्या प्रसंगाला तोंड देणार आहे आणि जगासमोर ताठ मानेने उभी राहणार आहे.

हा जरा *'स्वत:च स्वत:ला मदत करण्याच्या'* उपदेशाचा सूर लागल्यासारखा वाटतो आहे का? तरीही एक प्रयत्न करून तर पहा. मला स्वत:ला अशी तोंडदेखल्या, सुरात सूर मिळवणाऱ्या ढोबळ वाक्यांची धास्ती वाटत असे. त्यातील सूर मला खोटा आणि कृत्रिम वाटत असे, याची कबुली मी द्यायलाच हवी. पण माझ्या पेशन्ट्सनी याचा वापर त्यांच्या आयुष्यात केलेला मी पाहिला. त्यातील यश पाहून मला वाटायला लागले, की मी माझा दृष्टीकोन बदलायला हवा. कधी कधी आपला प्रतिक्रियाशील मेंदू अनेक नकारात्मक पवित्रे घेत असतो आणि आपले आयुष्य निराशा आणि विफलतेने व्यापून जाते. त्या नकारात्मक विचारांमधून बाहेर येण्यासाठी आपल्याला अनेक प्रकारची मदत घ्यावी लागते. त्यात या अशा अनेक सकारात्मक बोधवाक्यांनाही स्थान द्यावे लागले तरी हरकत नाही.

कल्पनेतून चित्र पहा

स्थिरचित्ताने दिवसाची आखणी केल्यानंतर आता 'हा दिवस कसा जाईल,' त्याचे कल्पनाचित्र मांडण्याची वेळ आली आहे. स्वत:वर लक्ष केंद्रित करून सर्व दिवसाची नियोजित सफर मनोमन अनुभवा. तुम्ही जिथे जिथे जाल, जे काही कराल; त्यावर

प्रकाशझोत पडल्यासारखे हे चित्र तुम्हाला दिसत राहील. तुम्ही कशा दिसाल, तुम्ही कोणते कपडे परिधान केलेले असतील, तुम्ही कशा चालत असाल, तुम्ही कशा बोलत असाल, तुमच्या बोलण्याची पट्टी काय असेल, लोकांशी तुम्ही संवाद कसा साधाल, तुम्ही रोजची दिनचर्या कशी पार पाडाल अशा सर्व गोष्टींतील बारकावे जास्तीत जास्त निरखून बघा. सर्वसामान्यपणे अवघड परिस्थिती तुम्ही कशी धैर्याने हाताळाल, याकडे नीट लक्ष द्या. 'कोणत्याही आव्हानाला मी तोंड देऊच शकत नाही' असे काहीसे विचार तुमच्या मनात तरळायला लागतील. स्वत:शीच हसून त्या विचारांना बगल द्या आणि तुमचे हे कल्पनाचित्र पाहण्यात पुन्हा गुंग होऊन जा. आजचा हा दिवस तुम्हाला भरभरून प्रेम, आनंद आणि शांतता कशी मिळवून देईल, याचा विचार करा. दिवसाच्या सांगतेपर्यंत हे चित्र रेखाटत रहा आणि सरतेशेवटी या चित्रातील कशामुळे तुमचा दिवस अर्थपूर्ण होईल, कोणती बाब तुम्हाला महत्त्वाची वाटेल, तुम्हाला कशाबद्दल कृतज्ञता वाटेल याचा विचार करा.

कल्पनाचित्र मांडणे किती प्रभावी असू शकते, याविषयी भरपूर संशोधन झाले आहे. कल्पनाचित्र मांडल्याने नव्या शक्यता दृष्टिपथात येतात. मेंदूला चालना मिळते आणि पूर्वग्रहदूषित विचार बाजूला सारले जाऊन नि:पक्ष विचार सुचू शकतात. वर्तणूक आणि कल्पना यांच्या अभ्यासातून असे लक्षात आले आहे, की माणूस मनातल्या मनात परिपाठातील कृतींची उजळणी करतो, तेव्हा तो घोटून शिकलेल्या कृतीतील काही सहज कार्यप्रणाली वापरत असतो. म्हणूनच ऑलिंपिकमधील ॲथलेटिक स्पर्धांच्या सरावात कल्पनाचित्रांना ('व्हिजुअल मोटर बिहेवियर रिहर्सल - VMBR - प्रयत्नपूर्वक केलेल्या सरावाचे कल्पनाचित्र') प्रचंड महत्त्व दिलेले असते यात आश्चर्य वाटायला नको. जलतरणातील तेवीस सुवर्णपदकांचा मानकरी मायकल फेल्प्स् यांच्या सरावातील क्लुप्त्या 'कल्पनाचित्राच्या मांडणी'च्या पायावर आधारलेल्या होत्या.

कधी कधी आपल्या रोजच्या रामरगाड्यात आपले आयुष्य इतके गुंतून पडते की सतत धावपळीव्यतिरिक्त आपल्या हातात काहीही शिल्लक राहत नाही. यात बदल करायचा म्हटले तर आपण 'ठासून कामाला लागतो'. त्यामुळे आपली ऊर्जा अनाठायी खर्च होत राहते आणि आपल्याही नकळत बदलाच्या प्रेरणेचा निचरा व्हायला लागतो. उलटपक्षी कल्पनाचित्र मांडल्याने 'गरज तसा पुरवठा' केला जातो. म्हणूनच आपण कल्पनाचित्राचा खेळ मांडला की तो पूर्ण करण्यासाठी विस्मयकारक ऊर्जेने आपण त्या खेळात ओढले जातो.

म्हणूनच मी आशा करते, की तुम्ही स्वत:साठी चार निवांत घटिका राखून, शांतपणे योग्य आखणी करून, तुमच्या आयुष्याला अर्थ आणि योग्य कारण मिळवून देणारे कल्पनाचित्र मनात रेखाटून तुमच्या दिवसाची सुरुवात करा. या

सगळ्यासाठी तुम्हाला जास्तीत जास्त अर्धा तास पुरेल, पण याचा तुमच्या आयुष्यावर खोलवर परिणाम होऊन ती शिदोरी तुम्हाला जन्मभर पुरणारी ठरेल.

तुमच्या दिवसावर तुमचे प्रभुत्व

'तुमचा दिवस कसा जाणार हे तुम्ही ठरवता किंवा एखादा दिवस तुमची फरपट करणारा ठरू शकतो' - जिम रोन, अमेरिकन लेखक आणि उद्योजक

आपला प्रतिक्रियाशील मेंदू खारीसारखा सतत तोंड चालवत असतो. बऱ्याच वेळा या अर्थहीन मूर्ख बडबडीत आपण इतके हरवून जातो, की त्या क्षणी आपण स्वत:साठीही गैरहजर असल्यातच जमा असतो. पूर्वीच्या कृत्यांचा पश्चात्ताप, कोण काय म्हटले असेल याचाच विचार करत बसणे, भविष्यकाळातील एखादी चिंता - या सगळ्याचे आपल्या मनावर उदासीन धुके येते आणि रोजचे जगणे दुष्टचक्रात सापडल्यासारखे यांत्रिकपणे निरंतर भरकटत अधोगतीला जात राहते. आपण ज्यांना भेटतो, जिथे जातो; तिथे थाटमाट आणि निखळ सौंदर्याने वेढलेले असतो, उत्तम खाद्यपदार्थांचा आस्वाद घेतो, मौलिक संवादाच्या संधी प्राप्त होतात पण आपल्यावर त्याचा परिणामच होत नसतो. आपण आपल्यातच गुंग असतो. जेव्हा डिप्रेशन, भयगंड, चिंतामग्नता, ओसीडी, खाण्यापिण्याच्या वाईट सवयी असे अनाहुत पाहुणे आपल्या मनात वस्तीला येतात, तेव्हा मन बधिर करून टाकणारे हे अडथळे उग्र रूप धारण करतात. 'बास आता हा नकारात्मक विचार', 'जास्त विचार करू नकोस' असे फक्त बजावून आपल्या मनावर खरोखरच काहीही परिणाम होत नाही.

खरे तर असे दरडावल्याने उलटा परिणाम होण्याची शक्यता जास्त असते. पहिल्या पथदर्शकात म्हटल्याप्रमाणे हे असे नकारात्मक विचार पळवून लावायचा प्रयत्न केला तर ते आपल्या मनात जास्तच जोमाने पाय रोवतात.

आपल्या आयुष्याचे स्वामित्व आपल्याकडेच ठेवल्याने तुम्ही विचारी होत जाता. वर्तमानात जगण्याच्या विचारी निर्णयाने तुमचे आयुष्य लज्जतदार (SAVOUR) होते. आपले प्रतिक्रियाशील मन आपल्यावर कुरघोडी करते आणि आपला सगळा दिवस नासवून टाकते, याबद्दल आपण विचारपूर्वक सावध राहायला हवे. आपला विचारी मेंदू विझवून टाकणारे; आपली स्वच्छ, बुद्धिनिष्ठ आणि पारदर्शक विचारशक्ती गोठवून टाकणारे *''शेन्पा''* विसरला नाहीत ना?

ज्या क्षणी तुमचे *''शेन्पा''* दाबले जाते, तुम्हाला तुमचे मन आणि शरीरही मुसक्या दाबून आवळले जाण्याची भावना व्हायला सुरुवात होते. तुमचे खांदे, हात, तळवे, जबडा, डोळे ताठरतात; तुमच्या श्वासोच्छ्वासाची गती वाढते आणि तुम्ही

धपापू लागता. पराकोटीच्या तीव्र भावनांचा उद्रेक होतो आणि आपला प्रतिक्रियाशील मेंदू नकारात्मक विचारांच्या भोवऱ्यात सापडून गरगरायला लागतो.

औदासीन्य : 'कशाला जगायचं?', 'मला जगण्याचीही पर्वा नाही'.

राग : 'तिची हिंमतच कशी झाली असं बोलण्याची!', 'मी असलं काही ऐकूनच घेणार नाही.' 'पुन्हा म्हणू दे मग बघते मी.'

चिंताग्रस्तता : 'हे मी आणखी सहन करू शकणार नाही!', 'काही तरी भयानक होणार आहे'.

बोच : 'सगळी चूक माझीच आहे.', 'मी कुणाच्याच अपेक्षा पुऱ्या केल्या नाहीत.'

लाजिरवाणेपणा : 'मीच फार विचित्र आहे.', 'मी हावरट आहे आणि मी कशी आहे, ते प्रत्येकजण जाणून आहे'.

या खोचक भावना आपल्या अंतरंगात कशा घुसत जातात ते कळलं तुम्हाला? विचारांच्या किंवा त्रासदायक भावनेच्या बारीकशा टोचणीमुळे याची सुरुवात होते आणि आपल्याला कळायच्या आत त्याचे वैचारिक वादळात रूपांतर होते. या सगळ्या भावनांच्या मिश्रणाची तीन भागांत विभागणी करते. इंग्रजीतील तीन आर् - 'रंब्लिंग-गडगडाट', 'रोरिंग-डरकाळी' आणि 'रिकव्हरी-मुक्ती' या तीन विभागांसाठी मी वापरणार आहे.

राग ही भावना मी याचे उदाहरण म्हणून वापरणार आहे.

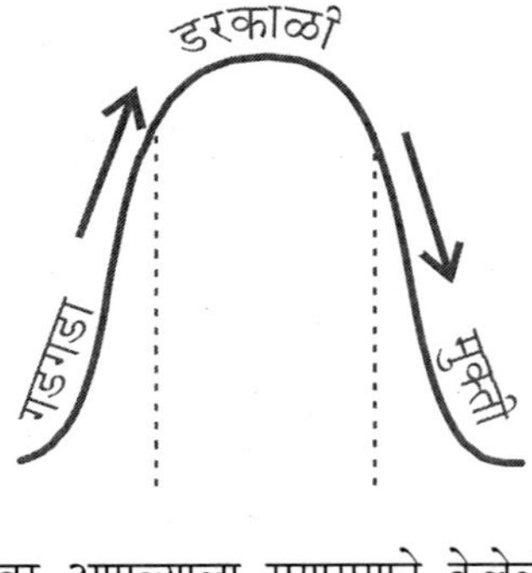

गडगडाटाच्या टप्प्यावर आपल्याला रागारागाने केलेली वक्तव्ये ऐकायला येतील. (हा रॅन्टिंगचा भाग असतो), 'ती माझ्याबद्दल असं बोलूच कसं शकते!', 'मी हा असला मूर्खपणा खपवून घेणार नाही!', 'हे अजिबात योग्य नाही!', 'मी आता जन्मात तिच्याशी बोलणार नाही!' वगैरे, वगैरे. अशा वेळी आपले शरीर ताठरते, जबडा आवळला जातो, कपाळावर आठ्या पडतात, दात कराकरा वाजायला लागतात, आपण तावातावाने फेऱ्या मारायला लागतो आणि आपल्या हृदयाचे

ठोकेही वाढायला लागतात. या रागाला वेळीच आवर घातला नाही, तर तो बेसुमार वाढायला लागतो. आपल्याच नकारात्मक बडबडण्यावर आणि देहबोलीवर तो पोसला जात असतो. मग आपण डरकाळी फोडण्याच्या टप्प्यावर येऊन ठेपतो. या प्रचंड रागाच्या लाल सिग्नलमुळे आपला विचारी मेंदू मुका होतो आणि प्रतिक्रियाशील मेंदू त्याची जागा घेतो. इथून माघारी परतायचा मार्ग बंद झालेला असतो. म्हणूनच अशा अवस्थेसाठी आपण 'मनावरचा ताबा सुटला', 'डोकं फिरलं', 'भडका उडला', 'संतापानं भरकटलो', 'फ्यूज उडला', 'झटका आला', 'चिडचिडाट झाला' असे शब्द वापरत असतो. हा रागारागाने डरकाळ्या फोडत राहण्याचा टप्पा आपण पार टोकाला पोचल्याशिवाय पार होत नाही. त्या वेळी आपला प्रतिक्रियाशील मेंदू शांत होतो आणि विचारी मेंदूचे कार्य सुरू होते आणि मनात विचार येतो, 'हे काय होऊन बसलं आहे?' यातून बाहेर पडण्याचा टप्पा दुःखदायक असतो, कारण त्यात आपण हरलो असल्याच्या भावनेचा फटका बसतो. पश्चात्ताप, खेद, अपराधीपणाची भावना, लाजिरवाणेपणा आपल्याला घेरून टाकतो आणि त्याहीपेक्षा जास्त वाईट म्हणजे आपण मुळापासून हादरतो.

हा उत्तेजित झालेला प्रतिक्रियाशील मेंदू शरीरातील अवयवांकडे भयानक संप्रेरकांचा प्रमाणाबाहेर ओघ सुरू करतो. त्यामुळे आपल्या शरीरव्यवस्थेवर जबरदस्त आघात होतो. माझी खात्री आहे, आपल्यापैकी प्रत्येकाला हा अनुभव आलेला असेल. एखादा दिवस आपला नसतो. आपल्याला हार मानावी लागलेली असते आणि त्यानंतरचा सगळा दिवस आपण मुळापासून हललेल्या भयानक अवस्थेत कसातरी ढकललेला असतो. आपण उघडे पडलेलो असतो, प्रचंड भावनावश झालेलो असतो, भयानक दुखावले गेलेलो असतो. शिल्लक असते ती फक्त क्षमायाचना, बिघडलेले संबंध आणि डागाळलेली प्रतिष्ठा.

हा असा परिणाम चिंतामग्नता, ओसीडी, खाण्यापिण्याचे आजार अशा बाबतींतही दिसून येतो. डिप्रेशनने ग्रस्त असलेल्या माझ्या एका पेशन्टचे उद्‌गार आहेत, 'मला वाटायला लागते, की मी एका अखंड गरगरणाऱ्या नकारात्मक चक्रात अडकलेली आहे आणि मी असून नसल्यासारखी झाले तरीही हे चक्र फिरतच राहील.'

आपण सगळेच कधी ना कधी या अवस्थेला तोंड देतो. प्रतिक्रियाशील मेंदू गडगडाट करायला लागतो तीच वेळ, त्या गरळ ओतण्याला प्रतिकार करण्यासाठी साधायला हवी. कारण एकदा डरकाळी फोडण्याच्या अवस्थेला आपण पोचलो, की नकारात्मकतेने प्रतिक्रिया देण्याच्या इतक्या टोकाला जातो की त्या चक्रातून सहजासहजी बाहेर पडणे अशक्य असते.

मग डरकाळी फोडण्याच्या अवस्थेपर्यंत ढकलले जाऊ नये म्हणून हे गडगडाटाच्या टप्प्यावरचे मध्येच थांबण्याचे बटण कसे दाबायचे?

पहिल्या पथदर्शकात सांगितलेला **'एबीसी'** मंत्र आठवतोय? या मंत्रामुळेच या गडगडाटाच्या टप्प्यावरच आपण स्वत:ला थांबवू शकतो, अविचारीपणे वागत नाही आणि हळुवारपणे स्वत:ला शांत करतो. मंत्राची उपयुक्तता वाढावी म्हणून या **'एबीसी'** मंत्रात मी **डी** आणि **ई** चीही भर घातली आहे.

- **ए-** अॅलर्ट - राग, चिंता, आत्मदया, सतत पछाडणारे विचार, अपराधाची बोच, तणाव आणि इतर अनेक नकारात्मक भावनांचा हल्ला होऊन 'रेडियो प्रतिक्रिया' सुरू होऊ नये म्हणून जागरूक रहा.
- **बी-** ब्रीद आऊट - आपण ड्रॅगन आहोत, असा विचार करा. या ड्रॅगनला तुमच्या हातावर ठेवलेले पीस श्वास सोडून उडवून लावायचे आहे. श्वास पूर्णपणे सोडा आणि पुन्हा खोल श्वास घ्या.
- **सी-** चेंज द चॅनल - 'रेडियो प्रतिक्रियाशील मेंदू' हा चॅनल बदलून त्या जागी 'रेडियो विचारी मेंदू' हे स्टेशन लावा. पुन्हा पुन्हा पडताळणी करून, पुन्हा पुन्हा केंद्रबिंदू तपासून नव्या दमाने हा बदल करणे शक्य होईल.

अनेकदा माझे पेशन्ट्स प्रतिक्रियाशील मेंदू बाजूला सारून विचारी मेंदूला प्राधान्य देण्यास फारसे तयार नसतात. त्यांचे म्हणणे असते, 'माझी समस्या खरोखरच काळजी करण्याजोगी असेल तर काय करणार?' असू शकेल, तुमची समस्या खरोखरच ज्वलंत असू शकेल, त्याचा तुम्हाला त्रासही होत असेल; पण त्याच्यावरचा उपाय प्रतिक्रियाशील मेंदूकडे असणारच नाही. प्रतिक्रियाशील मेंदू समस्या निर्माण करतो, तर विचारी मेंदू त्यातून मार्ग काढायला मदत करतो. आईनस्टाईन म्हणतात, 'ज्या पातळीवर समस्या निर्माण होतात, त्या पातळीवर त्या सोडविणे शक्य नसते.'

दुसऱ्या पथदर्शकातील किकबॉक्सिंग करणारी त्रिशा आठवतेय? तिने तिच्या 'एबीसी' मंत्राला एक मस्त वळसा दिलाय. ए आणि बी - जागरूक राहणे आणि नि:श्वासावाटे भावनांचा निचरा करणे - या दोन टप्प्यांनंतर ती आधी स्वत:ला एक विलक्षण स्त्री समजू लागे आणि मग तिच्या रेडियोचे स्टेशन बदलत असे. स्वत:च्या जबरदस्त व्यक्तिमत्त्वाच्या कल्पनेमुळे तिच्या रेडियोचा काटा क्षणार्धात प्रतिक्रियाशील मेंदूच्या स्टेशनवरून विचारी मेंदूच्या स्टेशनकडे सरकत असे. अशा वेळी स्वत:बद्दल ती म्हणत असे, ' या स्वप्नरंजनामुळे माझ्यात असलेल्या सर्वोच्च प्रतीच्या माझ्या प्रतिरूपाशी मी जोडली जाते.'

अनेक वेळेला अनेक लोकांच्या बाबतीत **'एबीसी'** मंत्राचा परिणामकारक उपयोग होतो. त्यांचे मन, बुद्धी ताळ्यावर राहते आणि त्यांच्या व्यक्तिमत्त्वाच्या उच्च पातळीला ते जाऊ शकतात. पण तुम्ही भावनिक पातळीवर प्रक्षुब्ध झाला

असाल आणि **'एबीसी'** मंत्राचा तुमच्यावर नाममात्र परिणाम झालाय असे वाटत असेल, तर आपल्या आपल्या मंत्राला **डी** आणि **ई** ची जोड द्यायला हवी. (डी: डू अ जॉय डाएट आणि ई: एनर्जाइज) विशेषत: तुमच्या मनात भूतकाळातील अत्यंत भीतिदायक आणि त्रासिक घटनांचे थैमान सुरू असेल, स्वत:विषयी पराकोटीचा तिरस्कार वाटायला सुरुवात झाली असेल, हे सगळे दु:ख बधिर करून टाकण्यासाठी स्वत:ला इजा करून घेण्यापर्यंत तुमजी मजल गेली असेल, तुम्ही प्रमाणाबाहेर दारू प्यायला लागला असाल, रात्रंदिवस टीव्हीसमोर बसत असाल, सतत चरत असाल आणि या सगळ्यातून स्वत:ला सर्वनाशाकडे ढकलत असाल, तर **डी** आणि **ई**च्या मंत्रांचा वापर अनिवार्य ठरतो, उपयुक्त ठरतो.

आनंदाचे पथ्यपाणी डी: डू अ जॉय डाएट

मानसिक आजारांनी आपण खचून जातो आणि सामान्यपणे यातून सुटका करून घेण्यासाठी स्वत:च्या मनातील विचार बधिर करून बाजूला सारण्याला मदत होईल अशा उपायांचा आपण अवलंब करायला लागतो. आपण नेटफ्लिक्सवरचे कार्यक्रम सतत पाहतो, इंटरनेटवर सैर करत राहतो, सामाजिक संपर्क साधनांच्या आहारी जातो, अश्लिल चित्रपट पाहायला लागतो, सिगरेटी ओढतो, दारू पितो, सदासर्वकाळ लोळत पडतो, मादक पदार्थांचे सेवन करतो - अगदी काहीही करतो. या सगळ्यामुळे फार थोडा काळ मुक्ती मिळाल्यासारखे वाटते. पण सरतेशेवटी आपली स्वत:शी असलेली बांधिलकी संपुष्टात येते, आपले आयुष्य अर्थपूर्ण रीतीने जगण्याची शक्यता लयाला जाते. खरे तर अशा गोष्टींमुळे आपली अपराधाची बोच, भीती आणि आणि एकटेपणा वाढीस लागतो. त्यामुळे मी असे सुचवीन, की तुम्ही तुमचे आनंदी राहण्याचे पथ्यपाणी ठरवून घ्या आणि आणि तुमच्या जीवनात खेळकरपणाचे स्थान निर्माण करा. या आनंदी राहण्याच्या पथ्यपाण्याला मी खेळकरपणाचे मोजमाप समजते.

मला कुठेतरी वाचल्याचे आठवते आहे, की 'खेळ' या शब्दाचा विरुद्धार्थी शब्द 'काम' हा नसून 'डिप्रेशन' असा आहे आणि याला माझी पूर्ण सहमती आहे. थोडासा मूर्खपणा करत राहणाऱ्यांना माझा कायमच पाठिंबा असतो, कारण माझ्या मते ते खेळकरपणाचे मोजमाप असते.

राधाने तिच्या प्रतिक्रियाशील मनाला 'रेडियो ताणतणाव' असे नाव दिले होते. हा रेडियो ताणतणाव तिच्या आयुष्यात आतापर्यंत ज्या चुकीच्या गोष्टी घडल्या होत्या, त्यांच्याच बातम्या वारंवार देत असे आणि ज्या वेळी तणावमुक्त होऊन तिला मजा करावीशी वाटे, त्या वेळी हमखास पुढे वाढून ठेवलेल्या भयानक आपत्तींची भविष्यवाणीही वर्तवत असे. त्यामुळे ती पूर्वस्थितीला येऊन तिला

अपराधी वाटायला लागे. तिच्यावर येणारा ताण, तिला एखाद्या रागावलेल्या खवीस म्हातारीसारखा तिच्यावर छडी उगारताना दिसत असे.(ही म्हातारी तिला तिच्या शाळेतील एका खडूस मास्तरणीसारखी वाटत असे). मी राधाला तिच्या खेळकरपणाच्या मोजमापाविषयी विचारले, तेव्हा तिने मोकळेपणाने सांगितले, 'खेळकरपणासारख्या कल्पनांवर माझा विश्वासच नाही, कारण या जगात इतका त्रास असतो की इथे खेळकरपणाला जागाच उरत नाही; ही कल्पनाच मुळी खुळचटपणाची आहे.' मग मी तिला विचारले, 'एखादा आठवडा केवळ प्रयोग म्हणून हा खुळचटपणा तू माझ्याबरोबर करायला तयार आहे का?' तिचा होकार आल्यावर एक आठवडा रोज संध्याकाळी केवळ दहा मिनिटे हा खुळेपणा करायला मी तिला राजी केले. तिच्या खोलीत एकटी असताना किंवा तिला जमलेच तर तिच्या कुटुंबाच्या समोर तिने हे असे वागायचे होते. ती गाणी म्हणू शकत होती, सिनेमातील गाण्यांवर नाचू शकत होती, स्वत:शीच एकटीच हसू शकत होती, विनोद करू शकत होती, मुलांबरोबर खेळू शकत होती किंवा अशी कोणतीही गोष्ट करू शकत होती, ज्यामुळे तिला 'काय हा मूर्खपणा' असे वाटणार होते. तिला पटले नसावे. पण नाखुशीनेच मान हलवत तिने होकार दिला. ती हे करून पाहील की नाही, याविषयी मला शंकाच होती. पण एका आठवड्याने तिचा मला ई-मेल आला, 'मला ही खुळेपणाची दहा मिनिटे फार आवडताहेत आणि माझ्या घरातील मंडळीही या हलक्याफुलक्या वेडेपणावर खूश आहेत! कित्येक दिवसांनी मला स्वत:ला हलकं वाटतंय. मी आनंदात आहे. मनावरील ओझे झटकून टाकण्याचा हा मस्त उपाय आहे. या आठवड्याचं तर सोडूनच द्या. मो आता जन्मभर असाच खुळेपणा करत राहणार आहे.' कल्पना करा, हा ई-मेल वाचून मला केवढा आश्चर्याचा धक्का बसला असेल! तुम्हीसुद्धा तुमच्या दिवसभराच्या कार्यक्रमात थोड्याशा खुळेपणाला वाव द्या आणि अपेक्षित असलेला बदल जाणवला तर मला जरूर पत्र लिहून कळवा.

'आपण मोठे होतो म्हणून खेळणे थांबवत नाही, उलटपक्षी आपण म्हातारे होतो कारण आपण खेळायचे थांबतो'- जॉर्ज बर्नार्ड शॉ.

माझ्या एका पेशन्टला तिच्या आयुष्यातील काळज्यांपासून सुटका करून घेणे अवघड जात होते. मी तिला सुचवले की थोडासा खेळकरपणा करण्याऐवजी तिने रोज थोडीशी 'काळजीत रमण्याची सुट्टी' घ्यावी! मग ती रोज दहा मिनिटे तिच्या 'किरकिऱ्या काळज्यांबरोबर'(हे तिनेच दिलेले विशेषण) मस्त वेळ घालवायला लागली. कधी ती त्या काळज्या आणखी भयानक स्वरूपात तर कधी कार्टूनच्या विनोदी अवतारात किरकिरत बोलताना अनुभवायची. कधी त्या काळज्यांवर हॅरी

पॉटरमधील 'रिडिक्युलस' मंत्राचा प्रयोग करायची - त्यांना डिवचून इतकी हसायची की त्या काळज्यांचा तिच्यावर परिणामच घडेनासा होई. (पहिल्या पथदर्शकात ह्या रिडिक्युलस मंत्राविषयी आपण बोललो होतो.) मला माहीत आहे, की आता तुम्ही मला हास्यास्पद ठरवत असाल आणि तसे असेल तर ते बरोबरच आहे. हा उपाय प्रचंड हास्यास्पद आहे आणि म्हणूनच तो तितकाच परिणामकारकही आहे.

तुमच्या हातात एखादे कंटाळवाणे आणि निरस काम असेल - मग ते काम भांडी घासणे असो, अहवाल लिहिणे असो किंवा जमाखर्च असो - त्या कामात थोडासा मजेचा भाग समाविष्ट करा. हे कंटाळवाणे काम छोट्या छोट्या भागात विभागून घ्या. आणि प्रत्येक भागात आनंद शोधा. समजा, मला स्वयंपाक करायचा आहे. (स्वयंपाक करायला तर मला मुळीच आवडत नाही), मग मी गाणी लावते. सगळ्या स्वयंपाकाच्या प्रक्रियेची लहान लहान कामे ठरवते. भाज्या निवडणे, धुणे, चिरणे, सगळी सामग्री एकत्र मांडून ठेवणे आणि सरतेशेवटी प्रत्यक्ष स्वयंपाक करणे. मी जर त्याला स्वयंपाक उरकायचा म्हटले, तर ते कंटाळवाणे काम होते. पण या प्रक्रियेतील प्रत्येक कृती मजेत केली, साध्या साध्या गोष्टी मजेत केल्या तर त्यात ब्रह्मानंदी टाळी लागू शकते. मी जपानला जाऊन आलेले आहे. जपानी लोकांच्या जीवनपद्धतीबद्दल बरेच वाचन केले आहे. या जपानी संस्कृतीच्या साधेपणामुळे मला छान प्रेरणा मिळाली. साध्या साध्या गोष्टी; मग ते सायकल चालवणे असो, स्वयंपाक करणे असो, बागेत काम करणे असो किंवा स्वच्छता करणे असो, जपानी लोक त्या अतिशय कलात्मकतेने करतात.

मी तुम्हाला पुढे काही कामांची यादी देणार आहे. ही कामे तुमच्या आयुष्याला चव आणतील. आनंदाने तुमचे आयुष्य फुलून येईल. माझे पेशन्ट्स, घरातील सदस्य, मित्रमंडळी आणि मी स्वत: - आम्हा सर्वांच्या बाबतीत कोणत्या बाबी प्रेरणादायक ठरल्या आहेत, याचा आढावा घेऊन ही यादी मी तयार केली आहे. ही यादी वाचा. यातील आवडलेल्या कामांवर खुणा करा. खालच्या रिकाम्या जागेत तुमच्या बाबतीत ज्या कामांचा उपयोग झालेला तुम्हाला आढळून आलेला आहे, त्या कामांची नोंद करा. या सगळ्याचा तुम्ही रोजच्या दिनचर्येत समावेश केलात तर त्याचा तुम्हाला बराच उपयोग होतो, असे आढळून येईल.

योग्य खाणेपिणे, चलनवलन आणि झोप- उत्साहाचे स्त्रोत E - इः एनर्जाइज विथ इट, M - मुव्ह, S - स्लीप

आरोग्य या विषयात मी विशेषज्ञ नाही. अर्थातच आपण आरोग्याच्या संदर्भात विचार करत नसून स्वत:च्या ऊर्जेचा विचार करीत आहोत. आपल्याला आवश्यक असलेल्या ऊर्जेचे व्यवस्थापन मुख्यत्वेकरून आपले खाणेपिणे, आपली हालचाल आणि

पुरेशी झोप यांतून होत असते.

खाणेपिणे : आपले पोषण आणि आहारयोजना या संदर्भातील व्यवसायात तेजी आली आहे. भरपूर पुस्तके, मासिके आणि निरनिराळ्या पद्धतींच्या आहार-योजना बाजारात येत आहेत. माझ्या दृष्टीने मात्र ही नुसतीच निरुपयोगी बडबड आहे. सकस आहार घ्या, एकाच वेळेला भरमसाट खाऊ नका, वेळेवर आणि सावकाश चवीने जेवा - एवढे पुरेसे आहे. प्रत्येकाची प्रकृती वेगळी असते. त्यामुळे 'एकाच मापाचे कपडे' ही कल्पना खाण्याच्या बाबतीत सगळ्यांना लागू होत नाही.

चलनवलन : एका जागी बसून राहणे, हे सिगरेट पिण्याच्या व्यसनासारखे आहे. आपण बसलेले असतो, तेव्हा डोक्याकडून पायाकडे जाणाऱ्या संवेदनांच्या वीजलहरी बंद होतात. त्यामुळे शरीरातील ऊर्जा खर्च करण्याचे प्रमाण अत्यंत कमी होऊन एका सेकंदाला फक्त एक कॅलरी ऊर्जा खर्च केली जाते. शरीरातील संप्रेरके स्त्रवण्याचे प्रमाणही नव्वद टक्क्यांनी घटते. विशेषज्ञ म्हणतात की, आपण दिवसाला दहा हजार पावले चालायला हवे. सामान्यत: माणसे दिवसभरात अडीच हजार पावले चालतात. 'मी आठवड्यातून तीन दिवस जिमला जाते. मला याची काहीच गरज नाही' असे म्हणून या विशेषज्ञांना तुम्ही उडवून लावू शकता. पण तुम्हाला आश्चर्य वाटेल. या बाबतीत झालेले संशोधन असे सांगते, की दिवसभरात होणाऱ्या तुमच्या हालचाली आठवड्यातून तीन दिवस केल्या जाणाऱ्या जोरदार व्यायामापेक्षा जास्त महत्त्वाच्या ठरतात. व्यायाम केल्यानंतर तुमच्या शरीरात एन्डॉर्फिन्स नावाची संप्रेरके स्त्रवतात. त्यामुळे शरीरात वेदनाशामक परिणाम घडून येतात. तुम्ही नकारात्मक विचारांच्या चक्रातून बाहेर पडता आणि तुमची मन:स्थिती सुधारते. तुम्ही व्यायाम करा, असे मी म्हणते, तेव्हा तुम्ही रोज तासभर जिममध्ये जाऊन या, असे माझे म्हणणे नसते. कोणता तरी एक प्रकार निवडा. तुम्हाला येत असलेली, तुमच्यात बदल घडवू शकणारी कोणतीही गोष्ट चालेल. नृत्य, सायकल चालविणे, वजन उचलणे, योगा, तायची (चायनीज योगा), पलाटीस (शरीराचे सामर्थ्य, लवचीकपणा सुधारणारा व्यायामप्रकार), जिम, फिरायला जाणे, पार्कमध्ये जाऊन पळणे, पोहणे, गिर्यारोहण करणे, सर्फिंग करणे, प्रस्तरारोहण करणे, कयाकिंग करणे, फुटबॉल खेळणे, तुम्हाला येत असलेला इतर कोणताही खेळ किंवा अगदी जमीन झाडणेही - काहीही करत रहा; पण तुम्ही हलते राहणे, तुम्हाला घाम येणे, तुमच्या श्वासोच्छ्वासाची गती वाढणे हे गरजेचे आहे. त्यामुळे तुमच्या शरीरातील एन्डॉर्फिन्सचे प्रमाण हळूहळू वाढून तुमची मन:स्थिती आनंदी राहण्यास मदत होईल.

तुमच्याकडे कोणाचेही लक्ष नाही, असे समजून मोकळेपणाने नाचा.	पोहणे/ गिर्यारोहण/ सर्फिंग/ भिंत चढणे/ नाव चालविणे यांतील काहीतरी करा.	एखादे वाद्य वाजवा / बेसूर झालात तरी हरकत नाही - गाणे गा.
तुम्ही दिवसात किती वेळा हसलात, याची नोंद ठेवा.	काही तरी खेळ खेळा- फुटबॉल, बास्केटबॉल/टेनिस/बॅडमिंटन.	एखादा मजेशीर व्हिडियो तयार करा, फोटो काढा.
तुमची आवडती गाणी एकत्र करा आणि या यादीतील कामे करताना ती ऐका.	अंगाला मसाज करून घ्या किंवा एखाद्या स्वास्थ्य केंद्रात जा किंवा सौना स्नान करा.	विणकाम, क्रोशाचे काम, शिवण किंवा भरतकाम करा.
तुमच्या आजीआजोबांना भेटा. नवीन संपर्कसाधने त्यांना दाखवा आणि 'ती किती वायफळ आहेत' असे ते सुनावतील, ते ऐकून घ्या.	जेवणाचे टेबल तुमच्याकडील सर्वोत्तम भांड्याकुंड्यांनी सजवा. टेबलावर मेणबत्त्या लावा. फुलदाण्या ठेवा.	एक चिकटवही (वर्तमानपत्रातील कात्रणे चिकटवण्यासाठी) तयार करा. मुलांबरोबर रंगकाम करा किंवा कलाकुसरीच्या वस्तू तयार करा.
व्यायाम - योगा/एरोबिक्स/वजन उचलणे/ पिलाटिस/तायची/क्वी-गाँग यांपैकी काही करा किंवा जिमला जा.	घराबाहेर पडून फिरायला जा. फिरताना आजूबाजूची प्रत्येक गोष्ट - रस्त्यावरचा कुत्रा, जुने वठलेले झाड, प्रत्येक घराची सजावट, रचना प्रथमच दिसत असल्यासारखी पहा.	थोडासा मेकअप करा, नखे रंगवा (तुम्ही पुरुष असलात तरी मजा म्हणून तुम्ही हे करू शकता).

एक दिवस फोन बंद ठेवा.	तुमच्या कुत्र्याला फिरायला न्या, त्याला अंघोळ घाला, त्याच्या अंगावरच्या उवा काढा.	अंघोळ करताना उच्च स्वरात गाणे म्हणा.
मारी कोंडो सांगते त्या प्रकाराने तुमचे घर नीट लावा आणि असे सजवा की त्यातून आनंद मिळेल.	कोणतेही किचकट कोडे सोडवा किंवा लेगोची सुंदर रचना करा.	आजूबाजूच्या रस्त्यांवर पळायला किंवा सायकल चालवायला जा.
एखाद्या मित्राशी फोनवर गुजगोष्टी करा,	चित्रे काढा, रंगवा, काही तरी खरडून ठेवा, झेन्टँगलच्या रचना करा.	एखादी कळकट कादंबरी किंवा मासिक मोठ्याने वाचा आणि हसत सुटा.
मित्रमैत्रिणींसाठी अचानक एखाद्या मेजवानीचा बेत करा.	एखाद्या दिवशी मस्त खरेदीचा बेत आखा (पण यात रोजच्या रोज लागणाऱ्या भाजीपाला, ब्रेडसारख्या निरस वस्तूंचा समावेश करू नका).	पाळीव प्राण्यांच्या पाळणाघरात एखाद्या दिवशी काम करा.
तुमच्या आवडीचा एखादा पदार्थ करून खा किंवा दुसऱ्या कुणाच्या आवडीचा पदार्थ करून त्याला खाऊ घाला.	मस्त केस कापून घ्या, स्वास्थ्य केंद्रात जा, हातांचे आणि पायाचे मालिश करून घ्या.	एखाद्या मित्राला किंवा ज्यांचे तुम्हाला प्रचंड कौतुक वाटते, त्यांना सुंदर पत्र लिहा.

बिस्किटे, केक, ब्राऊनिज घरी तयार करा आणि इतरांना भेट म्हणून द्या.	तुमचे आवडते कपडे, दागदागिने आणि घरातील सामान देऊन टाका.	घरातील एखादी भिंत रंगवा आणि त्यावर तुमची आवडती सुभाषिते लिहा.
तुम्हाला भेटणाऱ्याकडे पाहून तुमच्या चेहऱ्यावर हास्य उमटू द्या - अगदी परिचय नसलेल्यांकडे बघूनही!	तुमच्या पुस्तकांच्या आवडत्या दुकानाला भेट द्या किंवा आठवडी बाजारात जा.	निसर्गरम्य ठिकाणी जाऊन मोकळ्यावर उभे राहून दोन्ही हात वर करून, हसून आकाशाला अभिवादन करा.
काहीतरी गंमतशीर कपडे घाला आणि केसांत फूलही माळा.	बागकाम करायला घ्या. भाज्या पिकवा, पालेभाज्या लावा.	आजूबाजूच्या रस्त्यांवरील भटक्या कुत्र्यांना खाऊ घाला.
चॉकलेट किंवा कोणताही पदार्थ, जो खाल्ल्याने तुम्हाला आनंद होईल तो खा आणि हसून घ्या.	रंग, क्रेयॉन्स किंवा पेन्सिलीने काढलेली वाढदिवसाची शुभेच्छापत्रे तयार करा.	लहान असतानाची एखादी राहून गेलेली इच्छा पुरी करून घ्या - कितीही वेडपटपणाची असली तरीही!

(मारी ***कोंडो*** *ही पसारे आवरण्याच्या कलेत प्रवीण समजली जाते. तिची या विषयावरील पुस्तके प्रचंड खपतात. नेटफ्लिक्सवरच्या 'टायडिंग विथ मारी कोंडो' या लोकप्रिय कार्यक्रमातील ती प्रसिद्ध तारका आहे.)*

तुमच्या मनातील इच्छा खाली लिहा,

___

___

झोप : झोप आणि निरोगी मन यांच्यातील संबंध मी तुम्हाला सांगण्याची गरज नाही याविषयी माझी खात्रीच आहे. म्हणूनच झोपेचे स्वास्थ्य मिळविण्यासाठी काय वाटेल ते करा. दिवसाकाठी केलेला पुरेसा व्यायाम, रात्री आठच्या आत जेवण आणि रात्री दहानंतर सर्व स्क्रीन- टीव्ही, फोन, आयपॅड - बंद करणे (स्क्रीनच्या प्रकाशामुळे आपल्या मेंदूत मेलॅटोनिन हे संप्रेरक स्त्रवण्यास आडकाठी होते. चांगली झोप लागण्यासाठी मेलॅटोनिन आवश्यक असते.) आणि रोज ठरलेल्या वेळेला झोपणे एवढी काळजी घेतली तरी पुरेसे आहे. रोज ठरलेल्या वेळी झोपल्याने आपल्या दिनक्रमाला एक लय प्राप्त होते.

कायझेनच्या तत्त्वांप्रमाणे (तिसऱ्या पदर्शकात सांगितल्याप्रमाणे) दात घासणे, अंघोळ करणे यांसारखी आपली दैनंदिन कामेही तुम्हाला उत्साहित करतील अशा तऱ्हेने करा. सुरुवात छोटीशीच करा, पण त्यात सातत्य ठेवा आणि मग तुमच्याही नकळत तुमचे रोजचे जगणे चैतन्याने सळसळेल. मग इतर सगळ्या दैनंदिन कामकाजाप्रमाणे, तुमचा जीव खाणारी कामे असली तरी सरावामुळे, मेंदूच्या प्रतिक्षिप्त क्रियांसारखी तुमचा उत्साह खच्ची न करता विनासायास व्हायला लागतील. मग ते विजेचा बल्ब लावण्यासारखे सहजपणे होईल - वातानुकूलनासारखे खर्चिक होणार नाही.

उबुन्टू

हा दक्षिण आफ्रिकेतील एका भाषेतील शब्द मला काही वर्षांपूर्वी कळला. त्या वेळी मला या शब्दाचा अर्थ 'जाणवला' नव्हता. मला तो शब्द फक्त आवडला होता. पण मी खोलात जाऊन याच अर्थ शोधायला लागले, तेव्हा या शब्दाचे खरे सौंदर्य मला जाणवले. ह्या शब्दाबरोबर आपले मन रुंजी घालते, असे वाटले. मला खरंच पटलंय - *'मी आहे, कारण आपण सगळे आहोत'*.

उबुन्टु की एक अशी निराकार कल्पना आहे की जी अनेक बाबतीत लागू होते. माणुसकी, एकात्मता, एकमेकांशी जोडले जाणे आणि आपण एका मोठ्या विश्वाचा अत्यंत छोटासा भाग आहोत अशी जाणीव होणे, या सगळ्याला मिळून 'उबुन्टू' असे म्हणता येईल. तुम्हाला काहीही बोलायची इच्छा नसताना किंवा कुणी जवळपासही नसावे असे वाटत असताना मी ह्या उबुन्टूबद्दल का बोलते आहे, असा विचार तुम्ही करत असाल ना? तुम्ही चारचौघांत मिसळावे म्हणून या उबुन्टूविषयी मी बोलत नाही, तर आपण या समाजाचे जेवढे देणे लागतो तेवढाच हक्कही आपल्याला समाजाकडून मिळायला हवा कारण आपण या संपूर्ण मानवजातीचा आणि माणुसकीचा अंश आहोत, असे मला वाटते म्हणून बोलते आहे.

यापूर्वी तुम्ही कुणासाठी काही तरी केले होते, अशी वेळ आठवा. कुणासाठी

काही खास पदार्थ केला होता? एखाद्या मित्राला त्याच्या अडचणीच्या वेळी मदत केली होती? किंवा रस्त्यावरच्या गरीब मुलांना थंडीत गरम कपडे दिले होते? अशी मदत केल्यानंतर तुम्हाला काय वाटले होते? मायेची ऊब आणि आपलेपणा जाणवला होता? जाणवला असेल तर त्यालाच 'उबुन्टू' म्हणायला हरकत नाही. तुमच्या संकुचित जगातून बाहेर पडल्यावर तुम्हाला माणुसकीचा अनुभव आला असेल, तर तोच 'उबुन्टू'. आनंद या भावनेविषयीच्या संशोधनात असे आढळून आले आहे, की आनंद आणि परोपकार यांच्यात एक गहिरा संबंध असतो.

म्हणूनच 'फक्त या आजच्याच दिवसाचा विचार करायचा' या संकल्पनेत या 'उबुन्टू'चा रोज थोडा तरी अनुभव यायलाच हवा, हा विचारही असायला हवा. त्यामुळे आपण या मानवजातीचा चिमुकला भाग आहोत, याची जाणीव तुम्ही स्वत:ला करून देता. कोणतेही कळत नकळत घडलेले काम ज्यात माणुसकीचा कस लागतो; म्हणजेच कुणासाठी चहा करून देणे, एखाद्या गरीब मुलाला शिकवणे, गैरसरकारी संस्थेत स्वयंसेवक म्हणून काम करणे किंवा एखाद्या सामाजिक कामात तुम्ही स्वत:च पुढाकार घेणे अशा अगदी छोट्या छोट्या गोष्टींमधून हे साध्य करता येते. 'उबुन्टू'चा समावेश दैनंदिन कामात केला जायला हवा. 'उबुन्टू'च्या जादूने तुमच्याभोवती निर्माण झालेले अडथळे नाहीसे होतील आणि तुम्ही विशाल मानवजातीशी जोडले जाल.

आढावा

आपण दिवसाची सुरुवात स्थिरतेने केली. त्या दिवसाची छान आखणी केली. तो दिवस कसा जाईल, याचे मनोमन चित्र रेखाटून पाहिले. मग आपला दिवस आपल्या तंत्राने, आपल्या जबाबदारीवर पार पडेल याची खबरदारी घेतली आणि 'उबुन्टू'चाही त्यात समावेश केला. आता दिवस संपतो आहे. आता 'SAVOUR' पैकी R (रिव्ह्यू) म्हणजेच आढावा घेण्याची वेळ आली आहे.

आपण एका वेळी एकाच दिवसाचा आयुष्य म्हणून विचार करतो, तेव्हा प्रत्येक दिवसाच्या शेवटी त्या दिवसाचा आढावा घेणे क्रमप्राप्तच आहे. मानसिक विकारांशी झगडणाऱ्या लोकांना संध्याकाळचा आणि रात्रीचा वेळ फार त्रासाचा वाटतो. दिवसाच्या शेवटी जेव्हा आपण मागे वळून बघतो आणि 'आणखी एक दिवस गेला पण अजूनही मी आहे त्याच जागी आहे' असा विचार मनात येतो, तेव्हा 'आपण अगदी बेकार आहोत, परावलंबी आहोत आणि आपल्याला काही किंमतच नाही' ही त्रिशुळाची तीन टोके अधिकच तीक्ष्ण होऊन बोचायला लागतात. त्यामुळेच आपल्याला अजून काही लहान लहान बाबींचा विचार करायला हवा - अशा बाबी ज्यामुळे दिवसाचा शेवट अर्थपूर्ण होण्यास मदत होईल. आपला ठावठिकाणा

सांगणाऱ्या जीपीएस् प्रणालीप्रमाणे आपल्यातही एक प्रणाली निसर्गत:च असते. ही प्रणाली आपल्याला ठरवलेल्या मार्गावरून भटकू देत नाही आणि दुसऱ्या दिवसासाठी आपला मार्ग आखून ठेवते.

मी तुम्हाला सुचवीन, की जेव्हा दिवस उताराला लागतो आणि तुम्हीही त्या दिवसाची कामे संपवत आणलेली असतात, तेव्हा संध्याकाळची किंवा रात्रीची शेवटची दहा ते पंधरा मिनिटे स्वत:साठी राखून ठेवा.

तुम्ही हा आढावा लिहून ठेवण्यासाठी एखादी खास वहीच जवळ ठेवा. मी स्वत: अगदी लहानपणापासून अशी रोजनिशी लिहिते. ही रोजनिशी मला इतकी महत्त्वाची वाटते, की ती न लिहिता माणसे कशी राहू शकतात हे मला कळूच शकत नाही. ही रोजनिशी माझ्या आयुष्याच्या बोटीचा नांगर आहे. माझ्या वागण्याचे, विचारांचे मूल्यमापन करण्याची माझी स्वत:ची खास जागा आहे. माझ्या मीपणाचे प्रतिबिंब मला यात दिसते. माझी रोजनिशी लिहिताना मी माझी असते. त्या वेळी मी दिवसभराचे मूल्यमापन करते, काही खुपले असेल तर स्वत:ची समजूत काढते आणि माझा विश्वास, माझी समजूत यांच्याशी पुन्हा एकदा एकरूप होते. अनेकदा मला ज्या अडचणी डोंगराएवढ्या वाटलेल्या असतात, त्या कागदावर लिहून काढल्यावर अगदीच क्षुल्लक वाटायला लागतात. कधीतरी मी रोजनिशीत एखादीच ओळ लिहिते, तर अनेकदा कितीही लिहिले तरी माझे समाधानच होत नाही. माझ्या आणि इतरही काही लोकांच्या अनुभवावरून सांगते, की नियमितपणे रोजनिशी लिहिण्यात तीन महत्त्वाच्या बाबी आढळून येतात.

सोडून द्या : दिवसभरात झालेले त्रास, अडचणी, पेचप्रसंग, वेदना या जमतील तशा दुर्लक्ष करून, झटकून टाकून मोकळे व्हा. आपल्या हातून काही चुका झाल्या असतील, राग आला असेल आणि त्याबद्दल तुम्ही स्वत:ला दोष देत असाल, तर स्वत:ला माफ करण्यापासूनच सुरुवात करा. याच सगळ्या गोष्टींसाठी इतरांनाही माफ करा.

- मंद श्वास घ्या आणि आपल्या मनात डोकावून पहा. कसली तरी अढी, राग मनाच्या कोपऱ्यात दडून बसला असेल, तर त्याचा शोध घ्या. हा राग, ही अढी म्हणजे तुम्हाला करकचून बांधून ठेवणारी निरगाठ आहे, असे समजा. त्या गाठीवर हळुवार पण खोल फुंकर मारा. ही गाठ हळूहळू विरघळून जायला लागली असल्याची कल्पना करा. आता तुम्हाला हलकेपणा जाणवायला लागेल. तुम्ही मुक्त होऊन जाल. काहींना या गाठीच्या भोवती प्रकाश उजळताना दिसतो आणि या प्रकाशात या गाठीची वाफ होऊन जात

असल्यासारखे वाटते. अशा तऱ्हेने कल्पनाचित्र उभे करणे फारच परिणामकारक असते. या सगळ्या प्रकारात आणखीही काही विचार मनात उसळी मारू शकतात. त्यांच्याकडे दुर्लक्ष करू नका, पण त्यांचा तुमच्यावर परिणामही होऊ देऊ नका.

- तुमचे कोणाबरोबर दीर्घकाळापासूनचे वैमनस्य असेल, तर ते विसरून तुम्ही त्यांना क्षमायाचनेचे पत्र लिहू शकता. हे पत्र त्यांच्यापर्यंत पोचावे असे वाटत नसेल, तर हरकत नाही. ते तुम्ही फाडून टाका, केरकचऱ्यात फेकून द्या, जाळून टाका आणि त्याबरोबरच त्यांना धडा शिकविण्याच्या आपल्या भावना लयाला गेल्या आहेत, असे मनोमन ठरवून टाका. माझ्याकडे येणाऱ्या एका लहान मुलाने स्वत:साठी एक छोटेसे 'काळजीचे खोके' बनवले होते. रोज संध्याकाळी दिवसभरात आपल्याला वाटलेल्या काळज्यांची यादी करून तो या खोक्यात टाकत असे. या खोक्याला तो 'तिजोरी' म्हणत असे. माझ्याकडे येताना प्रत्येक वेळी ही तिजोरी घेऊन तो येत असे. त्याच्यातील चिठ्ठ्या मी वाचत असे आणि मग आम्ही दोघे मिळून त्याची वासलात लावत असू. त्याच्या सगळ्या काळज्यांपासून मुक्त राहण्याच्या संदर्भात हा आमचा उपक्रम त्याला एखादी सुरक्षाझडप असल्यासारखा वाटत असे.
- या जगात सगळ्या प्रकारचे लोक असतात, हे विसरू नका. काही लोक संवेदनाहीन, बेपर्वा आणि अपमानास्पद वागणारे असू शकतात. तो मार्ग त्यांनी स्वीकारलेला असतो. यापेक्षा वेगळे वागणे काही असू शकते, हेही त्यांना माहीत नसते. माझ्या बाबतीत तर माझ्या सर्वांत माननीय गुरूंबरोबर माझे अजिबात पटत नसे. एखादा माणूस मला आवडत नसला, मी त्याच्यावर नाराज असले आणि त्याच्याशी बोलण्यावागण्याचा प्रसंग आला, तर मला स्वत:लाच खूप आवरावे लागे. अशा वेळी भगवान बुद्धांच्या शिकवणुकीमुळे मनात अढी न ठेवता खुलेपणाने वागताना मला खूप मदत झाली. राधाने 'मेत्ता' तत्त्वज्ञानाला म्हणजेच दयार्द्र प्रेमाला अनुसरून रोज संध्याकाळी शारीरिक पातळीवर वेदनामुक्त होण्याचे प्रयत्न केले. अनेक वर्षं मनाच्या तळात दडवून ठेवलेल्या भावनांचा निचरा केल्याने तिला तिच्या शारीरिक वेदना विसरणे शक्य झाले.

कृतज्ञता : गेल्या दशकात कृतज्ञतेच्या संदर्भात भरपूर संशोधन केले गेले. ज्या गोष्टींवर विश्वास ठेवण्याची आपली परंपरा आहे, त्या गोष्टींचा विज्ञानाच्या दृष्टीकोनातून विचार करायला बराच काळ लागला आहे. उदाहरणार्थ, आपल्याला मिळालेल्या आयुष्याची आपण कदर करायला शिकलो, तरच आपण आनंदाचे धनी

होऊ शकतो. आपल्या बाबतीत काही चुकीचे घडते आहे का, याविषयी जागरूक राहणे, त्या चुकीच्या गोष्टींची नोंद घेणे आणि त्या लक्षात ठेवणे याबाबतीत आपला मेंदू तत्पर असतो. याला मानसशास्त्रज्ञ 'नकारात्मक प्रवृत्ती' म्हणतात. (एखाद्या पार्टीत तुमच्या तीन गोष्टींचे कौतुक झाले, पण तुम्ही घातलेल्या कपड्यांवरून तुम्हाला नावे ठेवली गेली; तर कोणती गोष्ट तुमच्या कायमची मनात राहून जाते?) या दृष्टीकोनातून विचार केला, तर कृतज्ञतेच्या भावनेमुळे यापूर्वी आपल्या आयुष्यातील ज्या बाबी आपल्याला अज्ञात असतात, त्यांच्या बाबतीत आश्चर्य आणि आनंद वाटायला लागतो. दिवसाच्या शेवटी संबंध दिवसात घडलेल्या अशा दहा गोष्टींची नोंद करा, ज्यामुळे तुम्हाला आनंद झाला किंवा कृतज्ञता वाटली. नोंद केलेल्या गोष्टींत विविधता असू द्या, कारण एकसारख्या गोष्टींच्याच नोंदी होत गेल्या तर त्याला काही अर्थच उरणार नाही. अशा प्रकारे विचार केल्याने माझे दिवसभरातील 'सोन्याचे कण' शोधण्याच्या बाबतीत मी अधिक खोलात जाऊन विचार करू लागले आणि त्यामुळेच मला त्याचे अधिक मोल वाटू लागले. मला हेही लक्षात आले, की यापूर्वी काही कामे बिनमहत्त्वाची म्हणून माझ्या खिजगणतीत नसत. ती माझ्या कृतज्ञतेच्या यादीत वारंवार झळकू लागली होती. उदाहरणार्थ, माझ्या सहकाऱ्यांबरोबर कॉफी पित पित मारलेल्या गप्पांमधून विचारांचे, मतांचे केलेले आदानप्रदान किंवा अगदी माझ्या मुलांबरोबर केलेल्या उनाडक्यासुद्धा किती मौलिक होत्या, ते मला कळायला लागले. सुरुवातीला दहा गोष्टींची नोंद करणे जरा जास्त वाटले, तर पाच किंवा फक्त तीन गोष्टी लिहिल्यात तरी चालतील. मला खात्री आहे, अशा नोंदी तुम्ही सातत्याने करत राहिलात, तर मॅगपायप्रमाणे तुम्हालाही तुमच्या दिनक्रमात तेजोमय क्षण पटापट सापडतील.

('मॅगपाय' हा कावळ्याच्या जातीचा पक्षी आहे. प्राणिजगतात हा पक्षी बुद्धिमान समजला जातो. सस्तन नसलेल्या प्राण्यांत हा एकटाच असा जीव असा आहे, जो आरशात दिसणारे स्वत:चे प्रतिबिंब ओळखू शकतो.)

उद्दिष्ट : आता दिवस संपला आहे. आपण आपल्या मनावर आणि शरीरावर कब्जा करून बसलेल्या सर्व नकारात्मक भावनांना निरोप दिला आहे आणि कृतज्ञतेच्या उबदार आनंदाने आता त्याची जागा घेतली आहे. आता आपल्याला रात्रीसाठी आणि पाठोपाठ येणाऱ्या दिवसासाठी उद्दिष्ट ठरवायचे आहे. ते अगदी साधे उद्दिष्ट असू शकते - 'मी आता शांतपणे मस्त झोपणार आहे आणि सकाळी ताजीतवानी होऊन जागी होणार आहे.' मला माहितेय, तुम्ही हे वाक्य म्हणायचा अवकाश, तुमचा रेडियो हताश कोकलणार आहे, 'सगळा मूर्खपणा आहे. उद्याचा दिवस बेक्कार असणार आहे.' या आवाजाकडे सहानुभूतीने पहा, हसा; पण त्यात गुंतून पडू नका. स्वत:ला खात्रीपूर्वक दिलासा द्या, 'उद्याचा माझा दिवस मस्तच असणार आहे.'

सुरुवातीला हे सगळे फार कृत्रिम वाटेल, पण या साध्याशा विचार करण्याने किती उत्साह येतो, उत्तेजन मिळते हे पाहून तुम्हाला आश्चर्य वाटेल. या सकारात्मक विचारांमुळे प्रतिक्रियाशीलतेच्या साचलेल्या डबक्यात रुतत जाण्याऐवजी नवीन संधींचा विचार करण्याकडे आपला कल वाढतो. अंधारात चमकलेल्या एखाद्या ठिणगीप्रमाणे आपले आयुष्य उजळून निघण्याची आशा निर्माण होते.

***

राधाच्या कुटुंबाने दुसऱ्या शहरात जाण्याचे ठरविल्याने मला राधावर फारच थोडा काळ उपचार करता आले. सहा महिन्यांनंतर मला तिचा ई-मेल आला. तिने नोकरी सोडली होती. ती आता ध्यानधारणा, योगा, तायची वगैरे प्रकारांतून स्त्रियांसाठी मानसोपचारात्मक वर्ग चालवत होती. तिने तिच्या ई-मेलमध्ये लिहिले होते, 'आपण आपल्या शरीरात प्रचंड दुःख सांभाळत असतो, पण त्याच्या कारणांची आपल्याला जराही जाणीव नसते. या मनोवृत्तीत बदल होण्याची नितांत गरज आहे.'

प्रकाशझोत

'फक्त आजचा दिवस' ही आयुष्य जगण्याची पद्धत आपण कशी अंगवळणी पाडू शकतो, याचा आता आपण आढावा घेऊ.

SAVOUR

स्टिलनेस-स्थिरता, अलाइन- योग्य आखणी करा, व्हिजुअलाइज- कल्पनेतून चित्र पहा, ओन युअर डे-तुमचा दिवस तुमच्या मर्जीनुसार व्यतीत करा, उबुन्टू- एकात्मता आणि रिव्ह्यू- आढावा

- **स्टिलनेस-स्थिरता:** दिवसाची सुरुवात, पाचच मिनिटे का होईना पण स्वत:साठी वेळ काढून करा. शांतपणे बसा आणि तुमच्या श्वासोच्छ्वासावर लक्ष केंद्रित करा. यासाठी तुम्ही 'हेडस्पेस' किंवा 'काम(Calm)' यांसारखी ॲप्स वापरू शकता.
- **अलाइन** - योग्य आखणी करा: तुमच्या प्राधान्यक्रमानुसार ज्या गोष्टी पूर्ण व्हायला हव्यात, त्याप्रमाणे दिवसभरातील कामांची आखणी करा.
- **व्हिजुअलाइज**- कल्पनेतून चित्र पहा: डोळे बंद करा आणि तुम्ही दिवसभरात कशा असाल, त्याची कल्पना करा. तुम्ही स्वत:ला नायिका समजून आख्ख्या दिवसभराचा चित्रपट मनातल्या मनात तयार करा.

त्यातील प्रत्येक गोष्ट अत्यंत बारकाईने चित्रित करा. चित्रपटातून रंग, रस, चव, गंध, स्पर्श आणि थरार या सगळ्यांची अनुभूती मिळायला हवी. तुमची देहबोली, तुमच्या आवाजाचा पोत आणि सर्वांत महत्त्वाची गोष्ट म्हणजे तुमच्या भावनांचा विचार करा. तुमच्या मनश्चक्षूंसमोर इतरांना तुम्ही कसे दिसाल, तुमचा इतरांवर कसा परिणाम होईल, याची प्रतिमा उभी करा. त्यांच्या मनात तुमची काय प्रतिमा तयार होईल आणि त्यामुळे त्यांना कोणती प्रेरणा मिळेल, याचा विचार करा.

- **ओन युअर डे**-तुमचा दिवस तुमच्या मर्जीनुसार व्यतीत करा: तुमच्या दिवसावर कोणत्याही नकारात्मक भावनांचे प्रभुत्व नसावे. त्यासाठी 'एबीसी' मंत्राचे पठण जरूर करा. रेडियो प्रतिक्रिया सुरू होऊ नये म्हणून जागरूक रहा, श्वास पूर्णपणे सोडा आणि पुन्हा खोल श्वास घ्या. 'रेडियो प्रतिक्रियाशील मेंदू' हा चॅनल बदलून त्या जागी 'रेडियो विचारी मेंदू' हे स्टेशन लावा. त्याच्या पाठोपाठ आनंदाचे पथ्यपाणी, (डी-डू अ जॉय डाएट) आणि योग्य खाणेपिणे, चलनवलन आणि झोप (ई-एनर्जाइज) या उत्साहाच्या स्त्रोतांचा डोसही घ्या. मनात शंका आली, तर स्वत:लाच विचारा, 'यामुळे काय होणार आहे? नुकसान की फायदा?' तुमचा दिवस तुम्हाला हवा तसाच जायला हवा असेल, तर तुम्हाला काय करायला हवे, याचे उत्तर या प्रश्नातून मिळेल. तुम्ही तुमच्या खेळकरपणाचे अस्त्र वापरून त्या अडचणीला व्यंगचित्राचे स्वरूप देऊन त्याची खिल्ली उडवू शकता. तुम्हाला खरोखरच काही आगळेवेगळे करायची इच्छा होत असेल, तर तुम्ही स्वत:ला त्रिशासारखी 'विलक्षण स्त्री'ही समजू शकता.
- **उबुन्टू:** दुसरा कोणताच उपाय 'रोज दुसऱ्यासाठी काहीतरी करण्याइतका' प्रभावी असूच शकत नाही. यामुळे जगातील सगळ्या माणुसकीचा आपणही लहानसा भाग आहोत, ही सुखद भावना आपल्याला सगळ्यांशी जोडले गेल्याची तीव्र जाणीव करून देते.
- **आढावा:** दिवसाचा शेवट करताना आपल्यातील नकारात्मक विचारांच्या गाठी सोडवा आणि त्या विचारांचे विसर्जन करून टाका. त्यामुळे कृतज्ञतेच्या उदात्त भावनेला तुमच्या मनात अंमळ जास्तच जागा मिळू शकेल. नकारात्मक विचारांच्या कचाट्यातून सुटल्यामुळे 'उद्या काय करायचे आहे?' या प्रश्नाचा सकारात्मक विचार करण्यासाठी आशेच्या उजेडाची तिरीप मनात शिरू शकेल.

आपल्यापैकी काही जण 'SAVOUR'मधील काही उपाय आधीपासून अमलात आणत असतील. अजून ज्यांना हे उपाय करून बघावेसे वाटत नसतील, त्यांना मी आठवडाभर रोज अर्धा तास यासाठी द्यावा, अशी विनंती करीन. प्रत्येक उपायासाठी रोज पाच मिनिटे द्यावीत - स्थिरता, योग्य आखणी करा, कल्पनेतून चित्र पहा, तुमचा दिवस तुमच्या मर्जीनुसार व्यतीत करा, उबुन्टू आणि आढावा. संपूर्ण दिवसातील फक्त तीस मिनिटे. एका आठवड्यानंतर आढावा घ्या आणि तुमच्या आयुष्यात अगदी लहानसा फरक जाणवायला लागला असला, तरी मला ई-मेल करून कळवा. संवादोपचारातील हे जे उपाय मी तयार केले आहेत, ते अनेक लोकांबरोबर केलेल्या कामाच्या अनुभवांमधून साकार झाले आहेत आणि सगळ्यांनी हे उपाय परिणामकारक ठरत असल्याचे आवर्जून सांगितले आहे. या उपायांनी माझ्या आयुष्यात परिवर्तन झाले आहे म्हणूनच तुमचे अनुभवही ऐकायला मला खचितच आवडेल.

सहावा पथदर्शक

समूहवृद्धी

डिप्रेशन आणि त्याच्या दुष्ट साथीदारांमुळे आपल्या आयुष्याला जणू कीड लागते. आपल्या आयुष्याशी संबंधित असलेली माणसे तुटू लागतात आणि आपले विश्वच आक्रसून जाते, कोसळून पडते. 'हॅरी पॉटर'मधील डिमेंटरप्रमाणे आपल्या आत्म्यातील आनंद ते शोषून घेतात आणि आपल्याला दुःखात बंदिवान करून जगापासून तोडतात.

डिप्रेशनने माझ्या आयुष्याचा ताबा घेतला होता, त्या काळात लोकांसमोर बोलायची, त्यांच्याशी साधे संभाषणही करण्याची माझी ताकदच हरवली आहे, असे वाटायचे. जणू काही एखाद्या मळकट धुक्याच्या गारव्यात मी वेढली गेले होते. माझ्या भोवतालच्या लोकांपासून तुटले होते. आजूबाजूचे सगळे जग पुढे निघून जात होते आणि मी मात्र एका जागी खिळून पडले होते. त्या काळात माझ्या भावाच्या लग्नासाठी अमित आणि मी भारतात आलो होतो. (त्या वेळी आम्ही इंग्लंडमध्ये राहत होतो, याचा मी आधी उल्लेख केला आहे). माझ्या एकुलत्या एक भावाचे लग्न. माझे त्याच्यावर जिवापाड प्रेम होते. पण माझ्या मनात फक्त भीती आणि काहीतरी वाईट घडण्याच्या आशंकेचे सावट होते. माझे माहेर आनंदाने आणि मौजमजेने ओसंडून वाहत होते. मी मात्र भीतीचे काळेकुट्ट ओझे घेऊन परतले होते. बिछान्यात घुसून, पांघरुणात डोके खुपसून कुणाचेही तोंड न बघता मला एकांतात राहावेसे वाटत होते. पण मी बळेबळेच हसत होते, बोलत होते आणि हे सगळे करणारी मी 'मी' नव्हतेच. आजूबाजूला माझ्यावर प्रचंड प्रेम करणारे असंख्य लोक होते, पण मला जगापासून तुटल्यासारखे वाटत होते. इतक्या लोकांच्या गराड्यात असूनही त्या एकटेपणाच्या दुःखाने वेढली गेले होते.

लग्नसोहळा संपल्यावर एक दिवस मी माझ्या आईसमोर मन मोकळे करायचा प्रयत्न केला. मी तिचा जरा अंदाज घेतच मला डिप्रेशन आल्याचे तिच्या कानावर

घातले. माझ्या मनाचा दुबळेपणा उघड उघड सांगताना आणि तोही विशेषत: माझ्या आईसमोर सांगताना मला जड जात होते. मला अजूनही आठवतंय, हे ऐकून ती प्रचंड गोंधळून गेली होती. ते तिच्या चेहऱ्यावरूनच स्पष्टपणे ते कळून येत होते. जणू काही तिला न कळणाऱ्या भाषेत मी बोलत होते आणि त्याचा अर्थ लावण्याचा प्रयत्न ती करत होती. तिने माझ्याकडे काही वेळ टक लावून पाहिले आणि मग मानच फिरवली. तिला काही तरी म्हणायचे होते, पण ती थांबली. तिला जणू शब्दच सापडत नव्हते. मला कॅन्सर झालाय असे जरी मी तिला सांगितले असते, तरी तिला माझ्यावरच्या संकटाची कल्पना करता आली असती आणि तिने काही तरी प्रतिक्रिया दिली असती. पण डिप्रेशन म्हटल्यावर तिला काही हिशोबच मांडता येत नव्हता. शेवटी मीच विषय बदलला आणि मला जाणवले, की त्यामुळे तिला हायसे वाटले होते. मग आम्ही लग्न, ते किती छान झाले अशा विषयांवर बोलायला सुरुवात केली.

पण आईच्या या प्रतिक्रियेमुळे मला काय वाटले? मी रागावले होते, का दुखावली गेले होते? दोन्हीही नाही. कारण तिचा माझ्यावर फार जीव होता आणि दुसरे कारण म्हणजे तिची पार्श्वभूमीही मला माहीत होती. तिच्या लाडक्या मुलीला ती नेहमीच आनंदी आणि धडाडीची समजत असे आणि तिने हे असे डिप्रेशनबद्दल बोलावे? (आपल्यापैकी कितीतरी जणींना ही दोन भयंकर विशेषणे लावली गेली असतील.) आमच्या घराण्यात भावनाप्रधान होऊन हे असे काहीतरीच बोलण्याची पद्धत नव्हती. अर्थात ही वीस वर्षांपूर्वीची गोष्ट आहे. त्या वेळी एकंदरच डिप्रेशनबद्दल अशी खुलेपणाने चर्चा होत नसे - विशेषत: आम्ही राहत होतो, त्या डोंगररांगांमध्ये वसलेल्या, माझ्या लहानशा शहरात तरी नाहीच नाही!

कुटुंबामध्ये ज्या विषयांवर बोलणे होत असते, चर्चा होत असतात, त्यात गेल्या वीस वर्षांमध्ये फारसा फरक पडला आहे, असे मला वाटत नाही. आपल्याला ज्या भावनिक संघर्षाला तोंड द्यावे लागते, त्याबद्दलची जाण वाढली असली तरी आपण ज्यांच्या जवळचे आहोत, त्यांच्याशीही या बाबतीत कसे बोलावे हे कळत नाही. त्याहीपेक्षा महत्त्वाची गोष्ट म्हणजे या बाबतीत सल्ला कसा देता येईल आणि कसा मागता येईल, या दोन्ही बाबतींत अजूनही संभ्रमच आहे.

या बाबतीत टोकाचे मतभेद असल्याचे माझ्या लक्षात आले आहे. एका टोकाला डिप्रेशनग्रस्त लोक असतात. ते आपल्या मनात सतत चालू असलेल्या झगड्याला तोंड देताना, ही आपली अवस्था लोकांपासून लपवून ठेवण्यासाठी शिष्टपणे किंवा गोंधळात टाकणारे वर्तन करीत असतात. 'हे लोक डिप्रेशनग्रस्त होऊच कसे शकतात?' असा प्रश्न

विचारून त्यांचे डिप्रेशनग्रस्त असणेच नाकारत असणारे इतर सगळे दुसऱ्या टोकाला असतात. - बिल बार्नट - टेडएक्स टॉक - द मॉथ रेडियो अवर स्टोरीटेलर

आपण लोकांपासून अंतर राखून वागायला लागलो आणि मग लोकही आपल्याला जवळ करेनासे झाले तर ही मतभेदांची दरी फार भयानक होऊ शकते. सुरुवातीला लोक प्रयत्न करून बघतात; पण एकमेकांशी खुलेपणाने वागण्यासाठी दोन्ही बाजूंनी जे प्रयत्न व्हावे लागतात, ते कमी पडतात. डोक्यात विचारांचे महायुद्ध सुरू असताना तो आवाज बंद करणे शक्य होत नाही आणि साधे संभाषण करणेही अशक्य होऊन बसते. आपण आपल्या डिप्रेशनबद्दल कुणाशी बोलण्याचा प्रयत्न केला तरी त्यातील बारकावे ऐकणाऱ्याला समजतील, याचीही खात्री नसते. त्यांची प्रतिक्रिया 'आपल्याला काय करायचंय?' अशी झाली, तर ही दरी आणखीच रुंदावते.

वस्तुस्थिती अशी आहे, की आपण एकटे पडलो की डिप्रेशनमधून बरे होण्याची शक्यताच उरत नाही. आपले अंत:करण दु:खाने जड होते आणि मन नकारात्मक विचारांच्या भोवऱ्यात सापडते. आपण आपल्या अंत:करणावरचा भार हलका केला आणि प्रेमाच्या उबेचा स्वीकार केला, आपल्या मनातील कोलाहल थांबविला आणि वास्तव जगात प्रवेश केला, तरच आपल्या डिप्रेशनवर उतारा सापडतो. मानवाची जडणघडण याच प्रकारे झालेली असते - त्यांना परस्परसंबंध हवे असतात, आपला स्वीकार व्हावा असे वाटत असते, कुणीतरी आपले म्हणावे अशी इच्छा असते. हे सर्वत्र आढळते - मग ते आपले कुटुंब असो शाळा, कॉलेज, कामाची जागा असो किंवा मित्रमैत्रिणी, शेजारपाजार, क्लब, फुटबॉलचा संघ, क्रिकेटचा संघ, चर्च असो. आपण कोणत्यातरी गटाचे, टोळीचे किंवा समाजाचे सदस्य असावे, असे आपल्याला वाटत असते. आपण आपल्या दु:खामुळे समाजाकडे पाठ फिरवली तर समाजाशी पुन्हा जुळवून घेतल्याखेरीज आपल्या दु:खावर उपाय होऊ शकत नाही.

या पथदर्शकात आपण ही दरी नाहिशी करून आणि परस्परसंबंध सुधारून आपल्या परिघातील 'आपल्या माणसांची' मोजदाद वाढविण्यासंबंधी विचार करणार आहोत. म्हणून या पथदर्शकात मी तीन बाबींवर लक्ष केंद्रित करणार आहे -

१: पुढाकार घेऊन तुम्हाला समविचारी लोकांचा गट कसा तयार करता येईल,

२: मनोविकारांशी झगडणाऱ्यांचे कुटुंबीय आणि मित्र यांची त्यांना कशी मदत होऊ शकते,

३: मानसरोगतज्ज्ञ, मानसोपचारतज्ज्ञ, मानसिक आरोग्यतज्ज्ञ यांनी एकत्र येऊन अशा लोकांसाठी भावनिकदृष्ट्या सुरक्षित संस्था आणि व्यासपीठ यांची निर्मिती कशी करता येईल.

समीराचे वडील वारले, तेव्हा ती अमेरिकेत दुसऱ्या वर्षात शिकत होती. ते वारले, तेव्हा ते दिल्लीत होते. ते पंचावन्न वर्षांचे होते आणि हृदयविकाराच्या वेदनारहित झटक्याने झोपेतच त्यांचा मृत्यू झाला होता. समीराच्या आईने तिला ही बातमी बेताबेताने दिली आणि तिच्या मायदेशी परत येण्याची व्यवस्थाही ताबडतोब केली. समीरा शाळेत असतानाच तिच्या आईवडिलांचा घटस्फोट झाला होता. तिच्या आईने पुन्हा लग्न केले होते आणि त्या नवऱ्याच्या आधीच्या लग्नातील दोन मुलगेही त्यांच्याबरोबर राहत होते. (ते दोघेही लहान - अजून शाळेत जाणारे होते).

भारतात परतल्यावर समीराने स्वत:ला आपल्या खोलीत कोंडून घेतले. वडिलांच्या मरणाच्या दु:खाचे ओझे तिला सहन होत नव्हते. तिची आई तिला मानसोपचार तज्ज्ञाकडे घेऊन गेली, पण एकदोन भेटींनंतर समीराने तो नाद सोडून दिला. ती दिवसभर तिच्या खोलीत बसून असे. तिच्या लॅपटॉपवर उगीचच सिनेमे पाहत बसे आणि कुणालाही भेटणे नाकारत असे. एक दिवस तिने अमेरिकेला परत जाऊन शिक्षण पुरे करण्याचा विचार नसल्याचे तिच्या आईला सांगून टाकले. तिच्या आईने तिला एका सहामाहीची सुट्टी मिळण्यासाठी परवानगी मिळावी म्हणून तिच्या कॉलेजला पत्र पाठविण्यास कसेबसे राजी केले. सहा महिन्यांनंतर तिच्या आईने तिच्यापुढे दोनच पर्याय ठेवले - तिने अमेरिकेला परत जाऊन शिक्षण पूर्ण करावे किंवा मानसोपचार तज्ज्ञांकडे जाऊन उपचार घ्यावेत.

आमच्या पहिल्या भेटीसाठी समीरा मोठ्या नाइलाजानेच आलेली दिसत होती. माझ्या कोणत्याही प्रश्नाला तिचे उत्तर एखाद्या शब्दाचेच असायचे. अनेक वेळा तेही न देता ती नुसतीच कुठेतरी टक लावून पाहत बसायची. मी तिच्या आईला, एकटीलाच आधी भेटले होते. त्यामुळे समीराबद्दल मला थोडीफार माहिती होती. हे उपचार घेण्याची कल्पना कुणाची, असा प्रश्न मी समीराला विचारला. याचे उत्तर मात्र तिच्याकडे ताबडतोब तयार होते: 'माझ्या आईच्या डोक्यातून निघालं हे. माझं सगळं व्यवस्थित चाललं आहे. हे उपचार म्हणजे थोतांड आहे, पण तिनं जबरदस्ती केली आहे म्हणून मी आले आहे.'

हे त्या दिवशी मिळालेले सर्वांत मोठे उत्तर. पण त्याचमुळे मला तिच्या बाबतीत आशेला जागा आहे, असे वाटले. शिवाय अनेक वेळा माझ्याकडे आलेली तरुण मुले, मला पहिल्याच भेटीत 'मानसोपचार म्हणजे उगीचच वेळ वाया घालवायचा', 'हे उपचार जीव खातात', 'हे सगळे भंकस आहे' असे ऐकवत

असतात. मग मीही त्यांना सहमती दर्शवते आणि माझ्यावर अशी वेळ आली असती तर मीही हेच म्हणाले असते, असेही कबूल करते.(खरोखर म्हणाले असते.) पण त्याच वेळी असेही सांगते, 'पण आता आलाच आहात तर बघू या, ह्या वेळाचा आपण काही उपयोग करू शकतो का.'

या सगळ्याचा उपयोग होतो असे दिसते, कारण माझ्या मते तरुण मुलांना व्यक्त होता येईल, त्यांचे म्हणणे ऐकून घेतले जाईल आणि त्यांच्या भावनांची कदर केली जाईल अशी जागाच मिळणे फार महत्त्वाचे असते. ज्या माणसासमोर व्यक्त व्हायचे, ते माणूसही निखळ असायला हवे; उगाचच टीका करण्याची हौस असणारे नसावे आणि मुलांनी काहीही सांगितले तरी ते धुडकावून लावणारे नसावे.

एकदोन भेटी झाल्यानंतर समीराला माझ्याबद्दल विश्वास वाटायला लागला. माझ्याशी बोलणे सुरक्षित वाटायला लागले. जसजशी मी तिच्याबरोबर बोलत गेले, तसे मला कळले की उच्च माध्यमिक शाळेतील शिक्षणाचा काळ तिला फार त्रासाचा गेला होता. तिच्या आईवडिलांचे पटत नव्हते, पण तिला वाटायचे की आजूबाजूच्या जोडप्यांच्या बाबतीतही हे असेच असणार. ती नववीत होती, तेव्हा तिच्या आईवडिलांनी घटस्फोट घेण्याचा निर्णय घेतला आणि तिचे जगच उद्ध्वस्त झाले.

समीरा तिच्या आईवडिलांची एकुलती एक मुलगी होती. त्यामुळे तिला वाटायचे की ती कोणत्या परिस्थितीला तोंड देते आहे, हे कुणालाच कळणे शक्य नाही. तिचे आईवडिलही मानसिकदृष्ट्या त्रासलेले होते, हे तिला कळत होते. त्यामुळे त्यांच्याबरोबर संवाद साधणे तिला शक्य नव्हते. तिच्या मित्रमैत्रिणी तिला सांभाळून घ्यायच्या, तिला समजून घेण्याचा प्रयत्न करायच्या. पण आईवडिलांच्या घटस्फोटाचा फटका त्यांना बसलेला नव्हता. त्यामुळे समीराला वाटायचे, की तिच्यावर ओढवलेल्या परिस्थितीची त्यांना जाण असणे शक्य नव्हते. उच्च माध्यमिक शिक्षणाच्या काळात ती आई आणि वडिलांकडे आलटूनपालटून राहायला जात असे. तिच्या आईने दुसरे लग्न केले, तेव्हा ती दहावीत होती. तिच्या म्हणण्याप्रमाणे हा तिच्यावर झालेला आघात होता, कारण तिला 'आता आपल्याला आईच नाही' असे अचानक वाटायला लागले होते. समीराच्या आईचे तिच्यावर नितांत प्रेम होतेच, पण आता नवीन नवऱ्यासह नवीन संसार थाटण्यासाठी आणि तिच्या सावत्र मुलांबरोबर जुळवून घेण्यासाठी तिला जास्त वेळ द्यावा लागत होता. आईचे दुसरे लग्न झाल्यावर तिच्या वडिलांचे दारूचे व्यसन आणखीच वाढले आणि ते बेसुमार दारू प्यायला लागले. मुळातच त्यांची व्यसनाधीनता हे त्यांच्या घटस्फोटाचे एक प्रमुख कारण होते.

या सगळ्या परिस्थितीने खचून न जाण्याचा मार्ग म्हणजे प्रत्येक बाबतीत अपूर्व

यश मिळविणे, असे समिराने ठरवून टाकले. तिने खेळाचे मैदान गाजवले. ती अभ्यासात चमकली. शाळेच्या विद्यार्थी सभेची सदस्य म्हणून तिची निवडही झाली. अमेरिकातील अत्यंत नावाजलेल्या कॉलेजमध्ये तिला प्रवेश मिळाला. तिच्याच शब्दात सांगायचे झाले तर, 'मला शक्य तितक्या लवकर घरातून बाहेर पडायचे होते आणि नवीन आयुष्याला सुरुवात करायची होती.'

तिची अमेरिकेतील कॉलेजची पहिली सहामाही मस्त गेली, इतकी की डिसेंबरच्या सुट्टीसाठी ती भारतात घरी परतली नाही. तिच्या वडिलांना या गोष्टीचे फार वाईट वाटले. तिने सुट्टीसाठी परत यावे म्हणून तिचे मन वळवायचाही त्यांनी प्रयत्न केला. ती भारतात येत नसेल, तर त्यांनी अमेरिकेत जाऊन तिला भेटायची तयारी दर्शविली. पण तो प्रयत्नही तिने हाणून पाडला, 'आमचं चांगलंच भांडण झालं. मी खरोखरच त्यांच्याशी वाईट वागले. मी तुमच्या घराशी असलेले संबंध तोडून टाकले आहेत, असं त्यांना बजावलं.'

नंतरच्या काही महिन्यांत त्यांचे भांडण मिटले आणि उन्हाळ्याच्या सुट्टीत तिने भारतात येण्याचे कबूल केले. पण उन्हाळ्याची सुट्टी सुरू व्हायच्या आधीच तिच्या वडिलांचे निधन झाले.

त्या शेवटच्या भांडणानंतर तिला तिच्या वडिलांना कधीच भेटता आले नाही, याची बोच सुरुवातीला फार मोठ्या प्रमाणात तिला त्रास देत असे. हे तिने माझ्यासमोर बोलून दाखविले. तिला माहीत होते, की ते फार एकाकी होते. त्यांच्या दारूच्या व्यसनाशी ते एकटेच झगडत होते. पण समीराचा त्यांना प्रचंड अभिमान होता. त्यांचे तिच्यावर निस्सिम प्रेम होते. तिचा आत्मकेंद्रित स्वभाव आणि वडिलांविषयी दाखवलेल्या निष्ठुरपणामुळेच तिचे वडील गेले, अशा भावनेने तिचे मन तिला खात होते.

कालांतराने समीराची ही तडफड कमी झाली आणि ती स्वत:कडे जरा समजुतीने पाहू लागली. त्यामुळे स्वत:च्या भावना अलिप्तपणे स्वीकारून त्यावरून तिचे स्वत:ला दोष देणे कमी होऊ लागले. तिच्या वडिलांच्या समस्या तिला कळायला लागल्या. त्या समस्या आणि तिचे वडील ह्या दोन वेगळ्या बाबी आहेत, याची जाणीवही व्हायला लागली. 'त्यांची जीवनेच्छा आणि त्यांची संगीतावरची श्रद्धा' ह्या दोन गोष्टी तिच्या जन्मभराची ठेव आहेत, असेही ती एकदा म्हणाली. तिचे वडील संगीतकार होते. त्यांच्या चाहत्यांना ते अनेक प्रकारे प्रोत्साहन देत असत. अजूनही त्यांचे चाहते तिला पत्रे लिहून त्याबद्दल दाद देत असतात.

अशाच एका भेटीत मी तिला विचारले, 'माणूस म्हणून तुझ्या वडिलांना तू कशी वाटत होती? आणि त्यामुळे तुझ्या व्यक्तिमत्त्वावर काय परिणाम झाला होता?' तिच्या वडिलांच्या मते ती दयाळू, लाघवी आणि विलक्षण सर्जनशील

मुलगी होती. (ती 'रचनाशास्त्राचे' शिक्षण घेत होती). ते तिला नेहमी जाणीव करून द्यायचे की तिच्यात एक स्वतंत्र प्रतिभा होती, त्यामुळे तिला कोणत्याही 'कळपातले कोकरू' होण्याची गरज नव्हती. समीरा म्हणाली की, त्यांच्या नात्यांत कितीही ताणतणाव असले तरी त्यांना तिच्या 'काय वाट्टेल ते झाले तरी' या ठाम वृत्तीविषयी पूर्ण खात्री होती. या वृत्तीमुळेच ती इतकी वर्षे तग धरून होती. एक मजेची गोष्ट तिने मला सांगितली. ती खूप लहान असल्यापासून तिचे वडील त्यांनी रचलेल्या सर्व गाण्यांच्या चाली पहिल्यांदा तिला म्हणून दाखवत असत. त्या गाण्यांवरची तिची मते, ती खूप लहान असूनही त्यांना महत्त्वाची वाटत. ते तिला म्हणत, 'तू माझी प्रतिभा आहेस, प्रेरणा आहेस आणि माझ्या आयुष्यातील सर्वांत सुंदर रचना आहेस.'

'आज ते असते, तर त्यांना तुझ्याबद्दल काय वाटले असते?' मी तिला विचारले. तिला रडूच कोसळले. ती म्हणाली, 'ते अजूनही असेच म्हणाले असते की त्यांना माझी खात्री आहे आणि कोणत्याही परिस्थितीवर मात करण्याची माझ्यात धमक आहे.' आमच्यात झालेल्या या विचारांच्या देवाणघेवाणीमुळे तिची अपराधाची बोच, स्वत:ला दोष देत राहणे कमी झाले आणि नैराश्यही कमी झाले.

समीराचे तिच्या आईबरोबरचे संबंधही बरे नव्हते. तिच्या आईमुळे ती खूप दुखावली गेली होती आणि त्या वेदनाही तिला सहन होत नसत. एका भेटीत समीरा आणि तिच्या आईला समोरासमोर बसवून एकमेकींची उणीदुणी काढण्यापर्यंत बोलण्यास मी भाग पाडले. मन मोकळे करण्याची ही पद्धत माझे झेन बुद्धिस्ट गुरू तिक नीयात हान यांच्या आश्रमातील वास्तव्यात मी शिकले होते. (याची संपूर्ण माहिती मी पुढे देणार आहे). त्या दोघी समोरासमोर बसल्या होत्या. त्यांनी एकमेकींच्यातील आवडणाऱ्या गोष्टी बोलून दाखविल्या. मग दोघींनीही एकमेकींना दुखावले होते, त्याबद्दल क्षमा मागितली. सरतेशेवटी त्यांनी यापुढे त्यांच्यातील संबंध सुधारावेत म्हणून एकमेकींकडून असलेल्या अपेक्षा ऐकविल्या.

या पद्धतीचा उपचार करून पाहण्याची संधी या दोघींमुळे मला मिळाली, हे माझे भाग्यच होते. त्या रडल्या, त्या हसल्या आणि सर्वांत महत्त्वाचे म्हणजे त्या दोघींच्यात असलेले प्रेम त्या दिवशी त्यांनी उसासून व्यक्त केले. त्या दोघींच्या जिव्हाळ्यावर साचलेले गैरसमजांचे, दडपून ठेवलेल्या भावनांच्या बोचकाऱ्यांचे थर जणू गळून पडले होते. आता त्यांच्याभोवती फक्त त्यांच्यातील निखळ खरेपणाचे आणि निव्वळ प्रेमाचे जाळे विणले गेले होते.

लवकरच समीराने कॉलेजमधले शिक्षण पुन्हा सुरू केले. तिला डिग्री मिळाली. तिने इंटरनेटवर कपड्यांचा व्यवसाय सुरू केला. या व्यवसायासाठी तिने देशभरातील खेड्यापाड्यांत जाऊन तेथील कारागिरांची कलाकुसर जगासमोर आणण्यावर भर

दिला. अशीच एकदा ती मला भेटायला आली, तेव्हा मी तिला सहज विचारले, 'काही वर्षांपूर्वी तू ज्या अवस्थेतून जात होती, तशा परिस्थितीला तोंड देणाऱ्या तरुण मुलांना तू काय सांगशील?' (हा माझा अत्यंत आवडता प्रश्न आहे. या उत्तरातूनच मला माझ्या पेशन्ट्सच्या 'सोन्याच्या कणांचा' विलक्षण खजिना हाती लागतो). तेव्हा ती म्हणाली की, उच्च माध्यमिक शाळेत गेल्यापासूनच तिला एकाकी वाटत होते, इतरांपासून दूर गेल्यासारखे वाटत होते. तिच्या आईवडिलांच्या घटस्फोटानंतर ते त्यांच्या विभक्त आयुष्यात इतके गुंतून गेले होते की तिची काळजी घेण्याइतकीही फुरसत त्यांना मिळत नव्हती. वडिलांचे अमर्याद दारू पिणे, त्यांचा घटस्फोट आणि त्यानंतर तिच्या आईचे दुसरे लग्न यामुळे तिच्या मित्रमंडळीतही याबद्दल कुणाजवळ बोलायची तिला शरम वाटत असे. ती म्हणाली, 'माझ्या मित्रमैत्रिणींना भक्कम घरांचा आणि सन्मान्य कुटुंबांचा आधार होता आणि मी मात्र अधांतरी लोंबकळत होते.'

शालेय शिक्षणातील अर्धवट वयाच्या काळात नवथर मुलांच्या आयुष्यात काय उलथापालथ होत असेल, याची खूप खोल जाणीव समीराला होती. 'त्या काळात तुम्ही दुःखाच्या गर्तेत सापडलात की तुम्ही त्यात अधिकाधिक रुतत जाता. मग जग इतके भयानक वाटायला लागते, की त्या गर्तेत तुम्ही दडून राहायला लागता आणि मग तुम्ही इतके खोल जाता की पुन्हा परतून येणे जवळजवळ अशक्य होऊन बसते.'

समीराच्या म्हणण्याप्रमाणे याच काळात तुम्ही औदासीन्यात गुरफटले जाता. 'शक्य नाही'चे रूपांतर 'मुळीच नाही' मध्ये होते. आणि मग 'तुम्हाला त्या गर्तेतून बाहेर काढण्यासाठी कुणी काहीही करो, तुम्हाला त्याची पर्वा राहत नाही. तुम्ही स्वतःची कीव करण्यात आणि तुमचा बळी गेल्याच्या दुःखात अडकून झुरणीला लागता.' समीराला मित्र होते, पण कुणाशीच तिचे म्हणावे तसे सख्य जुळले नव्हते. तिच्या म्हणण्याप्रमाणे 'मित्रमंडळी होती, पण माझा बळी पडला असल्याची आणि माझ्या आयुष्यानेच माझ्यावर अन्याय केल्याची भावना माझ्या मानगुटीवर बसलेली असे. मला अजूनही तिचे शब्द लख्ख आठवतात, 'जे झाले, त्यात माझा काहीही दोष नव्हता. माझ्या आईवडिलांचा घटस्फोट, माझ्या आईचे दुसरे लग्न, माझ्या वडिलांचा मृत्यू आणि मग हे डिप्रेशन. पण सरतेशेवटी यातून बाहेर पडण्यासाठी मलाच प्रयत्न करणे भाग होते. हे माझ्या लक्षात आले, म्हणूनच यावर मात करणे मला शक्य झाले. कुणीतरी येईल आणि माझी या परिस्थितीतून सुटका करेल, याची मी वाट पाहत होते. पण 'हे कुणीतरी म्हणजे मीच' हे माझे मलाच कळले. मी स्वतः ठरवले म्हणूनच हा बदल घडू शकला.'

तिच्या आयुष्यातील 'सगळेच हातातून निसटून गेल्याची भावना, त्याबद्दलचा

लाजिरवाणेपणा आणि एकटेपणा' वाढत गेला आणि तिला डिप्रेशनने घेरून टाकले. तिचे वडील वारले आणि या डिप्रेशनला सामोरे जाण्याची वेळ तिच्यावर आली. डिप्रेशनच्या ओझ्यामुळे कितीतरी वर्षे समीराने तिच्या जवळच्या माणसांकडे पाठ फिरवली होती - विशेषत: अशी माणसे ज्यांचे तिच्यावर अतिशय प्रेम होते.

मानसशास्त्रज्ञ एलिझाबेथ रॉस तिच्या 'दु:ख' या विषयावरील मूलभूत संशोधनाच्या आधारे म्हणते की दु:खाचे पाच टप्पे असतात:

- नाकारणे : दु:खाच्या तडाख्याने ग्लानी येते - 'हे खरे नाही.'
- राग : 'ते माझ्या बाबतीत असे करूच कसे शकतात?'
- सौदा : 'ते मला परत मिळायला हवेत. मी त्यांची मुलगी आहे - आता मी त्यांना हवी तशी वागेन'.
- डिप्रेशन : 'ते वारलेत.' 'ते मला आता भेटणार नाहीत.' 'आता कशातच काही अर्थ नाही.'
- स्वीकार : 'ते या जगातून गेलेत, पण माझ्या हृदयात ते कायमच असतील.'

वाईट वाटणे, ही एका सरळ मार्गाने जाणारी पुढे जात राहणारी भावना नव्हे. त्यातील टप्पे दाखविता येत नाहीत. या वेदनेच्या प्रवासात चार पावले पुढे तर तीन पावले मागे अशी अवस्था होऊ शकते.

वडिलांच्या वियोगाचा स्वीकार करणे समीराला अत्यंत जड गेले, पण हळूहळू तिने ते पचवले. त्याचबरोबर त्यांनी एकत्र घालवलेला रमणीय काळ, त्यांनी तिला दिलेली आयुष्याची समज, तिच्याबद्दलची त्यांची मते, त्यांच्या आयुष्यातील तिचे स्थान या तिच्या वडिलांच्या आठवणींचा खजिना तिच्या मनात कायमचा सामावला गेला. (या प्रक्रियेला संवादोपचारात आम्ही 'स्मरणरंजन' म्हणतो).

मेंदूमधील घडामोडींच्या संदर्भात सांगायचे झाले, तर दु:खाच्या प्राथमिक अवस्थेत आपण आपल्या 'प्रतिक्रियाशील मेंदूच्या' तावडीत सापडतो. (ह्या दु:खाला कारणीभूत असलेल्या अन्यायाशी आपण 'रॅन्ट' करतो) आणि काही काळानंतर दु:खाचा आवेग ओसरतो आणि आपल्या विचारी मेंदूच्या प्रभावाने आपण ते दु:ख स्वीकारू शकतो. दु:खाच्या या आलेखात हा भाग गरजेचाच असतो. 'दु:ख सहन करणे आणि कालांतराने त्या दु:खातून मुक्त होणे' यासाठी लागणारा वेळ मात्र व्यक्तिसापेक्षच असतो. या सगळ्या प्रक्रियेत 'बास, आता पुरे हे रडगाणे', 'त्याला तुझे असे हे कुढत बसणे आवडले असते का?', 'तुझ्या घरातील इतर लोकांसाठी तरी तू आता धीराने वागायला शीक', किंवा अगदी 'काय चाललंय हे, आवरतं घे हे रडणंबिडणं' अशा प्रकारचे बोलणे फार मोठा आघात करणारे ठरू शकते.

समीराच्या आईच्या दुसऱ्या लग्नामुळे समीराच्या आयुष्यात आलेल्या नातलगांकडून

केल्या गेलेल्या ह्या अशा तऱ्हेच्या उपदेशांना समिराला सामोरे जावे लागले होते. पण या अतीव दु:खाच्या काळात तिची आई ठामपणे तिच्या पाठीशी उभी होती. समीराचे तिच्या आईशी असलेले भावबंध नंतरच्या काही वर्षांत खूप दृढ झाले. तिच्या आईच्या कुटुंबाबरोबर ती खूप दिवस राहिली आणि तिच्याच म्हणण्यानुसार, 'हे सगळं मला एका नव्या कुटुंबासारखं वाटतंय.' खूप सौम्य आणि संवेदनशील असलेल्या सावत्र वडिलांना तिने मान द्यायला हवा, हे तिला पटले होते. तिचे दोघे सावत्र भाऊ तर आपल्या या मोठ्या बहिणीवर वेड्यासारखे प्रेम करायला लागले होते.

तर आता आपण मी समीराला विचारलेल्या प्रश्नाकडे परत वळू या. माझ्या प्रश्नाचे उत्तर देताना समीरा म्हणाली, 'आयुष्यातील या अशा अवघड काळाला काहीही झालं तरी 'गाढवाच्या — 'इतकंही महत्त्व देऊ नये. तो काळ आयुष्यातून वजा करून टाकावा.'

समीराने ज्या शब्दात उत्तर दिले, ते शब्द मी वापरणे शक्य नाही (निदान चारचौघांत तरी), पण मी तिच्या विचारांशी पूर्णपणे सहमत आहे.

समीराच्या मते तिने तिच्या आईशी पुन्हा एकदा दुवा साधला, तिच्या वडिलांच्या सुखद स्मृती जागविल्या, सावत्र वडील आणि भावंडांचा स्वीकार केला, नव्या मित्रमैत्रिणींशी संबंध जोडले आणि खेड्यापाड्यांतील कारागिरांशी हातमिळवणी करून जो मोठा लोकसंग्रह केला, त्याचा तिच्या ह्या पुन्हा एकदा चैतन्यमय आयुष्याकडे परतून येण्याच्या प्रक्रियेत फार मोठा हात होता. तिने स्वत:चे जग निर्माण केले होते. ती म्हणाली, 'मी खेड्यात जाते. तिथल्या कारागिरांशी, कलाकारांशी बोलते, त्यांच्या कुटुंबीयात उठते-बसते, तेव्हा मला रसरशीत आयुष्याचा आनंद मिळतो. माझ्याबद्दल, माझ्या कामाबद्दल कुणाला तरी आस्था वाटते आहे; त्यामुळे कुणाच्यातरी आयुष्यात स्थित्यंतर घडून येतंय याचा सुखद अनुभव मिळतो.' आधीच्या पथदर्शकात मी 'उबुन्टू' ही साऊथ आफ्रिकन कल्पना सांगितली होती. समीराला हा जो सुखद अनुभव येतो, त्याला मी 'उबुन्टू'च म्हणेन - 'मी आहे कारण आपण सगळे आहोत'. एक अमूर्त कल्पना जी माणुसकी, एकता, दुसऱ्याचे मन जाणणे, एका मोठ्या अस्तित्वाचा घटक असणे अशा सगळ्या भावनांना एकत्र आणते. आपले माणूसपण हे परस्परांच्या गरजेवर, सामूहिक कार्यकारणावर आणि इतरांच्या भल्यासाठी झटण्यावर ठरत असते, ही वस्तुस्थितीच 'उबुन्टू' या शब्दातून व्यक्त होते.

उत्क्रांतीच्या प्रक्रियेत मानवजातीची जडणघडणच एकत्रितपणे जगण्यास योग्य अशी झालेली आहे. आजकाल सामाजिक संपर्काच्या माध्यमातून आपण हा एकत्रितपणा टिकविण्याचा प्रयत्न करतो. मला ही संपर्क माध्यमे आवडत नाहीत असे मुळीच

नाही, पण त्यामुळे 'उबुन्टू'चा हेतू साध्य होतो, असे मात्र मला वाटत नाही. उलट या संपर्क माध्यमांमुळे वस्तुतः आपण एकमेकांपासून दूरच जात असतो. संपर्क साधने आता संपर्कासाठी वापरली जात नाहीत, ती तुलनात्मक देवाणघेवाणीसाठी हाताळली जातात. मजेमजेत समीरा म्हणाली होती, 'फेसबुकवर आपण किती आनंदात आहोत असे चित्र रंगवायचे असते, ट्विटरवर आपला चलाखपणा जगजाहीर करायचा असतो आणि इन्स्टाग्रामवर आपले चिकणे फोटो टाकायचे असतात.'

आजकालची तरुण मुले ज्याला 'फोमो - **फियर ऑफ मिसिंग आउट'** - 'इतरांना माहित्येय ते आपल्याला माहीत नसल्याने हसे होण्याची भीती' म्हणतात, त्या भीतीवरच ही संपर्क माध्यमे पोसली जातात. या फोमोमुळे आपण इतरांपेक्षा मागे पडलो आहोत, या दुःखाला आपण बळी पडतो आणि सगळ्यांपासून दुरावतो.

'उबुन्टू' ही संकल्पना समाजाशी एकरूप होण्यापुरती, मिसळून जाण्यापुरती मर्यादित नाही. आपण या समाजाचा एक भाग आहोत, त्यामुळे समाजाच्या माणुसकीवर असलेला आपला हक्क आणि आपली कर्तव्ये या दोन्हीचीही आपल्याला जाणीव असायला हवी. ज्या वेळी समाज आपली काळजी घेतो, आपलेपणा दाखवितो, प्रेमाने दखल घेतो; तेव्हा त्या समाजाकडे पाठ फिरवायची नसते, त्या प्रेमाचा स्वीकार करायचा असतो. त्याहीपेक्षा महत्त्वाचे म्हणजे हाच आपलेपणा, प्रेम आणि काळजी आपण पुढे होऊन समाजातील सदस्यांविषयी करायची असते आणि तीही परतफेडीची अपेक्षा न धरता. आनंद या भावनेच्या संदर्भातील संशोधनात सिद्ध झाले आहे की आनंद, परस्परसंबंधांची जपणूक आणि परोपकार यांचा अन्योन्य संबंध असतो. 'आपण आणि इतर सगळे' यांना वेगवेगळे समजण्यासच **'उबुन्टू'** ही संकल्पना आव्हान देते आणि 'आपण सगळे' या दुहेरी विणीशी ती एकरूप झालेली असते. **'उबुन्टू'**च्या तत्त्वानुसार आपण कधीच एकटे नसतो. आपण समाजाच्या माणुसपणाचा एक भाग असतो. समाजातील काही जणांना समाजाचे मान्यवर घटक म्हणून सहजगत्या मान्यता मिळून जाते, पण काहींना प्रयत्न करून ही मान्यता मिळवावी लागते. समीराच्या म्हणण्याप्रमाणे, 'मी खुल्या मनाने समाजाचे प्रेम आणि ऋण स्वीकारले, तर जग माझ्या पाठीशी कायमच असणार आहे.'

पुनर्बांधणी

माझे आजोबा माधवराव यांची मी खास लाडकी नात होते. माझा भाऊ आणि मी त्यांना 'दादू' म्हणायचो. हिमाचल प्रदेशातील डोंगरी भागात त्यांचा जन्म झाला होता. त्यांचे आईवडील फार लवकर वारले. दादूंच्या भावाला दादूने शेतीच करावी असे वाटायचे, पण दादूंना शिकायचे होते. दादू दहाव्या वर्षी घरातून पळून गेले

आणि अमृतसरला जाऊन पोचले. त्यांना सुरुवातीला अक्षरश: रस्त्यावर राहावे लागले. त्यांची हुशारी आणि धाडस पाहून तेथील एका घरी त्यांना आश्रय मिळाला. ते दिवसा काम आणि रात्री अभ्यास करत असत. त्यांनी स्वातंत्र्यलढ्यातही भाग घेतला. त्या काळात त्यांना त्यावेळच्या अग्रगण्य नेत्यांबरोबर वावरण्याची संधी मिळाली. नंतर ते घरी परतले. भावाची माफी मागून त्याच्याशी सलोखा केला. गावातील राजा दुर्गासिंग यांनी त्यांची राजवैद्य (आयुर्वेदातील डॉक्टर) म्हणून नेमणूक केली.

दादू अत्यंत गोष्टीवेल्हाळ होते. रोज रात्री ते आम्हाला त्यांच्या बालपणाच्या गोष्टी सांगत. अमृतसर आणि लाहोरच्या रस्त्यांवर काढलेल्या दिवसांविषयी सांगत. त्यांच्या या गोष्टी इतक्या चटकदार आणि थरारक असत, की आम्ही अक्षरश: झपाटून जायचो. *दादू* आम्हाला महापुरुषच वाटायचे. त्यांच्यासारखे प्रतिष्ठित, शूर आणि धाडसी या जगात कुणीच नाही, याची आम्हाला खात्रीच होती. *दादू* थोडेसे विक्षिप्त होते. मी पंधरा-सोळा वर्षांची होते, तेव्हा कधी कधी त्यांच्या तऱ्हेवाईक वागण्याने मला ओशाळल्यासारखे होत असे. पण तरीही आता कुणी विचारले की तुझ्या वाढत्या वयात तुझ्यावर सर्वांत जास्त प्रभाव कोणाचा पडला होता (माझी खात्री आहे, माझा भाऊही हेच उत्तर देईल), तर तो *दादूंचा* होता. त्यांचे आमच्यावर लखख आणि निरपेक्ष प्रेम होते. आम्हाला पाहून त्यांचा चेहरा नेहमीच उजळत असे. त्यांच्या म्हातारपणीही त्यांच्या तोंडी सतत आम्हा दोघांची नावे असत आणि चेहऱ्यावर हसू असे.

हे सगळे पुराण तुम्हाला सांगायचे एक कारण आहे. संवादोपचार पद्धतीत आम्ही 'पुनर्बांधणी' या नावाची एक अफलातून उपचार पद्धत वापरतो. ती विशद करण्यासाठी माझ्या दादूंविषयी सांगणे मला योग्य वाटते.

'पुनर्बांधणी' म्हणजे आपण ज्या लोकांना मानतो, ज्यांची मते आपल्या मतांशी जुळतात; अशा लोकांना एकत्र आणून त्या समविचारी लोकांचा एक समूह तयार करणे. आपले आयुष्य, आपले व्यक्तिमत्त्व आकाराला येण्यासाठी या लोकांचा फार मोठा हातभार लागलेला असतो. त्याचप्रमाणे या लोकांच्या आयुष्यात आपलेही साहाय्य तितकेच मौल्यवान ठरलेले असते. त्यांचे आपल्या आयुष्यातील स्थान बळकट करून आपल्या पुढील आयुष्यातील आपल्या ईप्सिताकडे जाण्यासाठी त्यांचा पाठिंबा सतत मिळावा, यासाठी हा 'पुनर्बांधणी'चा उपक्रम सतत करायचा असतो. आमच्या दादूंनी आमची आयुष्ये घडविण्यात, आमच्या व्यक्तिमत्त्वांना आकार देण्यात फार मोठा वाटा उचलला होता. तसेच आम्हीही त्यांच्या आयुष्यात होतोच. इथे समीराचे उदाहरण मला आठवते. तिच्या वडिलांचे आयुष्य संगीतकार म्हणून घडत होते, तेव्हा तिला त्यांच्या आयुष्यात मानाचे स्थान होते आणि पुढे

तिच्याही आयुष्याला तिच्या वडिलांच्या स्मृती जागविल्यामुळेच वळण लागले. ही परस्परपूरक नाती आपल्याला समृद्ध करतात. आपली समजूत आणि पात्रता यांत भर टाकतात. त्यामुळेच आपल्याला जगण्याची जाण येते.

प्रकाशझोत

पुनर्बांधणी

- तुमच्या आयुष्याला आकार देणारी एक व्यक्ती मनात धरा. ही व्यक्ती जिवंत किंवा मृत असली, सध्या तुमच्या आयुष्यात असली किंवा नसली, तरी चालेल. या व्यक्तीचा तुमच्या आयुष्यावर जबरदस्त पगडा असायला हवा. तुमच्या भावना या व्यक्तीला पुरेपूर माहीत असायला हव्यात. ही व्यक्ती कोणीही असली तरी चालेल - तुमचे नातेवाईक, मित्र, मैत्रीण, शिक्षक - अगदी कुणीही.
- तुमचे आयुष्य घडण्यात या व्यक्तीचा कशा प्रकारचा सहभाग होता, हे लिहून काढा.
- तुमच्या जगण्याच्या पद्धतीवर या व्यक्तीमुळे काय परिणाम झाला?
- ही व्यक्ती तुमच्याबद्दल काय म्हणेल: तुमच्यातील गुण, बलस्थाने, पात्रता, कौशल्ये, प्रतिभा वगैरे वगैरे.
- या व्यक्तीच्या आयुष्यात तुमच्यामुळे मोलाची भर पडली, असे या व्यक्तीला वाटते का? तुमच्यामुळे तिच्या किंवा त्याच्या व्यक्तिमत्त्वावर परिणाम झाला असेल का?

समूहवृद्धी

आपण कुणीही असलो - कुटुंबीय, मित्र, डॉक्टर, मानसोपचारतज्ज्ञ, सल्लागार, जगभरातील मानवांपैकी एक जण असलो तरी - आपल्या बांधवांसाठी, विशेषत: मनाने कमकुवत असलेल्या लोकांसाठी भावनिकदृष्ट्या सुरक्षित जग निर्माण करण्यासाठी काय करायला हवे, या बाबतीत आपली प्रत्येकाची जबाबदारी काय आहे, याचा आपण वारंवार आढावा घ्यायला हवा. मानवजातीच्या भावनिक सुरक्षेला धक्का देणाऱ्या तीन बाबी आहेत - नाकारणे, सब घोडे बारा टक्के हा न्याय लावणे आणि त्यावर शिक्कामोर्तब करणे.

नाकारणे

मानसोपचार तज्ज्ञ म्हणून काम करायला लागल्याच्या सुरुवातीच्या काळातील ही गोष्ट आहे. मला भेटायला आलेली ती तरुणी अत्यंत सुंदर दिसत होती. एका उत्तम कॉलेजात ती शिकत होती आणि अतिशय उज्ज्वल यशही मिळवत होती. तिच्यावर प्रेम करणारे आईवडील आणि तिचा एक जिवलग मित्रही होता. माझ्याकडे उपचारासाठी ती आली होती. तिला डिप्रेशन आल्याचे निदान झाले आणि मी अगदी भाबडेपणाने (मी स्वत:ला भाबडी म्हणून स्वत:वर दया दाखवते आहे.) तिला विचारले, 'तुला कशामुळे डिप्रेशन आलंय? सगळंच तर किती छान आहे तुझं.' माझ्या या प्रश्नानंतर ती तिथून उठलीच आणि पुन्हा कधीच माझ्याकडे आली नाही; पण तिच्या चेहऱ्यावर त्या वेळी जे भाव उमटले होते, ते आठवून आजही मी खचून जाते.

हिंदी सिनेसृष्टीतील प्रसिद्ध तारका दीपिका पदुकोणने तिला डिप्रेशनने ग्रासले असल्याचे जाहीर केले, तेव्हा प्रसिद्धी मिळविण्यासाठी तिने लढवलेली ही शक्कल आहे, असे म्हणून अनेकांनी 'कशाचं एवढं डिप्रेशन आलंय हिला?' अशी तिची हेटाळणी केली. एका नावाजलेल्या मानसशास्त्रविशारदांनी वर्तमानपत्रातून जाहीरपणे टीका केली होती, 'हिला डिप्रेशन आलंय, याचं एखादं तरी लक्षण दिसायला हवं ना? ही तर नॉर्मल दिसत्येय.'

डिप्रेशनच्या बाबतीत ही एक गोष्ट नक्कीच काळजीची असते. डिप्रेशनची लक्षणे सहजासहजी दिसून येणारी नसतात आणि काही लक्षणे लक्षात आलीच तर ती सहज नाकारता येण्याजोगी असतात.

हे सगळे तुझ्याच डोक्यातील विचार आहेत.
ते विचार मनातून काढून टाक आणि स्वत:ला मोकळी कर.
घरात अडकून राहू नकोस, तू बाहेर पडायला हवेस.
सतत तक्रारी सांगत बसू नकोस.
जरा प्रसन्न राहायला शीक, नीटनेटकी राहत जा.
हे काही इतकं गंभीर नाहिये.
तू आणि डिप्रेस्ड - जरासुद्धा वाटत नाहीस.
याबद्दल बोलूही नकोस - बोललीस, तर परिस्थिती आणखी चिघळेल.
स्वत:ची कीव करत राहणं पुरे आता.
तुझ्यापेक्षा वाईट परिस्थिती असते लोकांची - नशीब समज.
असं काय आहे डिप्रेस होण्याजोगं तुझ्याकडे?

कसली नाटकी आहेस गं तू! सतत सगळ्यांचं लक्ष वेधून घ्यायला आवडतं तुला.
तू ठरवलंस, तर चुटकीसरशी बाहेर पडशील यातून.
पण प्रयत्नच करायचा नाहिये तुला.

माझ्याकडे आलेल्या पेशन्ट्सनी त्यांना ऐकायला मिळालेले हे शेरे मला सांगितले आहेत. माझी खात्री आहे, हे असे आणखी काही शेरे तुम्हीही सांगू शकाल. याव्यतिरिक्त आणखी एक सल्ला अनेकदा दिलेला ऐकायला मिळतो, *'योगा कर - मग सगळं कसं सुरळीत होऊन जाईल तुझं.'*

खरोखरच योगोपचार हा सर्वोत्तम उपाय गणला जातो. अत्यंत आश्चर्यकारक परिणाम योगोपचाराने होऊ शकतात. डिप्रेशनग्रस्तांना याचा खूप फायदा होऊ शकतो. पण प्रचंड दुःख, वेदना यांचे निवारण करण्यासाठी एखादा एकांगी उपाय पुरे पडू शकतो, हे विसंगतच आहे.

या सगळ्या विधानांच्या आड काही छुपे अर्थही दडलेले असतात, 'तू आळशी आहेस', *'हे डिप्रेशन म्हणजे तुझ्या कल्पनाशक्तीचे खेळ आहेत', 'बास आता ही नाटकं'*. यात तुमचा न्यायनिवाडा करून टाकलेला असतो. तुम्हाला दोषी ठरवलेले असते आणि तुमच्या दुःखाला, वेदनेला खिजगणतीत धरलेले नसते.

कधी कधी वरीलपैकी काहीही म्हटले जात नाही. सरळसरळ ठपका ठेवला जातो, *'चूक तुझीच आहे.'* हा असा लाजिरवाणा दोषारोप केल्याने डिप्रेशनशी झगडणाऱ्या व्यक्तीचे डिप्रेशन वाढून अधिकच हाल होतात.

सब घोडे बारा टक्के

रझिया तिच्या कामात अत्यंत तरबेज होती. लग्नानंतर तिच्या आयुष्यात अक्षरशः नाटकात शोभेल असे परिवर्तन घडले. तिच्या नोकरीबरोबरच तिच्या नवऱ्याची, सासूसासऱ्यांची आणि घरातील कामांची सगळीच जबाबदारी तिच्यावर पडली. ती अत्यंत कामसू आणि हसतमुख मुलगी होती. पण सगळ्यांना खूश ठेवण्यासाठी सर्वच आघाड्यांवर जीव तोडून लढताना तिच्या प्रकृतीवर परिणाम व्हायला लागला. फारच ओढाताण व्हायला लागल्यावर तिला नवऱ्याकडून मदत मिळेल, असे वाटत होते. पण त्याला तिची धावपळ, दमणूक कळतच नव्हती. त्याने तिला उडवूनच लावले, 'कामाचं जमत नसेल, तर नोकरी सोडून दे'.

रझियाला नोकरी सोडायची नव्हती. ते तिचे आवडीचे काम होते. नवऱ्याची अलिप्तता आणि कोणत्याच बाबतीत तिला आधार न देणे, यामुळे रझिया चांगलीच दुखावली गेली. त्यांच्यात दुरावा निर्माण झाला. तिचे वजन कमी व्हायला लागले. ती रोडावायला लागली. रात्री झोप येईनाशी झाली. तिला प्रचंड ओझ्याखाली

असल्यासारखे वाटायला लागले. तिचा उत्साहच हरवून गेला. सरतेशेवटी या जोडप्याने सायकॅट्रिस्टची मदत घेण्याचे ठरविले. केवळ दहा मिनिटांच्या तपासणीच्या आधारे रझियाला डिप्रेशनग्रस्त ठरविण्यात आले आणि त्यावर उपाय म्हणून औषधे सुरू करण्यात आली.

हे असे चित्र डोळ्यांसमोर आल्यावर तुम्हाला काय वाटतंय?

माझ्या मते आपल्याला न सोडविता येणाऱ्या एखाद्या समस्येसाठी अनेक वेळा डिप्रेशन हा शिक्का वापरणे सोयीचे ठरत असावे. रझियाला डिप्रेशन आलेच नव्हते, असे मला मुळीच म्हणायचे नाही. पण तिच्या बाबतीत जे घडत होते, त्या सगळ्यावर डिप्रेशन या एकाच कारणाचा ठपका ठेवणे मला पटत नव्हते. झटपट रोगनिदान आणि लगेचच त्यावर औषधोपचाराला सुरुवात करून रझियाला सगळ्या समस्यांसाठी दोष देण्यात आला होता आणि त्यातून मार्ग काढून 'बरे होण्याची' जबाबदारीही तिच्यावरच सोपविण्यात आली होती. यात रझियावर अन्याय होतो आहे, असे तुम्हाला नाही वाटत?

शबाना, त्रिशा, शिव, रुक्मिणी, राधा, समीरा आणि रझिया यांच्या त्रासदायक अनुभवांचे विविध स्तर न पारखता त्यांच्यावर डिप्रेशन आल्याचा शिक्का मारून मोकळे होणे खूप सोपे आहे. या ठिकाणी लिंगभेदाचे राजकारणही सक्रिय होताना आढळते. त्यामुळे बायकांचे हाल नजरेआड केले जातात. त्यांचे मदत मिळविण्याचे प्रयत्न फेटाळून लावले जातात आणि त्यांच्यावर *'डिप्रेशनग्रस्त'* असल्याचा शिक्का मारला जातो. अशा व्याधिग्रस्तांच्या कहाण्यांचे बारकावे शोधताना समाजाच्या सांस्कृतिक राजकारणाचेही भान ठेवायला हवे.

रझियाने औषधे घेण्यास नकार दिला आणि वैवाहिक समुपदेशनासाठी नवऱ्याचे मन वळवले. सुदैवाने त्यांना मिळालेला समुपदेशक, दोघांपैकी एकालाच सगळ्या समस्यांसाठी जबाबदार न धरता, जास्त शक्यतांचा विचार करणे योग्य असल्याचे मानणारा होता.

शिक्का मारणे

एखाद्या माणसाची समस्या म्हणजे तो माणूस नव्हे. ती समस्या हीच समस्या असते.

एखाद्याच कारणावरून माणसाची परीक्षा करून तो माणूस कसा आहे, हे ठरवणे अत्यंत हानिकारक असते. आधीच्या पथदर्शकात पाहिले होते, की आपण जी भाषा वापरतो, त्याचा फार मोठा प्रभाव पडतो. आपण बोलताना फार विचार करायला हवा आणि एखाद्याच लक्षणावरून कुणाहीबद्दल ठोकताळा बांधण्याची चूक आपल्याकडून

व्हायला नको. हे खूप अवघड असते, कारण प्रसंगी त्यांच्या वर्तनाने आपलेच *'शेन्पा'* दाबले जाण्याची शक्यता असते. त्यामुळे आपणही रेडियो प्रतिक्रियेच्या प्रक्षेपणाला बळी पडू शकतो. विशेषत: राग, आगाऊपणा, आळस, मोडतोड, चाळवलेल्या झोपेच्या समस्या, टोकाचा ध्यास, जबरदस्ती, आरोग्याच्या तक्रारी, ताठरपणा, अवाजवी भीती आणि इतरही अनाकलनीय वर्तन त्यांच्याकडून होत असेल तर हे होण्याची शक्यता जास्त असते. आपल्या प्रतिक्रियाशील मेंदूपासून सुटका करून घेण्यासाठी आपल्याला 'एबीसी' या उपायाचा अवलंब करता येतो हे आठवतंय ना?

A - **ॲलर्ट:** सावध रहा - तुमचे *'शेन्पा'* दाबले जाऊ नये म्हणून सावध रहा आणि रेडियो प्रतिक्रिया सुरूच होणार नाही, याची काळजी घ्या.

B - **ब्रीद आऊट:** नि:श्वास सोडा - तुमच्या तळव्यावर ठेवलेल्या चिमुकल्या पिसाला उडवून लावण्यासाठी अगदी पोटातून नि:श्वास सोडा आणि पुन्हा श्वास घ्या.

C - **चेंज द चॅनल:** स्टेशन बदला - तुमचे विचार तपासा. हे विचार तुमचा प्रतिक्रियाशील मेंदू करतो आहे की विचारी मेंदू करतो आहे, याची चाचपणी करा. तुमच्या विचारांची दिशा बदला - हे त्याचे डिप्रेशन आहे, अन्यथा तो असे बोलणारच नाही. मग तुम्हाला स्वत:ला पुन्हा तरतरी येण्यासाठी काहीतरी करा - अगदी आळोखेपिळोखे दिलेत तरी चालेल.

एखाद्या डिप्रेशनग्रस्त माणसाचा मित्र किंवा कुटुंबातील सदस्य म्हणून त्या माणसाबद्दल बोलताना आपण काळजी घ्यायला हवी. अनेकदा आपण आपल्याही नकळत त्या माणसाच्या भावना 'नाकारत' असतो, 'सब घोडे बारा टक्के' या न्यायाने त्याचा व्यक्तीगत विचार करणे टाळत असतो आणि त्याच्यावर कमतरतेचा 'शिक्का मारून' त्याच्याशी वागण्याची पद्धत ठरवत असतो. पण याचा उपयोग काहीच होत नाही. पण मग उपयोग कशाचा होतो?

C - **सी** : त्यांच्या संघर्षाचा सहानुभूतिपूर्वक केलेला स्वीकार
O - **ओ** : त्यांच्याविरुद्ध न जाता त्यांची बाजू घेणे
U - **यू** : त्यांचे डिप्रेशन अधिक चांगल्या प्रकारे समजून घेणे
R - **आर्** : त्यांच्या उत्तम गुणांची कदर करणे
A - **ए** : प्रत्येक दिवस पूर्णपणे जगणे
G - **जी** : समूहवृद्धी
E - **ई** : चिरस्थायी विश्वास

या सगळ्याचा संक्षेप 'COURAGE' - करेज- धैर्य असा होतो - या ठिकाणी

आपण सुरुवातीला या संक्षेपाचा जो अर्थ सांगितला होता, त्यात थोडासा बदल केला आहे.

डिप्रेशनग्रस्त माणसाच्या संघर्षाचा सहानुभूतिपूर्वक स्वीकार करा. *'एखाद्या माणसाची समस्या म्हणजे तो माणूस नव्हे. ती समस्या हीच समस्या असते.'* हे सतत लक्षात असू द्या. राग, शरम, बोच, भीती यामुळे आपल्या जिव्हाळ्याच्या माणसाच्या बाबतीतही टोकाच्या अविचारी प्रतिक्रिया दिल्या, तर त्या मनावर घेऊ नका आणि तिला विरोध करू नका. तिच्या दु:खात ती तुम्हाला सामील करून घेते, तेव्हा मनापासून त्यात सहभागी व्हा. ऐकून घेतल्यावर सडेतोड उत्तर द्यायचे असेल, तिचा दृष्टीकोन बदलायचा असेल किंवा तिच्यावर दबाव आणायचा असेल, तर हा संयमाने ऐकण्याचा खटाटोप करूच नका. एक पाऊल पुढे जाऊन मी तर म्हणेन की स्वीकार करायचा झाला, तर काय वाटेल ते झाले तरी अगदी मूलभूत पातळीवरही तो संपूर्ण स्वीकार करायला हवा. सगळे जग तिला सदोष ठरवून दूषणे देत असताना तुम्ही तिला तिच्या गुणदोषांसह आपलेसे केलेत तर तिला तिच्या दु:खावर मलमपट्टी केल्यासारखे सुखद वाटेल. हे सगळे होत असताना तुम्ही तुमच्या भावनांबद्दलही - राग, अपराधाची बोच, शरम, भीती, टोकाचे निर्णय घेणे - जागरूक रहा. स्वत:चाही सहानुभूतीने विचार करा आणि त्या दुसऱ्या व्यक्तीला समजून घेण्याच्या प्रक्रियेत या नकारात्मक भावनांचा तुमच्यावर परिणाम होऊ देऊ नका. खुल्या मनाने तिच्याशी प्रेमाने वागायला शिका. तिचा संघर्ष नीट समजून घ्या (ते करायला तुम्ही हे पुस्तक वाचून शिकताच आहात), डिप्रेशन, चिंतामग्नता, ओसीडी, खाण्यापिण्याच्या वाईट सवयी किंवा कोणतेही वेडेवाकडे वर्तन याबद्दल उपलब्ध असलेले साहित्य वाचून काढा. या कलंकाने आणि शरमेने तिचे आयुष्य डागाळू देऊ नका.

डिप्रेशनमुळे सगळ्यांपासून दूर गेलेल्या लोकांमध्ये आत्महत्येची प्रवृत्ती प्रबळ होताना दिसते. या बाबतीत तुम्ही त्यांना छेडले तर ते आणखीच बिथरतात, असे म्हणण्यात काहीही तथ्य नाही. वास्तविक अशी विचारणा झाली तर त्यांना दिलासा मिळू शकतो, कारण आत्महत्येचा विचारच कमअस्सल आणि हीन असतो. या बाबतीतील मौन सोडून तुम्ही अशा लोकांना थेट विचारू शकता, 'तुम्ही कधी आत्महत्येचा विचार केला होता?' ते नाही म्हणाले, तर त्या उत्तराचा स्वीकार करा. पण ते जर हो म्हणाले, तर मात्र त्या उत्तराचा आस्थापूर्वक विचार करा. 'हे असे ती लक्ष वेधून घेण्यासाठी म्हणते आहे' असे म्हणू नका. याचा गांभीर्याने विचार करा आणि तिला तातडीने मदत मिळण्याची तरतूद करा. ती सतत आत्महत्येचा उल्लेख करत राहील, पण त्यामुळे तिच्या संघर्षाला कमी लेखू नका. तिला भेडसावणाऱ्या त्रासदायक गोष्टींच्या पलीकडे जाऊनही तिचे अस्तित्व आहे, हे विसरू नका. तिच्या

व्यक्तिमत्त्वातील प्रेम, आनंद, हिंमत या भावना; तिची स्वप्ने, तिच्या महत्त्वाकांक्षा तिच्या भविष्यातील अपेक्षा आठवून पहा. रोज उगविणाऱ्या दिवसाचा विचार करा. पूर्वी घडून गेलेल्या चुकांचा पश्चात्ताप करत बसू नका, पुढील भविष्याची चिंता करू नका. आजचा दिवस पार पाडा. सर्वांत महत्त्वाचे म्हणजे तिला कळले पाहिजे की *काही झाले तरी तुम्ही तिच्या पाठीशी आहात.* तुम्ही स्वत: गोंधळलेले असलात, तुम्हालाच काय करावे हे कळत नसले तरी तिच्यासाठी तुम्ही सदैव हजर आहात, ही गोष्ट महत्त्वाची आहे.

तिची आधार देतानाची ही परिस्थिती तुम्हाला नेस्तनाबूत करणारी ठरू शकते म्हणून स्वत:ची काळजी घ्या. तुम्हीही तुमचा दिवस - SAVOUR - सेवर - च्या साहाय्याने 'लज्जतदार' करा. (स्टिलनेस -स्थिरता, अलाइन - योग्य आखणी करा, व्हिजुअलाइज - कल्पनेतून चित्र पहा, ओन युअर डे-तुमचा दिवस तुमच्या मर्जीनुसार व्यतीत करा, उबुन्टू- एकात्मता आणि रिव्ह्यू- आढावा)

तुमच्या समविचारी मित्रांचा गोतावळा वाढता असू द्या. तुम्हालाही त्यांची गरज निर्माण होण्याची शक्यता असते. तुमचे मित्र, तुमचे कुटुंबीय, तुमचे समर्थक हे सगळे तुमच्या पडत्या काळात तुम्हाला आधार देऊ शकतात. सर्वांत महत्त्वाची गोष्ट म्हणजे तुमचा विश्वास डळमळीत होऊ देऊ नका. कारण एक पर्शियन म्हण आहे : 'हेही दिवस जातील'.

प्रकाशझोत

नि:संकोच कबुली द्या

ही साधना मी तिक नीयात हान यांच्या शिबिरात शिकले. या साधनेमुळे मी इतकी प्रभावित झाले, की माझ्या आयुष्यात आणि कामात मी या साधनेला मानाचे स्थान दिले आहे.

कल्पना करा, की तुमच्या आयुष्यातील एका महत्त्वाच्या नातेसंबंधात एकमेकांविषयी प्रचंड आस्था असूनही काहीतरी पेचप्रसंग निर्माण झाला आहे. ही व्यक्ती तुमचा नवरा, बायको, बहीण, भाऊ, मुलगी, मुलगा, मित्र - कुणीही असू शकते. ही तुमच्या जिवाभावाची व्यक्ती तुमच्याच आचारविचारांची, पर्यायाने तुमच्या तथाकथित 'समूहामधील' आहे. हा प्रयोग करून पाहण्यापूर्वी या व्यक्तीला तुम्ही या प्रयोगाची कल्पना देऊन परवानगी मागा.

जिथे कुणाचाही उपद्रव होणार नाही; अशी शांत, एकांतातील जागा

निवडा. तुम्ही दोघेही एकमेकांसमोर बसा. या प्रयोगाचे तीन टप्पे पुढीलप्रमाणे आहेत.

पोचपावती: तुम्हा दोघांची बलस्थाने आणि गुणवत्ता यांनी तुमच्यातील संबंध समृद्ध झालेले असतात. ती बलस्थाने आणि गुणवत्ता यांचा संदर्भ मनात धरून आळीपाळीने तुम्ही दोघेही एकमेकांना का मानता, याविषयी तुमचे मत व्यक्त करा.

क्षमायाचना: तुमच्या कुठल्याशा वागणुकीमुळे तुमच्या समोर बसलेली ती किंवा तो दुखावला गेला असेल आणि तुमच्यातील संबंध ताणले गेले असतील असे तुम्हाला वाटत असेल, तर तुम्ही दोघेही त्यासाठी एकमेकांची क्षमा मागा.

निवेदन: आता तुमच्यातील संबंध सुधारून ते आणखी दृढ व्हावेत यासाठी समोरच्या व्यक्तीने काय करावे असे तुम्हाला वाटते, हे दोघांनीही सांगा.

या संपूर्ण प्रयोगात एकमेकांचे बोलणे आणि ऐकणे विचारपूर्वक असायला हवे. यात संबंधित व्यक्ती केंद्रस्थानी नसून त्यांच्यातील संबंधांना प्राधान्य देण्यात आले आहे. हे संबंध कशाने जोपासले जातात आणि कशाने बिघडू शकतात, याचा विचारपूर्वक ऊहापोह करण्यावर भर दिला आहे. हे संबंध पुन्हा बिघडू नयेत, ते अधिक समृद्धपणे जोपासले जावेत म्हणून उभयपक्षी काय करायला हवे, याचाही विचार मांडणे अपरिहार्य आहे. प्रत्येकात काही ना काही दोष असतोच, हे यात गृहीत धरले आहे. आपण सगळेच कधीतरी चुकत असतो, पण त्याचा आपल्यातील परस्पर संबंधांवर परिणाम होऊ न देता त्या चुका टाळून पुढील वाटचाल करता यावी म्हणून हा सगळा खटाटोप. हा साधा, सोपा पण आशयघन प्रयोग अत्यंत मनापासून आणि पूर्ण विश्वासाने केला, तर अक्षरश: जादू झाल्यासारखी किमया यातून घडून येते.

उपचारकर्ते, सल्लागार आणि इतर मानसिक आरोग्यसाठी झटणारे कार्यकर्ते यांच्यासाठी काढलेली टिपणे

तुम्ही उपचारकर्ते, सल्लागार, मनोविकारतज्ज्ञ, मानसोपचारतज्ज्ञ आहात म्हणून तुमचे पेशन्ट्स तुमचे *'शेन्पा'* दाबू शकत नाहीत आणि तुमचा रेडियो प्रतिक्रिया सुरू होणार नाही, असे गृहीत धरणे बरोबर नाही. हे असे मी कसे म्हणू शकते? कारण

हे माझ्याच बाबतीत घडून गेले आहे. अशा वेळी,

मी निष्कर्ष काढला आहे (ती मनापासून प्रयत्नच करत नाही),
रागराग केला आहे (तो फार आडमुठा आहे),
मी कचरले आहे (मी तिला भेटूच शकत नाही),
मी हात झटकले आहेत (आता मी त्याच्याबरोबर काम करणे अशक्य आहे).

या सगळ्यात कळीचा मुद्दा आहे तो या नकारात्मकतेपासून अलिप्त राहण्याचा, सहानुभूतीने त्यांचा विचार करण्याचा, पण त्याचा स्वत:वर परिणाम होऊ न देण्याचा!

रुमीच्या म्हणण्यानुसार, *'माणूस हा एखाद्या अतितिगृहासारखा आहे. त्याच्यासाठी प्रत्येक दिवस हा नवा पाहुणा असतो.'*

उपचार देणारी एक डॉक्टर म्हणून काही बाबी मी गृहीत धरल्या आहेत. किंवा असे म्हणू या की, डॉक्टर या पदावर असल्याने या बाबी SFBT आणि संवादोपचार पद्धतीतून मी उचलल्या आहेत.

- एखाद्या माणसाची समस्या म्हणजे तो माणूस नव्हे. ती समस्या हीच समस्या असते.
- पेशन्ट्स आणि त्यांचे नातेवाईक ही त्यांच्या आयुष्यातील तज्ज्ञ मंडळी असतात.
- डॉक्टर म्हणून मी माझ्या पेशन्ट्सना 'दुरुस्त' करायचे नसते. मी त्यांच्यासाठी भावनिकदृष्ट्या सुरक्षित वातावरण निर्माण करायचे असते. स्वत:चा मार्ग त्यांनी स्वत:च शोधायचा असतो - त्यांची बलस्थाने, उपाययोजना, कौशल्ये यांचा शोध घ्यायचा असतो. त्यांचा आयुष्यक्रम नव्याने आखायचा असतो आणि त्यांना अभिप्रेत असलेला भविष्यकाळ प्रत्यक्षात आणायचा असतो.
- आपल्यापैकी प्रत्येक जण स्वत:च्या क्षमतांच्या आधारे जास्तीत जास्त उत्तम काम करीत असतो.
- आयुष्य जगण्याचा 'योग्य' आणि 'मान्यताप्राप्त' मार्ग ठरलेला नसतो.
- लहानात लहान बदल केल्यानेही मोठ्यात मोठा परिणाम साधता येतो.
- श्रोताच नसेल, तर गोष्टीला गोष्ट म्हणताच येत नाही.

एक डॉक्टर म्हणून मी माझ्या मनात एका महत्त्वाच्या बाबीची खूणगाठ बांधली आहे. माणसाची एखादी कमतरता त्याची पूर्ण ओळख म्हणून स्वीकारून मी त्याला

कमीपणा देऊ शकत नाही.

ती अत्यंत खादाड आहे.

तो डिप्रेशनने पछाडलेला आहे.

तिचे व्यक्तिमत्त्व दुभंगलेले आहे.

या अशा तऱ्हेने माणसांवर दोषांचे शिक्कामोर्तब करण्याऐवजी त्याच्या समस्या वेगळ्या पद्धतीने मांडायला हव्यात. त्यामुळे अशा माणसांच्या व्यक्तिमत्त्वांचे इतर दिमाखदार पैलू नजरेआड होऊन झाकोळले जात नाहीत.

ती सर्जनशील, नेमस्त, कष्टाळू, खेळकर आहे. हे सगळे असूनही तिला तिच्या खादाडपणाशी झगडावे लागते.

त्याच्यात उत्तम नेतृत्वाचे गुण आहेत. तो खूप विचारी आहे. प्रभावी वक्ता आहे. पण तो डिप्रेशनशी झगडतो आहे.

ती भावनाप्रधान कलाकार आहे. तिचा पक्ष्यांविषयी प्रचंड अभ्यास आहे आणि ती तिच्या दुभंगलेल्या मनाच्या यातनाही सहन करते आहे.

आपण त्यांच्या बाजूने विचार करायला हवा. त्यांना समजून घेणाऱ्यांत आपली गणती व्हायला हवी. आणि त्यांना जाणून घेणारा समूह म्हणजे वेगळे काय असते? आपणच मन मोठे करून त्यांच्याशी धागेदोरे जुळवून घ्यायला हवेत. त्यांना माणूस म्हणून जाणून घ्यायला हवे. त्यांचे मोजमाप त्यांना जडलेल्या व्याधी - डिप्रेशन, चिंताग्रस्तता, ओसीडी, खाण्यापिण्याचे रोग - यावरून केले जाऊ नये. त्यामुळे ते सदोष आहेत म्हणून त्यांच्याविरुद्ध जे गरळ ओकले जाते किंवा 'डिसग्रेसफुल' या श्वापदाला ते ज्या प्रकारे बळी पडतात, त्याला आपण लगाम घालायला हवा; कारण आपल्याला त्यांची बलस्थाने, क्षमता, कौशल्ये आणि त्यांची प्रतिभा यांविषयी खात्री असते. असे झाले, तरच यात बदल होऊ शकतो. मगच आपण त्यांच्यासाठी 'वाह वाह, क्या बात है!' अशी दाद देऊ शकतो. त्यांच्या व्याधींशी लढण्यबद्दल आदर बाळगून आपण त्यांचे इतर अनेक गुण उजळून निघतील, यासाठी त्यांना मदत करायला हवी. त्यांच्या कर्तृत्वाचे आपण साक्षीदार व्हायला हवे आणि त्यांना जगासमोर आणायला हवे. आपण शाळा, कॉलेज, घर, शेजारपाजार, संपर्कमाध्यमे अशा सर्वच क्षेत्रांत माणसाला कराव्या लागणाऱ्या संघर्षाच्या अपरिहार्यतेविषयी बोलायला हवे. अशा प्रकारच्या संपर्कातून, देवाणघेवाणीतून भावनिकदृष्ट्या सुरक्षित वातावरण निर्माण करणारे, मानसिक व्याधिग्रस्तांवर विश्वास ठेवणारे गट तयार व्हायला हवेत - काय वाटेल ते झाले तरी हे व्हायलाच हवेत!

सातवा पथदर्शक

संकटे झेलण्याचे बळ आणि स्वतःच्या ध्रुवताऱ्याचा शोध

अनेक वेळा मी माझ्या भूतकाळात डोकावून पाहते, तेव्हा मला डिप्रेशनने ग्रासलेली मी दिसायला लागते. इंग्लंडमधील तो दळभद्रा, बर्फाळ हिवाळा आठवतो. त्या कुंद वातावरणानेच मी अशी कोलमडून पडले होते. मात्र मी अशी मागे वळून पाहते, तेव्हा 'हे असे घडायला नकोच होते, असे मला वाटते का?' तर या प्रश्नाचे उत्तर आहे, 'अजिबात नाही'.

माणूस म्हणून मी घडत गेले, त्या प्रक्रियेचाच तो एक भाग आहे म्हणून हे नकारार्थी उत्तर. त्या काळात खोलवर ठसठसणारे दुःख मी अनुभवले आणि त्यामुळे माझ्यात चिरस्थायी स्वरूपाचा बदल झाला. माझी दुःख जाणून घेण्याची पात्रता आणि ते सहन करण्याची शक्ती या डिप्रेशनच्या अनुभवाने वाढली. मी आयुष्यावर, आनंदाच्या क्षणांवर प्रेम करायला शिकले. आपले इतरांशी असलेले भावबंध मला उमजू लागले. माझे पेशन्ट्स त्यांच्या डिप्रेशनच्या अंधारात चाचपडत असताना एक डॉक्टर म्हणून मला त्यांच्या भावनांशी एकरूप होता आले. त्यामुळेच त्यांच्याशी दुवा साधता आला आणि त्यांच्या गरजेच्या वेळी त्यांना मदतीचा हात देता आला.

इतका वेळ या पुस्तकाच्या माध्यमातून आपण एकमेकांच्या संगतीत आहोत. आता निरोप घेण्याची वेळ आली आहे. पण आपण 'संकटे झेलण्याचे बळ आणि स्वतःच्या ध्रुवताऱ्याचा शोध' याविषयी काहीच बोललो नाही, तर हा प्रवास अपुराच राहील. समीराच्या शब्दात सांगायचे झाले, तर 'राडा होतच असतो' आणि शिवच्या शब्दात सांगायचे झाले, तर 'हा 'राडा' किंवा 'गदळ' निस्तरायची कशी ह्याचा विचार आपणच झक मारत करायचा असतो.'

'या जगातील माणूस म्हटला की तो 'घाण' करणारच - ते अपरिहार्यच आहे.

आपल्याला एकच करायचे आहे, ह्याच घाणीचा त्याग न करता ती आपल्या आत्म्यासाठी खत म्हणून वापरायची आहे.'

या पुस्तकाला 'घाण होतेच' असे नाव द्यायचा मला फार मोह झाला होता. शिवाय 'समजून घ्या -आपलीच आहे' असे घोषवाक्यही सुचले होते.

आपण आपल्यापेक्षा तरुण मुलांबरोबर काम करायला लागतो, तेव्हा त्यांच्या तोंडून 'च्यायला, अंगचटीला येऊ नकोस, सरळ बोल' अशी भाषा आपले लक्ष वेधून घ्यायला लागते. पण माझ्या इतर वाचकांच्या मनाचा विचार करून मी त्या मोहाला आवर घातला.

मग आपल्या मनातील काळेकुट्ट विचार, घटना कोणत्या दृष्टिकोनातून बघायच्या आणि आपल्या आत्म्याच्या समृद्धीसाठी त्यांचाच वापर कसा करून घ्यायचा? याचा विचार करण्यापूर्वी केटच्या बाबतीत काय झाले, ते आपण पहिल्यांदा पाहू.

तुमचे स्वत्व ओळखा

केट तिच्या कुटुंबातील 'सैराट' मुलगी मानली जायची. अगदी लहान असल्यापासून तिला घरात डांबून राहण्यापेक्षा बाहेरच वेळ काढायला आवडायचे. ती फुटबॉल खेळायची. इतर मैदानी खेळांतही ती मुलांवर मात करायची. बाहुल्या, सुंदर फ्रॉक आणि नृत्य यांचे तिला वावडेच होते. तिला एक धाकटा भाऊ होता - रायन. तो केटच्या मानाने नाजूकसाजूकच होता. तो घरकोंबडा होता आणि त्याला पुस्तकांमध्ये रस होता. केट उंच आणि धिप्पाड होती, तर रायन बुटका आणि सडपातळ होता. आता तुमच्या लक्षात आलेच असेल की आपल्या समाजात मुलामुलींनी कसे असावे, कसे वागावे याबद्दल जे अलिखित नियम आहेत, त्या कोणत्याही नियमात हे दोघेही बसत नव्हते. शाळेत केटला ढब्बी आणि बेढब म्हणून चिडवले जायचे, तर रायन नाजूक चणीचा होता म्हणून त्याला 'छकुली' म्हटले जायचे. घरीही यापेक्षा वेगळी परिस्थिती नव्हती. त्याच्या जवळच्या नात्यातील सगळेच आसपास राहणारे होते. त्यामुळे त्यांची चुलत-मावस भावंडे, आत्या, मावश्या, काका सगळेच त्यांची टिंगल करायची एकही संधी सोडत नसत. केट सतत रायनच्या पाठीमागे असे. त्याची चेष्टा करण्याचा प्रयत्न करणाऱ्या कुणालाही ती निकराचा विरोध करत असे. पण त्यामुळे तिच्या या 'धश्चोटपणाबद्दल' ती आणखीच बोलणी खात असे.

केटचे आईवडील एका लग्नासाठी आठवडाभर बाहेरगावी गेले होते. त्या वेळी केट पंधरा वर्षांची होती. त्या आठवड्यात रायन आणि ती तिच्या आजीआजोबांकडे राहत होते. त्यांचे घर यांच्या घराच्या रस्त्याच्या पलीकडेच होते. रात्री झोपेत असताना तिच्या पांघरुणात कुणीतरी शिरले. रायनला वाईट स्वप्न पडून जाग आली

की तो तिच्याजवळ येऊन झोपत असे. तिला वाटले, तोच घाबरून आला असावा. पण लगेचच तिच्या लक्षात आले की तो रायन नव्हता, कुणीतरी मोठा माणूस होता. ती गोंधळून गेली. तिने वळून पाहिले, तर तो तिचा काका होता - तिच्या वडिलांचा भाऊ - तिच्या आजीआजोबांकडे तो राहत असे. तो तिला त्याच्या मिठीत आवळत होता. तिने ओरडून भावाचे लक्ष वेधून घेण्याचा प्रयत्न केला, पण तो त्यांच्या दुसऱ्या भावंडांकडे झोपायला गेला होता. त्या काकाने तिच्याशी अतिप्रसंग केला. तिच्या किंकाळ्या त्याने तिचे तोंड आवळून दाबून टाकल्या आणि तशाही त्या बंद दारातून कुणाला ऐकू गेल्याच नसत्या. त्याचे काम उरकल्यावर याबद्दल कुठेही वाच्यता न करण्याबद्दल त्याने तिला धमकावले आणि ती काही बोललीच तर कुणी तिच्यावर काडीचाही विश्वास ठेवणार नाही, असा इशाराही त्याने तिला दिला. इतकेच नाही, तर 'हे सगळे काहीतरी घाणेरडे आहे असा विचारही तिने करू नये, कारण हा तिच्या मोठे होण्याचाच भाग आहे' असेही ठणकावून सांगितले. पंधरा वर्षांची घाबरलेली केट रात्रभर टक्क जागीच होती, भीतीने थरथरत होती.

सकाळी घरातील कुणीही उठण्यापूर्वीच लवकर उठून, तयार होऊन ती शाळेत निघून गेली. तिच्या एका मैत्रिणीला तिचे रडणे लक्षात आले. ती फारच मागे लागली म्हणून केटने तिला रात्रीच्या भयानक प्रकाराची थोडीशी कल्पना दिली. घरी गेल्यावर केटच्या मैत्रिणीने तिच्या आईला हे सगळे सांगून टाकले. मैत्रिणीच्या आईने ताबडतोब केटच्या आईला फोन केला आणि हे तिच्याही कानावर घातले. इतके करून ती थांबली नाही. तिने केटच्या आजीआजोबांकडे जाऊन केट आणि रायनची उचलबांगडी केली आणि स्वत:च्या घरी त्यांना घेऊन आली.

यानंतर काय झाले, हे सांगण्यापूर्वी मी आता केटच्या घराण्याची माहिती तुम्हाला देणार आहे. मी जेव्हा इंग्लंडमध्ये होते, तेव्हा आम्ही भेटलो. स्थानिक डॉक्टरांनी आमच्या 'बालक पालक आणि परिवार' विभागाकडे तिला उपचारासाठी पाठविले होते. केटचे वडील प्रतिष्ठित, सधन, गोऱ्या इंग्लिश घराण्यातील होते आणि आई त्या मानाने कमी श्रीमंत, स्थलांतरित पाकिस्तानी कुटुंबातील होती. कॉलेजमध्ये एकत्र शिकताना ते प्रेमात पडले, पण केटच्या वडिलांच्या घरातून त्यांच्या लग्नाला विरोध होता. केटच्या वडिलांनी आपला हट्ट सोडला नाही, त्यामुळे त्यांच्या घरच्यांना केटच्या आईला स्वीकारावे लागले. लग्नानंतर केटच्या आईला तिच्या घराण्यावरून, रंगरूपावरून सतत टोमणे ऐकावे लागत असत. त्या घरात तिलाच काही किंमत नव्हती, त्यामुळे तिच्या मुलांची टिंगल व्हायची किंवा दुर्लक्षित केले जायचे. तेव्हा ती मूग गिळून बसायची, कारण तिला कोणत्याही कारणाने घरात वाद होण्याची भीती वाटत असे.

पण हा प्रसंगच वेगळा होता. केटची आई चवताळली होती. तिने नवऱ्याला

त्याच्या भावाबरोबरचे संबंध तोडायला भाग पाडले. मुलीवर अत्याचार झाल्याने केटचे वडील अक्षरश: मोडून पडले होते, पण या अत्याचाराविरुद्ध काही करण्याऐवजी ते स्वत:च कोशात गेले. केटची आई खंबीर होती. पिंजऱ्यातून मोकळ्या सुटलेल्या एखाद्या वाघिणीसारखी आपल्या पिल्लांच्या रक्षणासाठी सज्ज झाली होती.

केटच्या वडिलांच्या घरातील कोणीच या घटनेवर विश्वास ठेवायला तयार नव्हते. केटच्या काही मोठ्या भावंडांना हे कळले, तेव्हा तिची बाजू घेण्याऐवजी त्यांनी तिची टरच उडविली, 'किती बेढब आहेस तू, कुणाला हात तरी लावावासा वाटेल का तुझ्या अंगाला?'

केटच्या आईने मुलांना घेऊन माहेरी मुक्काम हलविला. नवऱ्याने त्याच्या भावाला जाब विचारल्याशिवाय ती घरी परतणार नव्हती. यथावकाश तेही घडले आणि केटचे कुटुंब जवळच्याच एका भागात नवीन घरात वेगळे राहायला लागले. पण त्यामुळे केटच्या वडिलांच्या घराण्यात प्रचंड तणाव निर्माण झाला. केटच्या आजीआजोबांनी केटला आणि तिच्या आईला घराण्यात फूट पाडल्याबद्दल दूषणे द्यायला सुरुवात केली. केटच्या आईने सर्वांशी संबंध तोडून टाकले आणि त्या घरातील कोणत्याही सणवाराला किंवा समारंभांना जाणे बंद करून टाकले.

या सगळ्या घडामोडीत केटची काय अवस्था झाली होती, याकडे कुणाचेच लक्ष नव्हते. तिने फुटबॉल खेळणे थांबवले होते. इतरही खेळ सोडून दिले होते. ती बहुतेक सगळा वेळ घरीच पडून असायची किंवा निमुटपणे अभ्यास करायची. बाहेर मित्रमैत्रिणींना भेटायलाही ती क्वचितच जात असे. घरात सगळ्यांबरोबर बसून जेवणे तर तिने सोडूनच दिले होते. त्यामुळे ती काय खाते, किती खाते याची तिच्या आईला काहीच कल्पना नव्हती. असे काही महिने गेल्यावर केट अगदीच हडकुळी झाल्याचे तिच्या आईच्या लक्षात आले. तरीही सुरुवातीला आईनेही त्याकडे काणाडोळाच केला. पण केट दिवसभरात अगदीच कमी खात्येय, असे हळूहळू तिच्या लक्षात आले. केटच्या पोटात सकस अन्न जातच नव्हते. तिने केटला गोडीगुलाबीने समजवायचा प्रयत्न केला. खाण्यापिण्यावरून धमकावलेसुद्धा, पण केटवर कशाचाच परिणाम होत नव्हता.

शेवटी केटला मानसोपचारासाठी डॉक्टरकडे नेण्यात आले. तिला 'ॲनोरेक्झिया नर्व्होसा' झाल्याचे आणि डिप्रेशन आल्याचे निदान करण्यात आले. (ॲनोरेक्झिया नर्व्होसा म्हणजे खाण्यावरची वासना उडणे.) तिला डिप्रेशनवरची औषधे सुरू करून उपचाराला सुरुवात झाली. आता तिच्या वडिलांनाही तिची काळजी वाटायला लागली होती, त्यामुळे त्यांनीही या उपचारात लक्ष घालायला सुरुवात केली. पण या ॲनोरेक्झियाची तिच्यावर इतकी जबरदस्त पकड बसली होती, की ती कोणत्याही उपचारांना दाद देत नव्हती. तिच्यावर उपचार करणाऱ्यांना ती जबरदस्त विरोध

करीत असे, मग ते घरचे असोत की दारचे. तिच्यावर मानसोपचार करणाऱ्या डॉक्टरला तर तिचे वागणे थोडेफार वेडेपणाकडे झुकत असल्याची शंका यायला लागली होती. या अशा वागण्याचे मानसोपचाराच्या भाषेत 'परस्पर संबंध, स्वप्रतिमा, भावनांचे चढउतार आणि लहरीपणा यांतील वाढती अस्थिरता' असे वर्णन केले जाते. ज्यांच्याविषयी असे सीमारेषेवरील शहाणपण/वेडेपणाचे रोगनिदान केले जाते तेव्हा कोणीही स्पष्टपणे म्हणत नाही, पण त्या व्यक्तीच्या वेडेपणाचे निदानच खरे मानले जाते. कारण ही माणसे कुणाचे ऐकत नाहीत, प्रत्येक बाबतीत सतत विरोध करत असतात आणि ही त्यांची अवस्था फार चिवट असते, जन्मभर पुरून उरणारी असते.

केटच्या घरच्यांनी तिच्या उपचारांसाठी माझ्याकडे यायचे ठरविले, तेव्हा ती सतरा वर्षांची होती. बारावीत होती. तिचे उंची आणि वजनाचे गुणोत्तर खूपच कमी, अगदी काळजी वाटायला लावणारे होते. तिने माझ्याशी अंतर राखून वागायचे ठरवलेले दिसत होते. त्यामुळे आमच्या भेटीची सुरुवात शांततेनेच झाली. ॲनोरेक्झियाचा मला कळलेला अर्थ तिला समजावून सांगण्याचा बहाणा करत मी थोडा वेळ तिच्याशी बोलले आणि या ॲनोरेक्झियातून अनेक लहान मुली बऱ्या झाल्याचेही तिच्या कानावर घातले. तुला तुझ्या ॲनोरेक्झियाबद्दल काय वाटते, असा प्रश्न अखेरीस मी तिला विचारला. तिला न दुखावता, तिच्या मताला मान देऊन, तिला पुरेसे महत्त्व देऊन हा प्रश्न विचारण्यात मी यशस्वी झाले असावे. (यापूर्वी तिला असा अनुभव आला नसावा.) त्यामुळेच तिने माझ्याकडे मन मोकळे करायचे ठरविले असावे.

'त्या दिवसानंतर सगळेच बदलून गेले आणि नंतर तिचे आयुष्य अत्यंत आनंदात गेले' असे सांगता आले असते, तर मला खूप आनंद झाला असता. पण वस्तुस्थिती फार वेगळी होती. आम्ही अत्यंत धिम्यागतीने पण सातत्याने तिच्यावरची ॲनोरेक्झियाची पकड सैल करू शकलो. या सगळ्या काळात ॲनोरेक्झियाने अत्यंत कौशल्याने रचलेले नृत्य मात्र आम्ही तन्मयतेने करत राहिलो - दोन पावले पुढे, एक पाऊल मागे!

ॲनोरेक्झिया म्हणजे केटला कचाट्यात धरणारी एक सवय होती, तो तिच्या व्यक्तिमत्त्वाचा एक भाग नव्हता - हे विमुक्तीकरण होण्यासाठी, **'स्टेशन बदला'** (त्या वेळी मी हा वाक्प्रचार वापरला नव्हता) हा उपाय तिच्या बाबतीत खूप उपयुक्त ठरला. ॲनोरेक्झियाचे तिच्यावर हल्ले होत होते, त्याबद्दल ती जागरूक झाली होती. तिने या ॲनोरेक्झियाचे वर्णन 'अत्यंत कडक आणि छिद्रान्वेषी न्यायाधीश'(डोक्यावर पांढऱ्या केसांच्या लड्यांचा टोप आणि हातात हातोडी) असे केले होते. 'अपराधीपणाची बोच' आणि 'शरम' या त्यांच्या हस्तकांकरवी हे

न्यायाधीश तिच्यावर वचक ठेवून असत. शालेय जीवन अनुभवण्याच्या काळात त्या लाजिरवाण्या घटनेमुळे ती अत्यंत 'घाणेरडी आणि किळसवाणी' आहे, या भावनेने तिला पुरते घेरून टाकले होते. त्यामुळेच ती अत्यंत हडकुळी झाली तर लोकांच्या नजरेत येणार नाही, असे तिला वाटत असे. आता उपचार सुरू झाल्यावर अन्नावरची वासना कशी उडत जाते, हे तिच्या लक्षात आले. ती विचारपूर्वक ॲनोरेक्झियाला तोंड देऊ लागली आणि तिने तिच्यावरचा 'ॲनोरेक्झिया झालेली मुलगी' हा शिक्का पुसून टाकला. स्वत:वर गुदरलेल्या प्रसंगाचा तिने विचार केला आणि अत्यंत सुरक्षित भावनिक वातावरणात ती त्याविषयी बोलती झाली. सतरा वर्षांच्या केटला तिच्यातील त्या पंधरा वर्षांच्या केटविषयी प्रचंड सहानुभूती वाटायला लागली आणि तिला 'यात तुझा काहीच दोष नाही' असा तिने दिलासा दिला.

केटने स्वत:च्या **आयुष्याची सूत्रे** स्वत:कडे घेतली आणि पुन्हा एकदा स्वत:ची बलस्थाने, क्षमता आणि कौशल्ये यांची तिला जाणीव झाली. तिचे वजन फारच कमी झाल्याने ती आता फुटबॉल खेळू शकत नव्हती. पण तिने पुन्हा ड्रम वाजवायला सुरुवात केली. कविता करायला सुरुवात केली. मला वाटले नव्हते, पण अभ्यासात तिने खूप प्रगती केली (आदर्शवाद आणि ॲनोरेक्झिया यांचे अतूट नाते असते). त्यामुळेच तिला उत्तम कॉलेजात प्रवेश मिळाला आणि तिने मानसशास्त्राचा अभ्यास करायचे ठरविले. या विषयात तिला विलक्षण रस निर्माण झाला होता.

केटने स्वत:ची **गुणवत्ता पारखून आणि जोपासून** स्वत:साठी काही उद्दिष्टे ठरविली. काही वेळा तिला यश मिळाले, तर काही वेळा ती उद्दिष्टे पूर्ण होऊ शकली नाहीत. पण याबद्दल तिची आईच एकदा म्हणाली, 'पण ती मागे कधीच हटली नाही.'

केटवर गुदरलेल्या प्रसंगांचे मनाच्या तळाशी गाडून टाकलेले धागेदोरे पुन्हा बाहेर काढून ते व्यवस्थितपणे मांडून ती बोलायला तयार झाली, ही एक मोठी धैर्याची गोष्ट होती. आमच्या अनेक भेटींमध्ये तिने तिच्या आईला आणि भावालाही अत्यंत आग्रहाने सामील करून घेतले. आम्ही लिंगभेदाच्या प्रस्थापित कल्पना, जातीयता यांच्या अनेक पैलूंबद्दल चर्चा केली. त्या तिघांनाही लिंगभेद आणि जातीयतेला वेगवेगळ्या प्रकारे कधी ना कधी तरी तोंड द्यावे लागले होते. लैंगिक अतिप्रसंग, डिप्रेशन, ॲनोरेक्झिया या सगळ्यांचे केटवर आणि तिच्या कुटुंबावर काय परिणाम झाले, याविषयी आम्ही चर्चा केली. या सगळ्या चर्चांच्या काळात आम्ही केटला तिची योग्यता आणि लायकी यांचा विचार करण्यास उद्युक्त केले. तिच्याबरोबर आश्वासक संवाद साधून तिला आधार दिला. तिची कुवत, हिंमत आणि कणखरपणा यांबद्दलच्या तिच्या आठवणींना उजळा दिला. फक्त तिला आणि तिच्या भावालाच नाही तर तिच्या मित्रमैत्रिणींनाही कुणी धाकदपटशा दाखविला,

तर ती प्रतिकारासाठी सज्ज असे. ती मुलगी होती म्हणून ठरावीक पद्धतीने वागणे तिने ठोकरले होते. ती साहसी होती. तिला प्राण्यांविषयी अतिशय प्रेम होते. तिला न्यायाची चाड होती आणि सर्वांत महत्त्वाचे म्हणजे समाजाने अन्याय केलेल्या पीडितांविषयी तिला सहानुभूती होती. यापुढे तिला मानसशास्त्राचा अभ्यास करायचा होता आणि मानसिक आरोग्य बिघडलेल्या लहान मुलांसाठी काम करायचे होते. तिची ही स्वप्ने तिने स्वत:च मला सांगितली.

'फक्त आजचा दिवस'- ॲनोरेक्झिया आणि डिप्रेशनचे संकट कोसळले असताना, फक्त आला दिवस उत्तम रीतीने जगण्याच्या विचारसरणीने केट तिच्या आयुष्यातील हे सुरुवातीचे अवघड दिवस निभावून नेऊ शकली. ती सकाळी लवकर उठायला लागली आणि ॲनोरेक्झिया, अपराधाची बोच कितीही तीव्र झाली तरी व्यवस्थित खाण्यापिण्याचा निश्चय तिने मोडला नाही. रोज काही तरी आनंद मिळेल अशा गमतीजमतीच्या गोष्टीही ती करायला लागली. दिवसभरात तिला आनंदाचे क्षण देऊ शकलेल्या पाच गोष्टींची नोंद रोज रात्री तिच्या रोजनिशीत (कृतज्ञता पत्रिका) ठेवायला लागली. सुरुवातीला या नोंदी फारतर एकदोन असायच्या, पण पुढे पुढे पाच बाबींची नोंद करणे तिला सहज जमू लागले. काही दिवस फारच चांगले जात, तेव्हा या नोंदींची संख्या दहापर्यंतही जायची.

समूहवृद्धी - तिच्याच वृत्तीच्या माणसांचा गोतावळा वाढविणे मात्र तिला जरा जडच गेले. ॲनोरेक्झियामुळे घरात वाद होत असल्याचे हमखास आढळून येते. केटची आई तिच्या रोजच्या खाण्यापिण्याच्या बाबतीत पूर्ण लक्ष ठेवायला लागली होती. त्यामुळे केट तिच्यावर चिडत असे. तिला पुन्हा एकदा लठ्ठ करून सोडण्याचा तिच्या आईचा डाव असल्याने, तिची आई तिच्या खाण्यात जास्त लोणी ढकलते असा तिला संशय येत असे. कधी कधी रायन आणि मीसुद्धा तिच्या आईच्या या वजन वाढविण्याच्या कटात सामील आहोत, असे तिला वाटायचे. आम्ही सगळेच तिच्यासाठी, तिच्याच गटातील आहोत आणि ती जेव्हा सकस आहार घेत असे, त्या प्रत्येक वेळी ती ॲनोरेक्झियाला तिच्या आयुष्यातून बाहेर जाण्याच्या मार्गावर - थोडेसे का होईना - ढकलत असे, हे समजून घ्यायला तिला जरा वेळच लागला.

सुरुवातीला या उपचारांमध्ये केटच्या वडिलांचा सहभाग नसायचा. काही काळानंतर त्यांनाही यात भाग घ्यावासा वाटू लागला. अशाच एका भेटीच्या वेळी, त्यांच्या लहानपणी तेही लैंगिक अत्याचाराला बळी पडले होते, याचा त्यांनी उल्लेख केला. (त्यामुळेच केटच्या बाबतीत ही घटना घडली, तेव्हा ते थिजूनच गेले असावेत) त्यांच्या आईवडिलांशी त्या वेळी त्यांनी बोलायचा प्रयत्न केला होता, पण त्यांच्या आईवडिलांनी त्यांनाच गप्प करून तो सर्व प्रकार विसरून जायला सांगितले होते. या पार्श्वभूमीवर आपल्या मुलीच्या पाठीशी आपण खंबीरपणे उभे राहिलो नाही,

याची फार मोठी बोच त्यांना लागली होती.

संवादोपचाराच्या पद्धतीत सर्वांत महत्त्वाचा भाग असतो, तो झालेले नुकसान भरून काढण्यासाठी दिलेला न्याय. हा न्याय सर्वत्र एकसारखा नसतो. तो वेगवेगळ्या ठिकाणी त्या त्या ठिकाणाच्या पद्धतीनुसार ठरविण्यात येतो - उदाहरणार्थ; शाळा, न्यायालये, कुटुंबसंस्था वगैरे. ह्या 'भरपाईच्या न्यायाचा' मुख्य उद्देश काहीतरी नुकसान झाले आहे, कुणीतरी दुखावले गेले आहे हे मान्य करणे आणि समाजाने त्याविरुद्ध एकजुटीने न्याय देणे, हा आहे.

अशा एका कौटुंबिक भेटीच्या वेळी काय झाले म्हणजे केटला न्याय मिळाला असे वाटेल, ह्या विषयावर आम्ही चर्चा केली. केट या प्रकरणात इतकी दुखावली गेली होती, की तिने तिच्या वडिलांच्या घराण्याशी कोणताही संबंध ठेवणे तिला आवडणार नाही, हे स्पष्टपणे सांगितले. तिच्या मते पुढे-मागे त्यांना क्षमा करण्याचा विचार तिने केलाही असता, पण सध्या तिच्या मनाला झालेल्या जखमा अजूनही भळभळतच होत्या. केटच्या आईवडिलांनी आणि तिच्या भावाने तिचा हा निर्णय मान्य केला. तिचे वडील त्यांच्या आईवडिलांना हा निर्णय ऐकवतील, असेही ठरले. त्यांचा तो भाऊ त्या घरात जोपर्यंत राहत असेल, तोपर्यंत ते त्या घरात पाऊलही ठेवणार नाहीत असेही सांगण्याचे ठरले. केटच्या वडिलांनी घेतलेल्या निर्णयाचा ठामपणा केटच्या वडिलांच्या कुटुंबाच्या लक्षात आला आणि त्यांच्या कुटुंबाने एकत्र येऊन त्या काकाला घराबाहेर काढले. इतकेच नाही, तर केटच्या आजीआजोबांनी केटला पत्र लिहून तिची माफीही मागितली.

सगळे काही विसरून आपल्या आजीआजोबांशी संबंध जोडण्याची केटच्या मनाची तयारी व्हायला मध्ये अनेक वर्षे जावी लागली. नंतर तिचे आजीआजोबांकडे जाणे-येणे सुरू झाले. एकदा ती मला म्हणाली होती, 'माफ करायचे म्हणजे काय करायचे हे मला माहीत नाही आणि ते मला शक्य आहे की नाही हेही कळत नाही. पण माझ्या मनावरचा भार आता हलका व्हायला लागलाय. मी त्यांचं वागणं आता हळूहळू विसरायला लागले आहे.'

संकटे झेलण्याचे बळ आणि स्वतःच्या ध्रुवताऱ्याचा शोध

इंग्लंड सोडून मला आता पंधरा वर्षे होऊन गेली, पण केट आणि मी अजूनही ई-मेलच्या माध्यमातून एकमेकींच्या संपर्कात आहोत. मानसशास्त्रात पदवी घेतल्यानंतर केटने 'स्त्रियांचे समाजातील स्थान आणि प्रभाव' याविषयात पदव्युत्तर परीक्षा दिली. नंतर तिने लैंगिक शोषण झालेल्या मुलांसाठी ना नफा तत्त्वावर चालविलेल्या संस्थेत काम केले. या काळात तिच्या भावाचे लैंगिकतेच्या संदर्भातील उपचार सुरू होते आणि त्याची लिंगबदल शस्त्रक्रिया होऊन त्याचे मुलीत रूपांतर करण्यात

आले. मग तिला 'ॲमी' हे नाव देण्यात आले. या संक्रमणाच्या काळात केट ॲमीची सर्वांत खंबीर समर्थक होती. संपूर्ण कुटुंबालाच हा बदल स्वीकारण्यासाठी तिने राजी केले होते.

केटच्या ह्या प्रवासाने मला मोठी प्रेरणा मिळाली. तिचा हा प्रवास साधा, सरळ आणि सोपा नव्हता. तिला खूप धोकादायक खाचखळग्यांशी सामना करावा लागला, आडमार्गाने जावे लागले, हा प्रवासच सोडून द्यावा लागतो की काय अशा प्रसंगांना तोंड द्यावे लागले, पण तिने धीर सोडला नाही. अपयश आले तरी प्रत्येक वेळी ती पुन्हा तरारून उभारी घेत होती. माझी मनापासून इच्छा आहे की केटने तिची ही समरगाथा जरूर लिहून काढावी. तिच्याप्रमाणे आयुष्यातील वाईट काळाशी झगडणाऱ्या अनेकांना तिच्या गोष्टीमुळे भविष्यकाळाकडे आशेने बघता येईल. या पुस्तकात तिच्याविषयी लिहिण्यासाठी मी तिची परवानगी मागितली. त्याच वेळी मी तिला प्रश्न विचारला, 'आपल्या उपचारांपैकी कोणत्या उपायाचा तुला सर्वांत जास्त उपयोग झाला आणि तू ज्या परिस्थितीला तोंड दिले, त्या परिस्थितीत असलेल्यांना तू काय सल्ला देशील?' ती म्हणाली, 'तुम्हाला मीच एक समस्या वाटले नाही, या गोष्टीत मला सगळाच वेगळेपणा दिसला. तुम्ही मला एक सर्वसामान्य लायक माणूस समजलात म्हणून हे घडू शकले.' त्याचबरोबर ती हेही म्हणाली, 'ते लुंगे-सुंगे, उम्पा-लुम्पा अजूनही कधी कधी भेट देतात मला (तिची लाज, बोच आणि ॲनोरेक्झिया यांना तिने ठेवलेली ही नावे आहेत), पण मी त्यांचे काही ऐकूनच घेत नाही. काही वेळा तर मी त्यांचा गळाच दाबून टाकते.' कुणालाही एक सल्ला तिने द्यायचा असेल तर ती सांगेल,- 'कोणत्याही घटनेमागे काहीतरी कारण असतेच असे नाही, पण तुमच्यावर गुदरलेल्या वाइटात वाईट प्रसंगातूनही तुम्हाला काहीतरी अर्थ गवसू शकतो. तेव्हा आता आपापले अर्थ शोधा.'

केटचे हे 'आपापले अर्थ शोधा' म्हणजेच मी सांगते तो 'स्वत:च्या ध्रुवताऱ्याचा शोध'.

ध्रुवताऱ्याचा उज्ज्वल प्रकाश आणि त्याचे अढळस्थान यामुळे शेकडो वर्षे दिशांचा अंदाज घेण्यासाठी प्रवासी उत्तर दिशेला असलेल्या या ध्रुवताऱ्याला प्रमाण मानत आले आहेत. आपल्या आयुष्यासाठी हे अतिशय सुंदर रूपक आहे. आपणही आपल्या आयुष्याची दिशा आणि अर्थ शोधत आयुष्याचा प्रवास आखत असतो. केटची गोष्ट ही अशीच पुनरुत्थानाची, शोधाची गोष्ट आहे. फिनिक्स पक्षी जसा राखेतून पुन्हा जन्म घेतो, तशीच जिद्द तिने दाखविली आणि आपल्या जीवनाच्या ध्येयाचा - ध्रुवताऱ्याचा शोध घेतला.

केट, त्रिशासारख्या अनेक तरुण मुलींना मी भेटले आहे. प्रत्येकीचे रंगरूप वेगळे, शरीरे वेगळी, अंतरंगही वेगळे. विस्कटलेल्या केसांमागे दडलेले कळाहीन

चेहरे, खोल गेलेले भकास डोळे आणि थरथरणारे ओठ. कुरतडलेली नखे आणि मनगटावरच्या जखमा लपविण्यासाठी अस्थिर हातांची केविलवाणी धडपड. हळूहळू मनातील गोष्टी बाहेर पडू लागतात. मनातील दुःख, सल आणि वेदनांच्या कहाण्या. दुर्व्यवहार, बलात्कार, परित्याग, झिडकारणे आणि पूर्वग्रहांचे फटके. दाबून टाकलेले, बंद केलेले किंवा पूर्णपणे अनुल्लेखाने मारलेले आवाज. त्याचाच परिणाम म्हणून मनाच्या सांदीकोपऱ्यात वस्तीला आलेल्या अपराधाच्या भावना, भीती, दोषारोप आणि शरम यांमुळे जड झालेले आयुष्य - 'हे असं करायला तूच त्याला मोहात पाडलं असशील', 'तुझी बहीण बघ, जरा तिच्यासारखी वागत जा', 'तुझा जन्म झाल्यापासून वाटोळं झालंय आमचं', 'चांगल्या मुली असं वागत नाहीत', 'आईसारखी सुंदर नाहियेस तू'.

या सगळ्यामुळे गोंधळलेले मन थैमान घालायला लागते. इतकी कुरूप, इतकी वेगळी आणि अत्यंत गचाळ असल्याचा राग स्वतःवरच काढला जायला लागतो. स्वतःला जखमी करणे, शिरा कापणे, अन्नत्याग करणे, सतत ओकाऱ्या काढणे - मनाच्या यातनांमधून मुक्ती मिळविण्यासाठी मन बधिर करून टाकणारे कैक मार्ग. व्यक्त होण्यासाठी जागा मिळेपर्यंत आणि स्वतःचा दाबलेला गळा सोडवून घेण्याची हिंमत होईपर्यंत फक्त नाहिसे होऊन जाण्याची इच्छा. 'मी सुंदर आहे, मी चैतन्याने रसरसलेली आहे, मलाही आनंद उपभोगण्याचा हक्क आहे'-हा स्वतःचा नादमय आवाज सापडेपर्यंत, दबक्या आवाजात कुजबुजत, कण्हत, चाचरत बडबडणे. जीवनेच्छेची आशा, निश्चय, विश्वास आणि मानववंशाचा चिवटपणा, राखेतून पुन्हा तरारून उठणे......

'हिवाळ्याच्या थंडगार गर्तेत रुतत जाताना अखेरीस मला लक्षात आले की माझ्याच अंतरंगात तो अपराजित वसंत ऋतू सदैव बहरलेला असतो.'
- अल्बर्ट काम्यू

लिखाण हा माझा 'प्रांत' आहे, असे मला कायमच वाटत आले आहे. माझ्या आयुष्याचा अर्थ समजून घेण्यासाठी मी हातात लेखणी घेते. मी दिवसभरात खरडते, लिहिते, टाईप करते - सकाळी दिवसभराच्या कामकाजाच्या नोंदी, माझे रोजचे ठरवलेले लिखाण, उपचारांच्या नोंदी, जुन्या आठवणी, ई-मेल्स, संशोधनाचे लिखाण आणि रोज रात्री रोजनिशी. *'एखाद्या काठीचे मशालीत रूपांतर करणारी पटकन हाताशी असलेली जादू'* म्हणजे हॅरी पॉटरमधील 'लुमॉस.' मी लिहीत असते, तेव्हा माझा या लुमॉसवर विश्वास बसायला लागतो, कारण हीच जादू माझी आवडती लेखणी करत असते - माझ्या आयुष्याचा भविष्यातील मार्ग ती उजळत असते.

शबाना, मिशा, शिव, रुक्मिणी, राधा, केट आणि मी स्वत: आमच्या आयुष्यांकडे मी मागे वळून पहाते तेव्हा एक समान सूत्र माझ्या ध्यानात येते.

माझ्या या विधानामुळे तुम्ही कदाचित वैतागाल, कारण तुम्हाला वाटायला लागले असेल की इतक्या वर्षांनंतरही ह्या बाईला हिचे स्वत:चे असे काही सापडलेले दिसत नाही. हरकत नाही, कारण हे जे 'काहीतरी सापडणे' असते, ते आयुष्यभरात होणारी एखादी इच्छा, एखादी सुट्टी, तुम्हाला खुणावणारे एखादेच ध्येय असायला हवे, असे नाही. हे 'काहीतरी सापडणे' प्रत्येकासाठी आगळेवेगळे आणि अद्वितीय असू शकते. ते महात्मा गांधींच्या शांततेच्या मार्गाने मिळवलेल्या देशाच्या स्वातंत्र्याच्या लढ्यासारखे असू शकते. एखाद्याला आपल्या घरासमोर छोटीशी बाग करायची असते. एखाद्या आईला तिच्या मुलांचे संगोपन अतिशय प्रेमाने करायचे असते. काही जण एकाच जबरदस्त ध्येयाचा पाठलाग करताना दिसतात, तर काही जण छोट्या छोट्या बाबतीत रस घेऊन मोठ्या आशेने आणि अपार उत्सुकतेने आयुष्यात आनंद मिळवताना दिसतात. त्यांच्यासाठी ती सातत्याने घडत राहणारी प्रक्रिया असू शकते.

एलिझाबेथ गिल्बर्ट (*'इट, प्रे, लव्ह'* या पुस्तकाची लेखिका) तिच्या एका भाषणात म्हणाली, की आपल्यापैकी काही जण स्वयंचलित हातोड्यासारखे असतात. त्या हातोड्यासारखेच त्यांचे एकच एक ध्येय असते. पण काही जण गुणगुणणाऱ्या पक्ष्यांसारखे असतात - उड्या मारणारे, गिरक्या घेणारे. ते अनेक आवडींची सरमिसळ करत असतात आणि त्यांच्यामुळेच या जगातील आयुष्य मस्त वाटायला लागते.

चटकदार आवडीनिवडी, एखाद्या गोष्टीची आस आणि कुतूहल हे माझ्यासाठी 'डॅफोडिलचे क्षण' असतात.

मी बागेत पाऊल टाकल्यानंतर तो अचानक झळकलेला पिवळा रंग, वर्षानुवर्षांच्या बधिर करून टाकणाऱ्या थंडगार वातावरणात हळूच शिरलेली सुखावणारी ऊब असावी, तसा मला वाटला होता. शबानासाठी तिची ऊब, तिच्या पेठेतील वीज गेल्यानंतर तिच्या 'अहा क्षणातून' मिळाली होती. त्रिशासाठी ती 'किकबॉक्सिंग' होती, तर शिवच्या बाबतीत फोटोग्राफीने ते काम केले. समाजातील वंचित मुलांसाठी आपले घर खुले करून रुक्मिणीने ही ऊब मिळवली, तर राधासाठी ध्यानधारणेने ते काम बजावले. समीराच्या लोकसंग्रहात आणि केटच्या पुन्हा ड्रम वाजवायला सुरुवात करण्यात या उबेने मूळ धरले.

म्हणूनच तुमचा ध्रुवतारा अजून तुमच्या दृष्टिपथात आला नसेल तरी हरकत नाही. फक्त तुमच्या आयुष्यात येणाऱ्या अनुभवातच तुम्हाला तुमचा 'डॅफोडिलचा क्षण' गवसणार आहे, याची मनात खात्री असू द्या.

आनंद मिळविण्याच्या ध्यासातूनच आपल्याला आपला 'डॅफोडिलचा क्षण' गवसतो असा जो आपला भलताच लाडका समज आहे, ते नक्की चुकीचा आहे. या चुकीच्या समजामुळेच आपल्याला वाटत असते, की आपण आनंदाचे कवडसे गोळा केले तर आपल्या आयुष्यातील दुःखाचा अंधार दूर होईल. गेल्या दोन दशकांत 'आनंद' या विषयावर प्रचंड संशोधन केले गेले आहे. बरीच पुस्तके लिहिली गेली आहेत. अनेक कार्यक्रम केले गेले आहेत आणि लोक पैसे देऊनही ते कार्यक्रम पाहत आहेत. लोक आनंद मिळविण्याचे प्रशिक्षण घेतानाही दिसत आहेत. पण या संशोधनात असेही लक्षात आले आहे, की तरीही आपण पूर्वीपेक्षा अधिक हवालदिल झालो आहोत.

सतत आनंदाच्या मागावर राहिल्याने आपण अधिकच दुःखी होत आहोत.

या संशोधनात असेही संकेत मिळतात, की मानवजातीला आणि आपल्या पृथ्वीला आज जीवनाच्या हेतूची आणि अर्थाची जाण असलेल्या माणसांची गरज आहे. जगण्याचा अर्थ आणि जगण्यातील आनंद यांची पाळेमुळे फार वेगवेगळ्या ठिकाणी रुजलेली असतात. मूल होणे हा आनंद असतो, पण संशोधन असे सांगते की मूल जन्माला आले की पालकांच्या आयुष्यात वेगळीच दुःखे प्रवेश करतात. रात्र रात्र झोप मिळत नाही, काळज्या वाढतात, खर्च वाढतो, आयुष्य जगण्याच्या पद्धतीत मोठा बदल होतो. पण मग याचा अर्थ असा घ्यायचा का - की मुले व्हायलाच नकोत? अजिबात नाही! मुलाला जन्म दिल्याने तुमच्या आयुष्याला हेतू प्राप्त होतो. हा अत्यंत हास्यास्पद विरोधाभास आहे - पण खरा आहे!

आणखी एक गैरसमज दूर करण्याची नितांत गरज आहे. डिप्रेशन हा आजार आहे, असे समजले जाते. असा आजार जो आपल्यातील माणूसपणाचे खच्चीकरण करतो, आपल्याला कमअस्सल ठरवतो. डिप्रेशन आपल्याला अंतरबाह्य ढवळून काढते. कधी कधी या उलथापालथीत आपल्या अंतरंगातील अशी काही शक्ती आपल्याला गवसते, जी आपल्याला संपूर्णपणे बदलून टाकते. हा बदल काय असेल, ते मात्र आपल्या निवडीवर अवलंबून असते. डिप्रेशन आपल्याला चिरडून टाकून अत्यंत भग्न आयुष्य जगायला भाग पाडते. आपल्यातील गवसलेल्या शक्तीच्या आधारे आपल्या भग्न आयुष्याचे तुकडे पुन्हा जोडून आयुष्याला नवा आकार देण्याचा निर्णय मात्र आपणच घ्यायचा असतो. हे नवे रूप पूर्वीपेक्षा अधिकच मनोहर घडविण्याची खबरदारी आपण खचितच घेऊ शकतो.

आपल्या व्यक्तिमत्त्वाची यथार्थ जाणीव आपण स्वतःच करून दिली तर आपण कोण आहोत, आपण कुठून आलो आहोत आणि या सगळ्याचा अर्थ काय या सगळ्या प्रश्नांची तड लागून जीवनाचे निखळ अनुभव आपल्याला मिळतात. हे सगळे घडून येण्यासाठी आपले कोणते अनुभव सांगायचे आणि कोणते विसरून

जायचे, याची निवड आपणच करायची असते.

या बाबतीत आपण सिनेमा तयार करणाऱ्या एखाद्या माणसाचा विचार करू. अनेक तासांचे चित्रीकरण त्याच्याकडे उपलब्ध असते. त्यातील फक्त एक तासाचे चित्रीकरण त्याला सिनेमासाठी निवडायचे असते. ज्या प्रसंगांमधून त्याच्या सिनेमाची गोष्ट नेमकेपणाने दाखविली जाऊ शकते, असेच प्रसंग तो यातून निवडतो. त्याच वेळी त्याने ठरविलेल्या नेमकेपणाला छेद देणारे प्रसंग तो वगळून टाकतो. आपले अनुभवही आपण अशाच प्रकारे निगुतीने आणि अर्थपूर्ण पद्धतीने निवडून आपल्या आयुष्याची कथा आपण स्वत: रचू शकतो.

आपल्या आयुष्याच्या वाटचालीचे निवेदन कसे करावे, याचे विश्लेषण करीत असताना प्रोफेसर डॅन पी. मॅक्ॲडम्स यांना सापडलेल्या एका मजेशीर आकृतिबंधाविषयी तुम्हाला सांगावेसे वाटते. *'रिडम्पटिव्ह सेल्फ'* हे पुस्तक प्रोफेसर मॅक्ॲडम्स यांनी लिहिले असून ते मानसशास्त्राचे अभ्यासक आहेत. त्यांनी या क्षेत्रात काही दशके काम केले असून त्यांच्या या संशोधनातून त्यांनी, 'माणूस आपले आयुष्य कसे जगतो आणि ते कोणत्या शब्दात मांडतो याचा एक साचा ठरलेला असतो' असा सिद्धान्त मांडला आहे. त्यांच्या असे लक्षात आले, की काही पापविमोचक वृत्तीचे लोक आपल्या यातनांपासून मुक्तता मिळविल्याचे आणि संकटांवर मात करून जगण्याला अर्थ प्राप्त करून देणाऱ्या प्रयत्नांचे वर्णन करणाऱ्यांतील असतात. तर दुसऱ्या बाजूला असेही नकारात्मक लोक असतात, जे आपले जगणे उत्तरोत्तर कसे वाईट होत गेले आणि आयुष्यात पुढे जाण्याऐवजी त्याचा प्रवासच खुंटून गेला असल्याचे प्रतिपादन करताना दिसतात. पापविमोचक, सकारात्मक वृत्तीचे लोक आशावादी असतात आणि ते आपल्या जगण्याला ध्येयाची आणि ध्येयपूर्तीची जोड देतात. पण दूषित, नकारात्मक वृत्तीचे लोक अर्थहीन आणि नैराश्याने ग्रासलेल्या आयुष्याचे ओझे ओढताना दिसतात.

आपल्या मनात अनंत आठवणींचा पिंगा सदैव चाललेला असतो. कधी कधी या आठवणींमध्ये सकारात्मक आणि नकारात्मक अशा दोन्ही प्रकारच्या आठवणींची सरमिसळ होत असते. पण यातही मूळ गाभा ठरलेला असतो. त्याप्रमाणे आपली वृत्ती तयार होत असते. या वृत्तीनुसारच आपण आपल्या आठवणींना प्राधान्य देऊन आपल्या जीवनकथेचा सकारात्मक अथवा नकारात्मक पोत स्वत:ला आणि इतरांनाही उलगडून सांगतो. यात प्रश्न असा आहे, की तुम्ही स्वत:साठी कोणत्या प्रकारची वृत्ती निवडता?

शिवने सांगितल्याप्रमाणे 'आपल्या अस्तित्वातच विसंगती भरलेली आहे'. आकाशगंगेतील आपली पृथ्वी वेगाने गरगरत असताना आपणही रोजच्या जगण्यासाठी पळापळ करत असतो. आपले हे अस्तित्व समजून घेण्यासाठी आपल्या आयुष्याला

अर्थ प्राप्त व्हायला हवा. आणि ही अस्तित्वाची समज आपल्याला कशी येते?

प्रकाशझोत

- तुम्हाला तुमच्या आयुष्याची कथा 'आत्मचरित्र' या स्वरुपात मांडायची आहे, असे समजा. यात तुम्ही तुमच्या आयुष्यातील मानाचे प्रसंग, वाईट प्रसंग, तुमच्या आयुष्याला वेगळे वळण देणारे प्रसंग, तुमचे 'अहा क्षण' आणि काही शहाणपणाच्या गोष्टी सांगणार आहात. काही महत्त्वाचे प्रसंग, व्यक्तीरेखांचे वर्णन आणि काही मुद्दे अशी प्रकरणे या तुमच्या कथनात असणार आहेत.
- तुमच्या आत्मचरित्राचे नाव काय असेल?
- तुमच्या आयुष्यातील विविध टप्प्यांसाठी योजलेल्या प्रकरणांना तुम्ही काय शीर्षके द्याल?
- तुमचे आत्मचरित्र तुम्ही कसे मांडाल?
- तुमच्या या आत्मचरित्रातील प्रमुख पात्र म्हणून तुम्ही कुणाला निवडाल?
- तुमचे जीवन म्हणजे तुमच्या हातून घडलेल्या, तुमच्या बाबतीत घडलेल्या चुकांची जंत्री असणार आहे का? या चुकांमुळे माणूस म्हणून तुमचे अवमूल्यन झाले आहे, असे तुम्ही लिहिणार आहात का? आता तुमच्या आयुष्यात कोणत्याच आशेला जागा असणार नाही, असे तुम्हाला वाटते का? किंवा तुमचे आयुष्य म्हणजे सर्व अनिष्ट बाबींवर मात करून मार्गाला लागलेले आयुष्य असे वर्णन करणार आहात? या सफल आयुष्यात अडचणींवर धैर्याने मात करून तुमच्या आयुष्याचा अर्थ जाणून घेण्यात तुम्हाला कशाची मदत झाली, त्याचे विवेचन करणार आहात?

आज जगात तरुण पिढी आयुष्याचा अर्थ जाणून घेण्याचा संघर्ष करते आहे. 'मी जिवंत आहे म्हणजे काय?', 'तुम्ही का जिवंत आहात?', 'प्रत्येक जणच जिवंत कसा असतो?', 'या सगळ्याचा अर्थ काय आहे?' हे मला वारंवार विचारले जाणारे प्रश्न असतात.

राजकारण, संस्कृती आणि मानसशास्त्र अशा विविध विषयांवर अँन्ड्र्यू सालोमन लेखन करतात. आपल्या वेदना, अडचणी आणि आपल्या अंतर्मनात दडून बसलेली भीती याचा सोक्षमोक्ष लावून त्यातून काही तरी जाणिवेची निष्पत्ती व्हायला हवी, असे ते आपल्या लिखाणातून प्रतिपादन करतात. मनात अशा एखाद्या माणसाचा विचार आणा, ज्याच्यामुळे या जगात चांगला बदल घडून आला असेल, मग ते

कोणीही असतील - अगदी नेल्सन मंडेला, मदर तेरेसा, महात्मा गांधी, मार्टिन ल्यूथर किंग, दलाई लामा किंवा तिक नियात हानही असतील. या सगळ्या विलक्षण व्यक्तिमत्त्वांनी आयुष्यात खूप दु:खे भोगली आहेत. पण हीच दु:खे आयुष्याचा अर्थ शोधण्यासाठी आणि बदल घडवून आणण्यासाठी संप्रेरके ठरली आहेत. त्यांना जर ही दु:खे भोगायला लागली नसती, तर त्यांची व्यक्तिमत्त्वे आपण पाहतो तशी घडली असती का? याबद्दल सालोमन त्यांच्या 'टेड टॉक'मधील अत्यंत प्रगल्भ भाषणात म्हणतात, 'तुम्ही ड्रॅगन्सना पळवून लावलेत, तर तुम्ही त्यांना तोंड देऊ शकणाऱ्या पराक्रमी योद्ध्यांनाही मुकाल.'

व्हिक्टर इ. फ्रँकल हे मानसशास्त्रज्ञ आणि न्युरॉलॉजीचे डॉक्टर ज्यू होते. नाझींच्या छळछावण्यांमध्ये फ्रँकल बचावले, पण त्यांची पत्नी आणि कुटुंबातील बहुतेक जणांना प्राणांना मुकावे लागले. त्यांच्या *'मॅन्स सर्च फॉर मिनिंग'* या अप्रतिम पुस्तकात त्यांचे अनुभव त्यांनी मांडले आहेत. ज्यूंना दिली जाणारी भीषण आणि अमानुष वागणुक, पराकोटीची अवहेलना यातून सन्मानाने तगून जाण्याचे बळ त्यांना आणि त्यांच्यासारख्या यातून वाचलेल्या इतर काही लोकांना 'जीवनाचे प्रयोजन' समजून घेण्याच्या प्रक्रियेने प्राप्त झाले, असे त्यांना वाटत असल्याचे त्यांनी लिहिले आहे.

गेली दोन वर्षे मी अलिया नावाच्या एका तरुण मुलीबरोबर काम करते आहे. तिला स्वत:विषयी तीव्र घृणा वाटत असे. त्याच्या जोडीला एकाकीपणा होताच. तिच्या डोक्यात सतत घणाघाती ढोल बडवले जात, 'माझ्याच्याने हे आता सहन होत नाही. मी आता मरूनच जायला हवे'. तिची डॉक्टर म्हणून मी तिचा त्रास समजून घेऊ शकत होते आणि आपल्या पथदर्शकांच्या साहाय्याने तिची हिंमत तिला परत मिळण्याच्या प्रवासात मदत करण्याचा फक्त प्रयत्न करू शकत होते. हे सगळे हृदय पिळवटून टाकणारे होते आणि 'मी काय करायला हवे?', 'या उपचारांचा परिणाम होतोय की नाही?' असे वाटून माझे प्रयत्नच तोकडे पडतील, अशी मला स्वत:लाच प्रचंड शंका वाटत होती. एक वेळ अशी आली, की सगळे संपले आहे असे वाटायला लागले. माणसाच्या उपजत सहनशक्तीवर विश्वास ठेवून फक्त बघत राहणे एवढेच माझ्या हातात उरले होते.

नंतर बदल घडून यायला कशी आणि कधी सुरुवात झाली, हे मला कळलेच नाही. ती थोडीशी सैलावली होती. तिच्या हसण्याला वेगळीच किनार लाभल्यासारखे वाटायला लागले होते. तिची भाषाही बदलू लागली होती. एक दिवस ती उपचारांसाठी आली, तेव्हा तिने लिहिलेली एक कविता ती घेऊन आली होती - तिच्या प्रवासाची कविता. तिच्या मऊ मुलायम आणि थरथरणाऱ्या आवाजात तिने मला ती म्हणून दाखविली. आमच्या उपचारांच्या दरम्यान वापरलेली रूपके, संभाषणातील छोटे

छोटे बारकावे आणि तिच्या यातनांच्या छटा तिने मोठ्या खुबीने त्यात गुंफल्या होत्या.

मी थक्क होऊन तिची कविता ऐकत होते, डोळ्यांतील पाणी अडवत होते आणि मला जाणवत होते की गेले कित्येक महिने कोणताच फरक पडण्याची मला चाहूल लागत नव्हती, पण कितीतरी गोष्टी माझ्या नकळत आकार घेत होत्या. प्रत्येक क्षणाला बदल घडून येत होता. ती तिच्या इवल्याशा 'डॅफोडिल क्षणांच्या' शोधात होती. अशा अगणित क्षणांच्या एकत्र येत जाण्याने एक रमणीय आकाशगंगाच अवतीर्ण झाली होती. इतकेच नव्हे, तर त्यात तिला तिचा ध्रुवताराही गवसला होता.

आपल्याला फक्त आपला ध्रुवतारा किंवा सिवातनेहो गवसायला हवे असते. तुम्ही 'शॉशन्क रिड्म्पशन' हा उत्कृष्ट सिनेमा पाहिला असेल तर मी कशाबद्दल बोलते आहे, हे तुम्हाला ताबडतोब कळेल. माझ्या प्रशिक्षण वर्गात हा सिनेमा मी आवर्जून दाखविते. या सिनेमातील तुरुंग मला आयुष्यातील दुःखाच्या काळ्याकुट्ट भागाचे रूपक वाटतो. यातील एका दृश्याचा तर माझ्या मनावर जबरदस्त पगडा बसला आहे. बारा वर्षे तुरुंगात काढल्यानंतर अँडी डुफ्रेन (टॉम रॉबिन्स) त्याच्या मित्राशी, रेडशी (मॉर्गन फ्रीमन) 'सिवातनेहो'बद्दल बोलतो. तुरुंगातून सुटून त्याला केव्हा ना केव्हा तरी सिवातनेहोला जायचे असते. सिवातनेहोबद्दल बोलताना तो म्हणतो, 'मेक्सिकोमधले हे गाव, कुठेतरी पॅसिफिक समुद्रात आहे. या पॅसिफिकबद्दल मेक्सिकोचे लोक काय म्हणतात ते माहित्येय तुला? ते म्हणतात, पॅसिफिक समुद्रात गेल्यावर कोणतीच आठवण शिल्लक राहत नाही. अशाच ठिकाणी मला आता जाऊन राहायचंय - कोणतीच गोठवणारी आठवण नसलेले उबदार ठिकाण.' सुरुवातीला रेडलाही ही सिवातनेहोची कल्पना अत्यंत भावते, पण लवकरच तो त्याची 'दिवास्वप्न' म्हणून संभावना करतो. त्याला जाणीव असते, की समाजव्यवस्थेने तुरुंगात कोंडल्या गेलेल्या त्याच्यासारख्या कैद्याला तुरुंगाबाहेर काहीच स्थान नसते.

'शॉशन्क रिड्म्पशन' हा सिनेमा मला नेहमीच आवडतो आणि त्यातील 'सिवातनेहो' हे मला प्रचंड प्रोत्साहित करणारे प्रभावी रूपक वाटते.

हे सिवातनेहो कशाचे रूपक आहे? ते आशेचे प्रतीक आहे. दिवसाच्या रामरगाड्यातून या आशेच्या प्रतिकातून मौल्यवान मानवी जीवनाचा दृष्टांत मिळतो. आपले आयुष्य समृद्ध, अर्थपूर्ण आणि प्रेरणादायी होण्याच्या दृष्टिकोनातून मी जीवनाला मौल्यवान समजते. आपण या ना त्या प्रकारे कोणत्यातरी गटात ढकलले जातो. डिप्रेशन, व्यसनाधीनता, चिंतामग्नता, खाण्यापिण्याच्या वाईट सवयी, ओसीडी, वाईट प्रवृत्ती, आयुष्यातील दूषित चढउतार, दिवसांमागून दिवस ढकलत राहणे या सगळ्यांमुळे आपल्याला 'आयुष्य आयुष्य म्हणतात ते हे असे असते?'

असे वाटायला लागते. आपल्यापैकी प्रत्येकाने थोडा वेळ काढून 'आपल्या लेखी खरोखरच कशाला महत्त्व आहे?' हा विचार करणे ही अत्यंत निर्णायक बाब आहे. प्रत्येकाने ठरवायला हवे की माझे स्वप्न काय आहे? माझे 'सिवातनेहो' मला मिळेल का? माझ्या ध्रुवताऱ्याचा शोध लागेल का?

प्रकाशझोत

तुमचे 'सिवातनेहो' काय आहे?

- इथे क्षणभर थांबा. तुमच्या घरातील निवांत जागा शोधा आणि माझ्या या प्रश्नावर विचार करा. तुमच्या वहीत हे लिहून काढलेत, तर याचा अधिकच परिणाम जाणवेल.
- तुमचे 'सिवातनेहो' काय आहे? ज्या बाबतीत तुमच्या भावना अतिशय तीव्र आहेत, अशी कोणती गोष्ट आहे? या बाबतीत तुम्ही तुमचे मत काहीही झाले तरी व्यक्त करू शकाल? ती गोष्ट कोणतीही असू शकेल - पर्यावरण, हरित पट्टे, भटके कुत्रे, शिक्षण, लैंगिकता, किकबॉक्सिंग, वृद्धांची सेवा, स्थैर्य, अपंगत्व, कला, नृत्य - अगदी काहीही - असे काही जे तुमच्या अंतरंगाला स्पर्श करते आणि तुम्ही त्यासाठी वाटेल ते करू शकाल - असे काही ज्यामुळे हे जग अधिक चांगले होईल.
- तुम्ही जगाचा निरोप घेतल्यानंतर सर्वांना तुमची आठवण कशा प्रकारे झाली तर तुम्हाला आवडेल? तुम्ही सतत ज्यासाठी झगडलात, त्याबद्दल ते काय म्हणतील? तुमचे 'सिवातनेहो' कसे असेल?
- तुमचे 'सिवातनेहो' तुमच्या रोजच्या आयुष्यात तुम्ही कसे सामावून घ्याल? तुम्हाला रोजच्या रोज काय करायला आवडते? ते अगदी दहाच मिनिटे असेल, पण त्यामुळे तुमचे 'सिवातनेहो' तुमच्यासाठी सचेतन राहील.

'जगाला काय हवे आहे, याचा विचार करू नका. तुम्हाला कशाने जोश वाटेल, याचा विचार करा. तुम्हाला वाटेल तेच करा, कारण जगाला उत्साहाने सळसळणाऱ्या लोकांचीच गरज आहे' - हॉवर्ड थर्मन, तत्त्वज्ञ आणि सामाजिक हक्कांच्या लढ्यातील अग्रगण्य नेता.

शबानाचे प्रचंड भीत राहणे ते 'भ्रमण रणरागिणी' हे स्थित्यंतर, त्रिशाचे तिच्या

डिप्रेशनचा आवाज दाबून टाकून 'किकबॉक्सिंग करणारी विलक्षण स्त्री' होणे, शिवचे कुचकामी असल्याच्या भावनेतून सुटका करून घेऊन काहीतरी अद्वितीय कामगिरी करण्याची ओढ लागणे, रुक्मिणीच्या हरवलेल्या स्वप्नापासून आयुष्याच्या बांधिलकीपर्यंतचा प्रवास, राधाचा वेदनेशी काडीमोड आणि आनंदाशी गळामिठी, समीराची स्वत:चा बळी पडल्याची भावना बाजूला सारून लोकसंग्रह वाढविण्याचा कल, लैंगिक अतिप्रसंगामुळे ॲनोरेक्झियाची शिकार झालेल्या केटचे फिनिक्स पक्ष्याप्रमाणे पुनरुज्जीवन किंवा माझाच 'डॅफोडिलचा क्षण' ही सगळी उदाहरणे 'हरवलेले गवसण्याची', 'संकटात तगून राहण्याची वृत्ती' आणि तुमच्या स्वत:च्या मार्गदर्शक ध्रुवताऱ्याचा शोध यांचीच आहेत.

पुस्तकाचा शेवट करताना मला पुन्हा एकदा सांगावेसे वाटते - *'धैर्य हे जन्मजात प्राप्त होणारे वैशिष्ट्य नव्हे, ते सरावाने कमावण्याचे कौशल्य आहे.'* या ठिकाणी पुन्हा एकदा जरासे थांबून धैर्य - करेज - याचा मला समजलेला अर्थ मी तुम्हाला सांगावा, असे मला वाटते आहे. खाली रिकाम्या सोडलेल्या जागेत तुम्ही तुमच्या धैर्याच्या व्याख्या लिहू शकता.

- धैर्य म्हणजे आपल्या आणि इतरांच्या संघर्षाच्या संदर्भात सहानुभूतिपूर्वक विचार करणे.
- धैर्य म्हणजे 'संघर्ष हीच ओळख' असे कोणाच्याही बाबतीत होऊ नये - ना माझ्या, ना इतरांच्या.
- धैर्य म्हणजे विचारपूर्वक जगणे.
- धैर्य म्हणजे 'माझे स्वत:चे *'शेन्पा'* आहेत आणि मी प्रचंड घाबरते' हे मी मान्य करणे.
- धैर्य म्हणजे माझी बलस्थाने, माझी कौशल्ये आणि योग्यता जगापुढे सांगणे, मला योग्य वाटणे.
- धैर्य म्हणजे कुणीही मला अयोग्य म्हणावे, हे मी ऐकून न घेणे.
- धैर्य म्हणजे कुणीही यावे आणि मला कमअस्सल म्हणावे, हे मी चालवून न घेणे.
- धैर्य म्हणजे स्वत:ची जबाबदारी ओळखून त्याचा स्वीकार करणे.
- धैर्य म्हणजे ज्या व्यक्तीत मी बदल घडवून आणू शकते, ती व्यक्ती मीच आहे हे मान्य करून इतरांना दोष देणे बंद करणे.
- धैर्य म्हणजे स्वत:ची भावनाप्रधानता जपणे.
- धैर्य म्हणजे इतरांनी तुम्हाला दु:खी म्हणण्याऐवजी स्वत: दु:खाला बळी पडल्याचे मान्य करणे.

- धैर्य म्हणजे स्वत:च्या ओंगळ गोष्टी लपविण्याची धडपड न करणे.
- धैर्य म्हणजे स्वत:ला सर्व गुणदोषांसकट स्वीकारणे.
- धैर्य म्हणजे आपल्या मूल्यमापनावर कुणाचाही प्रभाव असता कामा नये.
- धैर्य म्हणजे रोजचे जगणे आसासून जगणे आणि लज्जतदार करणे.
- धैर्य म्हणजे समवैचारिकांशी हातमिळवणी करणे.
- धैर्य म्हणजे मुक्त मनाने प्रेम करणे.
- धैर्य म्हणजे अडचणींशी दोन हात करणे, पडझड झालीच तरी फिनिक्स पक्ष्याप्रमाणे राखेतून पुन्हा जन्म घेऊन उंच भरारी मारणे.
- धैर्य म्हणजे आयुष्य कशाने अर्थपूर्ण वाटेल, याचा शोध घेणे.
- धैर्य म्हणजे हिमतीचा स्वीकार करणे.
- धैर्य म्हणजे आपल्या ध्रुवताऱ्याचा शोध घेणे आणि त्याच्यावरच दृष्टी खिळवून आयुष्याचा प्रवास आखणे.
- धैर्य म्हणजे ——————————————————
- धैर्य म्हणजे ——————————————————
- धैर्य म्हणजे ——————————————————
- धैर्य म्हणजे ——————————————————
- धैर्य म्हणजे ——————————————————

आपल्यापैकी काही जणांसाठी आपला ध्रुवतारा केटच्या ध्रुवताऱ्यासारखा खरोखरच चमकदार आणि तेजस्वी असू शकतो. मग ते बेकरी सुरू करणे असो, सागरी जीवशास्त्राचा अभ्यास असो, पर्यटनाविषयी लेखन असो. आपल्यापैकी काही जणांना अजून आपल्या ध्रुवताऱ्याचा शोध लागलाही नसेल. यातही काही वावगे नाही. कधी कधी आपल्या ध्रुवताऱ्याचा शोध घेणे म्हणजेच आपल्याला काय करणे आवडते, हे कळायला वेळ लागतो. पण या शोधाच्या प्रवासाची लज्जत नक्की चाखता येते. त्यासाठी सजग रहा आणि गुणगुणत, भिरभिरत राहणाऱ्या चिमुकल्या पक्ष्यांप्रमाणे पुढचा मार्ग धरा, मध्येच थबकून पहा, आस्वाद घ्या, कधीतरी जरा उडी मारून पहा, एखादे पाऊल मागे टाका, आठवणीत रमा आणि पुन्हा भरारी घ्या.

या सगळ्यात तुमचा ध्रुवतारा तुम्हाला नक्की सापडणार आहे, याविषयी श्रद्धा बाळगा. तो चमचमणारा, तेजस्वी तारा तुमची वाट पाहत इथेच कुठेतरी असणार आहे. तुम्ही फक्त त्याचा शोध घेऊन त्याच्यावर हक्क प्रस्थापित करायचा आहे.

तर मग चला, शरम, मौन आणि कलंकाविरुद्ध कंबर कसा आणि स्वत:शी विचारपूर्वक माणुसकीने वागायला लागा, पण 'तीच तुमची ओळख' अशी परिस्थिती निर्माण करू नका. तुमच्यातील धैर्याची जाणीव ठेवा, तुमच्या योग्यतेची पातळी

वाढवा, तुमच्या आयुष्याचे पुनर्लेखन करा. आला दिवस मनापासून जगा, तुमच्या समवैचारिकांशी जवळीक साधा, तुमच्या ध्रुवताऱ्याचा शोध घ्या आणि चैतन्यमय आयुष्याकडे पुन्हा परतून या.

◆

आयुष्याचा नवा डाव

मानसिक आरोग्याचा निर्देशांक

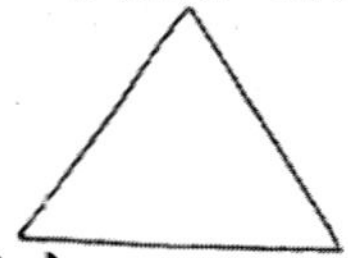

दयाबुद्धीने केलेला स्वीकार

विमुक्तीकरण

- जागरूकता
- निःश्वास
- बदल

हवे असेल त्याचीच जोपासना करण्याची कला

आता पुढचे पाऊल कोणते?

जादूची कांडी

मी कुठे येऊन पोचले आहे?

वाह वाह क्या बात है।

लज्जतदार

डॅफोडिलचे क्षण

आपापले अर्थ शोधा.

पीक्यू

मला कोणती मजल
गाठायची आहे?

आनंदाचे पथ्यपाणी

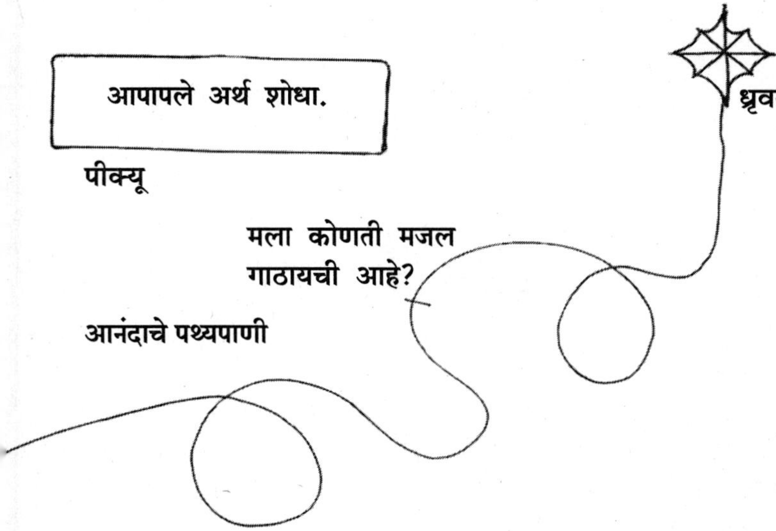

एखाद्या माणसाची समस्या म्हणजे तो माणूस नव्हे. ती समस्या हीच समस्या असते.

आपल्या आयुष्यात घटना घडतात आणि त्या घटनांमुळे आपले आयुष्य घडते.

ऐकणारे कान नसतील तर कोणत्याही कथेला कथा म्हणताच येणार नाही.

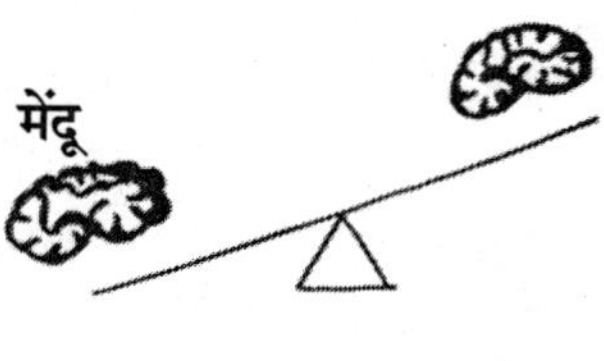

ऋणनिर्देश

मला नाही वाटत हे पुस्तक मी लिहिलंय - ते माझ्या हातून कुणीतरी लिहून घेतलंय. ते ज्या कुणी लिहून घेतले, त्याने मला माझ्या हळव्या मन:स्थितीत आधार दिला, धैर्य म्हणजे नक्की काय असतं हे जाणून घ्यायला मदत केली आणि मला माझ्या ध्रुवताऱ्याकडे जाण्याच्या मार्गावर आणून सोडले.

मी ऐकले होते, की जग तुमच्या पाठीशी असते, पण मला त्याचा अर्थ कळलाच नव्हता. पण 'आयुष्याचा नवा डाव (रिक्लेम युअर लाईफ)' लिहिताना मला त्याची अनुभूती आली, महत्त्व कळले. गेल्या काही वर्षांत माझ्याभोवती अनेक लोक जमा झाले आणि 'माझे' जग निर्माण झाले. त्यांच्याशिवाय हे पुस्तक आकारालाच आले नसते, कारण त्यांच्यातील प्रत्येकामुळे हे पुस्तक पूर्ण करायला मला प्रचंड ऊर्जा मिळाली.

सर्वांत प्रथम माझ्या आयुष्यात आलेल्या सगळ्या नवतरुण मुलामुलींचे मी आभार मानीन. त्यांच्या स्वत्व मिळविण्याच्या आणि स्वत:चे लक्ष्य शोधण्याच्या अफाट प्रयत्नांमुळे एक डॉक्टर आणि माणूस म्हणून माझाही विकास झाला. त्यांचे स्फूर्तिदायक दृष्टीकोन, जग समजून घेण्याचा आवाका, कालबाह्य आणि गाठाळलेल्या समजूतींना, गृहित धरण्याच्या वृत्तीला आव्हान देण्याची नैसर्गिक विचारसरणी यांमुळे जगाकडे बघण्याची माझी नजरच बदलली.

पिढ्यान्‌पिढ्या निरनिराळ्या वैद्यकीय उपचारपद्धती विकसित करणाऱ्या डॉक्टरांविषयी मला अंत:करणापासून कृतज्ञता वाटते. माझे मानसशास्त्राचे मूळचे शिक्षण कौटुंबिक उपचारपद्धतीचे असले तरी मला संवादोपचार पद्धत आणि परिणामलक्ष्यी लघुउपचार पद्धत यांमध्ये अधिक काम करावेसे वाटले. हे काम करताना या उपचारपद्धतीची चालतीबोलती उदाहरणे ठरावीत, अशा जगभरातील अनेक डॉक्टरांबरोबर माझा स्नेह जुळला. माझे मित्र, डॉक्टर आणि मानसोपचारतज्ज्ञ लूक ईसबर्ट यांना या

पुस्तकाचे प्रकाशनपूर्व समीक्षण करण्यासाठी ई-मेल केला, तेव्हा त्यांनी ताबडतोब त्याला उत्तर दिले. त्या वेळी ते स्वित्झर्लंडमधील एका लहानशा खेड्यात वास्तव्याला होते आणि त्यांचे शेवटचे पुस्तक लिहीत होते. त्यांनी हेही लिहिले होते, (हे सांगण्याची त्यांनी मला परवानगी दिली आहे) माझ्या *आयुष्याचे एखादेच वर्ष* आता शिल्लक आहे. (त्यांना प्रोस्टेट ग्लँडचा दुसऱ्या टप्प्यातील कॅन्सर झाला होता). *मी दिवसातील तीन-चार तासच काम करू शकतो. माझा कॅन्सर कसा फैलावेल याची कल्पना करणे कठीण होते, पण तुम्ही अनुमती दिली तर तुमच्या पुस्तकाचा डच आणि फ्रेंच भाषांमध्ये अनुवाद करण्याची माझी इच्छा आहे. माझ्या स्वत:च्या पुस्तकाच्या लिखाणाच्या अधेमध्ये तुमच्या पुस्तकाच्या अनुवादाचे काम मी केले, तर मला उत्साह वाटेल,* असेही त्यांनी लिहिले होते. त्यांचा ई-मेल वाचून माझ्या डोळ्यांत पाणीच आले आणि त्यांच्या या दिलदारपणाने मी चकित झाले. लूक, माझ्या हृदयात तुम्ही एका खास जागेवर कायमचे विराजमान झाला आहात. तुमच्यात असलेली हिंमत आणि प्रेम हाच तर 'आयुष्याचा नवा डाव (रिक्लेम युअर लाईफ)' या माझ्या पुस्तकाचा आत्मा आहे.

माझे जवळचे मित्र आणि जुनेजाणते सल्लागार जॉन व्हिलर यांचे मी आभार मानते. ते कायमच माझ्या पाठीशी उभे राहिले आहेत. जॉन, तुमच्या खोलीत जमलेल्या डॉक्टरांच्या घोळक्यातून तुमचे खळाळते हसू माझ्या कानावर पडले आणि तुमच्या खोलीत डोकावून पाहण्याचा मला मोह झाला. या गोष्टीला आता वीस वर्षे होऊन गेली. पण त्या तुमच्या खळाळत्या हास्यामुळेच माझी हक्काची जागा निर्माण झाली आहे, आज मला माझे स्थान प्राप्त झाले आहे, माझी जिवाभावाची माणसे मिळाली आहेत.

ॲडलेडच्या 'डलिच सेंटर फाऊंडेशन'चे डेव्हिड डेनबरो आणि चेरिल व्हाईट यांचेही मी आभार मानते. मायकल व्हाईट प्रणित संवादोपचार पद्धतीत सुधारणा घडवत ती जोमाने वापरणाऱ्या डेनबरो आणि व्हाईट यांनी आपल्या पेशन्ट्सशी समाजात आदराने आणि सहकार्याने वागणे किती अत्यावश्यक आहे, याचे प्रत्यक्ष उदाहरण आमच्यासमोर ठेवले आहे. 'इंटरनॅशनल अलायन्स ऑफ सोल्यूशन फोकस्ड टिचिंग इन्स्टिट्यूट'मधील सदस्यांचेही आभार - जगातील निरनिराळ्या भागांतील हे सगळे सदस्य अत्यंत सहजपणे एकमेकांशी संवाद साधत जोडले गेले आहेत. त्या एकात्मतेला माझा सलाम.

आनंदाने आणि प्रेमाने शांतता प्रस्थापित करण्याची शिकवण देणाऱ्या झेन बौद्ध आध्यात्मिक गुरू तिक नियात हान यांच्याबद्दल मी मनापासून कृतज्ञता व्यक्त करते. हा शांततेचा संदेश शाळांमधून समाजात पोचविणाऱ्या प्लम व्हिलेजमधील सगळ्या बौद्ध भिक्खूंचे आभार.

'रेड इंक लिटररी एजन्सी'च्या शर्वाणी पंडित आणि अनुज बाहरी, तुमची मी मनापासून कृतज्ञ आहे. माझ्या लेखनातील आशयाशी उत्तम प्रकाराने दुवा साधत शर्वाणीने या पुस्तकाचे अतिशय बारकाईने संपादन केले आणि तेही अत्यंत कमी वेळात! तर अनुजने या पुस्तकाच्या कामात अत्यंत मनापासून संपूर्ण सहकार्य केले.

'वेस्टलँड प्रकाशन' संस्थेच्या सर्व चमूचे आभार. या गटाची कार्तिका व्हीके प्रमुख होती. देबश्री रक्षित ही माझ्या पहिल्या पुस्तकापासून माझ्याबरोबर काम करते आहे. मानसशास्त्राच्या या क्षेत्रातील कामाचे बारकावे आणि व्याप्ती यांची तिला उत्तम जाण आहे. विश्वज्योती घोषने माझ्या मनातील कल्पना जाणून घेऊन केलेली मुखपृष्ठाची रचना उत्तम जमली आहे. श्वेता भगतने मोठ्या तळमळीने हा संदेश अनेकांपर्यंत पोचविला.

मी या पुस्तकाच्या कामात व्यग्र असताना 'चिल्ड्रन फर्स्ट' या संस्थेचे कामकाज विनाव्यत्यय सुरू ठेवणाऱ्या माझ्या कार्यतत्पर सहकाऱ्यांचे आभार मानण्याची संधी मी कशी सोडेन? त्यांच्यामुळेच तर अधिकाधिक मुले, त्यांचे पालक आणि तरुण मुले त्यांच्या चैतन्यमय आयुष्याकडे परतून येण्यात यशस्वी होत आहेत. आमचे सहयोगी समीर आणि अर्चना नायर, आमचे पाठीराखे कै. पद्मश्री मंजू भरत राम आणि त्यांचे कुटुंबीय, श्री. अरुण भरत राम, आशिश, कार्तिक, वास्वी, राधिका, 'स्लीपवेल फाऊंडेशन'च्या नमिता गौतम व ऋषी आणि दिव्या खन्ना या सगळ्यांचेच आभार.

'रिक्लेम युअर लाईफ' या पुस्तकाचा पायाच स्त्रीत्वाच्या लढ्यावर आधारित आहे. ज्यो आणि ग्लोरिया या दोन विलक्षण स्त्रिया स्वत: प्रखर जाणिवांच्या 'खाणी' आहेत. त्यांच्या जाणिवांच्या प्रकाशझोतात अनेकांची आयुष्ये पुन्हा चैतन्याकडे वळत आहेत. या दोघींचे मनापासून आभार. आपापल्या परिघात मानसोपचाराच्या मशाली उजळत ठेवणाऱ्या माझ्या मैत्रिणी - नम्रता, मिमी, मधुरिमा, गीत रुक्मिणी, तू तर तुझ्या व्यथा इतक्या खुलेपणाने सांगितल्यास की आभार कसे मानावे, तेच कळत नाही. आभार मानण्यापेक्षा ते कर्ज सतत डोक्यावर बाळगणे मला योग्य वाटते.

माँ- माझ्या सासूबाई - नुकत्याच वारल्या - तुम्ही मायेचे मूर्तिमंत प्रतीक होतात. अतिशय मोकळ्या मनाच्या, सतत सर्वांशी जुळवून घेणाऱ्या आणि भोवती गोतावळा जमविणाऱ्या. तुमची खूप उणीव भासते आहे. आणि आमचे बाप्पा - सेन कुटुंबाचे तुम्ही बळ होतात, पुढील काळात सेन घराणे तुमच्याच नावाने ओळखले जाईल.

माझी आई - मला नेहमीच नवल वाटत आले आहे, तुझे शहाणपण आणि आनंदी स्वभाव - तू सतत इतकी प्रसन्न कशी असतेस? पपा, तुम्ही सदैव मृदू,

हळुवार आणि तरीही मुक्त मनाने कसे वावरू शकता?

जगभरातील तुमच्या वाचकांच्या अनेक पिढ्या तुमच्या प्रभावी रूपकांनी घडत राहणार आहेत - जे. के. रोलिंग, तुम्हाला सलाम.

कविता, मोठे मन आणि स्वच्छ विचार, पोट दुखेपर्यंत हसायला लावणारी विनोदबुद्धी आणि गहन-गंभीर विचारीपणा यांचे एक अजब रसायन आहेस तू. सतत प्रश्न विचारून शंकासमाधान करून घेण्याची आणि बारीकसारिक संदर्भही जाणून घेण्याची तुझी वृत्ती (ज्याचा मला प्रसंगी प्रचंड त्रास होतो, पण ते किती मोलाचे आहे हे मी नक्कीच जाणते.) आपले स्वभाव इतके वेगळे असूनही आयुष्य अर्थपूर्ण करण्याच्या संदर्भात मात्र आपले एकमत असते. अक्षरश: हृदयावर हात ठेवून मी तुझे आभार मानते.

माझ्या 'चिल्ड्रन फर्स्ट'च्या अनन्यसाधारण सख्या - अंकिता, जोनाकी, लविना, सँड्रा, रितू, नूर, सौमिनी, कनिका - तुमचे उत्साहाने रसरसलेले उत्कृष्ट नेतृत्व, तुमची कामातील बांधिलकी आणि तितकीच सर्जनशीलता यामुळे संस्थेच्या कामाला वेगळाच बाज येतो. माझ्या दवाखान्यातील सहायिका -एन्केबी, स्वर्णिमा, पित्री, प्रियांका, मैत्रेयी, सँड्रा, ॲन, जोनाकी आणि अंकिता या तर माझ्या 'लुमॉस'सारख्या जादूच्या कांड्या आहेत - तुमचे प्रत्येक मत, तुमची देखरेख, तुमची सल्लामसलत आणि मुख्य म्हणजे तुमच्याबरोबर जमवलेली बैठक - प्रत्येक प्रसंग समृद्ध आणि रसरशीत. प्रत्येक वेळी तुम्ही मला आडवेतिडवे प्रश्न विचारून आव्हान देता (सगळ्या मिळून हल्लाच करता माझ्यावर!) आणि झडझडून विचार करायला भाग पाडता. डीएस् (डेव्हलपमेंट सर्व्हिसेस)मधील सर्व सदस्यांचे आभार. लहानात लहान मुलांच्या आणि त्यांच्या कुटुंबीयांच्या आयुष्यात बदल घडवून आणण्याची किमया करून दाखविणारे हे डीएस्चे स्वयंसेवक - तन्वी, अशिमा, सुकर्मा, शीबा, राशी, किम, कविता जोशी, भावना, सुकृती, अदिती, हीना, आकांक्षा, पल्लवी, किम, नूर, सौमिनी, कनिका, रितू आणि लविना. छोट्या छोट्या मुलांबरोबर या साऱ्याजणी ज्या प्रकारे खेळतात, गातात, नाचतात, रमतात - ते पाहून कुणीही थक्क होऊन जाईल. पण सगळे चमत्कार घडवून आणताना त्यामागे त्यांचा पूर्ण विचार आणि काळजीपूर्वक केलेले नियोजन असते. प्रमित ('सुनेहरे'मुळे प्रसिद्ध झालेली) आणि नबोनिता, दामिनी, हर्षिता, भाव्या, रितिका, पारूल, सुकन्या आणि आमच्या नवीन सदस्या - तुम्ही आमच्या परिवारात सामील झालात, ही फार मोठी उत्साह वाढविणारी बाब आहे. आपण एकमेकींना भेटलो, हे भाग्यच म्हणायला हवे. आपले सीएफ्चे कार्यकारी मंडळ - तुम्हीच आपल्या संस्थेचा चेहरामोहरा आहात. पुनित– आमचा आधारस्तंभ, पूजा– हवे तिथे, हव्या त्या वेळी सदैव हजर असणारी - तू मला मिळालेले वरदान आहेस; शिल्पा आणि हिनो– इतके उत्कृष्ट

काम की जराशीही चूक काढता येऊ नये. सीएफ्चे सदस्य अनेक पण काळीज आणि आत्मा मात्र एकच!

माझी अन्या म्हणजे 'रिक्लेम युअर लाईफ'चे मूर्तिमंत उदाहरण आहे. तू इतक्या सहजपणे आयुष्याला सामोरी जातेस, प्रत्येक दिवस आनंदाने भरभरून जगतेस, परखड मते मांडतेस. तुझ्या उपजत सारासार विचार करण्याच्या क्षमतेमुळे मला तुझा अभिमान वाटतो. निषात– माझ्या 'डॅफोडिल क्षणांकडे' तू माझे लक्ष वेधलेस. माझ्या जगाचा कायापालटच झाला. आनंद आणि दु:खाच्या अपरिहार्य खेळाचे महत्त्व तुझ्यामुळेच मला कळले. तू माझा आरसा आहेस आणि या आरशात मला फक्त प्रेम आणि प्रेमच दिसते. तुझे आभार मानावे तितके थोडेच आहेत!

आणि सरतेशेवटी अमित, तू तर माझा 'पथदर्शक' आहेस. तुझ्यामुळेच माझ्या आयुष्यातील उदास, अंधकारमय दिवस उजळून निघाले. माझा ध्रुवतारा शोधण्याचा मार्ग तूच मला दाखविलास. कोणत्याही 'जर तर'शिवाय जीव लावण्याची तुझी प्रचंड क्षमता आणि बेधडक वृत्ती यामुळे अवघ्या आयुष्याचाच सोहळा झाला आहे. क्वीन रॉक बँडच्या 'हे तर प्रेम दिवाणे' या सुप्रसिद्ध गाण्यातही असेच तर सांगितले आहे ना?

◆